झोंबी प्रलय :
एक अज्ञात
रहस्य

झोम्बी व्हायरस नंतरचे जग आणि
रहस्ये सन : २०४९

D9900565

विक्रांत झोरे

Made with ♥ on the Notion Press Platform
www.notionpress.com

माझ्या आदरणीय आई-वडिलांना समर्पित,
त्यांच्या आशीर्वादानेच ही साहित्यिक वाटचाल शक्य झाली.

अनुक्रमणिका

विशेष आभार

माझे प्रिय आई, बाबा आणि भाऊ धीरज झोरे यांनी दिलेल्या अपार समर्थन आणि पाठिंबा दिल्याबद्दल मनःपूर्वक आभार.कथा लेखनाच्या प्रक्रियेत आपण केलेल्या अमूल्य मदतीसाठी धन्यवाद. अनिकेत साळवी याचे विशेष आभार, ज्याने वाक्य पुनर्रचना, भाषाशुद्धता सुधारणा आणि संपादनात अत्यंत प्रभावी मदत केली.

रजत धांडे, शुभम वैद्य आणि स्वप्निल जाधव यांचे मनःपूर्वक आभार, ज्यांनी माझ्या पुस्तकाचे बारकाईने परीक्षण करून आवश्यक सुधारणा आणि उपयुक्त अभिप्राय दिला. सुमीत परब ला धन्यवाद, ज्याने या पुस्तकाच्या आकर्षक कव्हरचे डिझाइन केले आणि पुस्तकासाठी टीझर व ट्रेलर तयार केले.

स्वानंद लोहार आणि साहिल फोंडेकर यांचेही आभार, ज्यांनी आवश्यकतेनुसार समर्थन प्रदान केले आणि पुस्तक प्रकाशन प्रक्रियेत मदत केली. या सर्वांच्या स्नेह आणि मदतीमुळेच या कथेचे लेखन शक्य झाले आहे. याबद्दल मी तळमळीने कृतज्ञता व्यक्त करतो.

आणि शेवटी, पण नक्कीच कमी महत्वाचे नाही, तुम्ही रसिक वाचक. तुमच्या प्रतिसादाची आणि प्रेमाची मला खूप अपेक्षा आहे आणि आशाही आहे की तुम्हीही या कथेचा आनंद घेऊ शकाल.

पार्श्वभूमी

नरीमन सिटि, नेक्सस २०४४ :

कॉफी कॉर्नर कॅफेच्या शांत वातावरणात न्यूज चॅनलचा आवाज घुमतोय:

"आजची सर्वात धक्कादायक बातमी, मॅजेस्टिकमधे काही लोक एकमेकांवर हल्ला करत आहेत, सर्व लोकांची धावपळ चालू आहे. ही लोक पोलीसांना पण नाही ऐकत आहेत, काहींनी तर त्यांनासुद्धा चावण्याचा प्रयत्न केला". ही बातमी ऐकताना जॅकेटमधील व्यक्ती त्याच्यासोबत असणाऱ्या व्यक्तीला म्हणते, "हे खूप भयंकर आहे." तेवढ्यातच कॅफे स्टाफ मेंबरने त्या जॅकेटमधील व्यक्तीला हाक मारली, "हिमांशु, तुमची ऑर्डर तयार आहे."

हिमांशु तिथे जाऊन कॉफी घेऊन आले. गप्पा मारत कॉफीचा आस्वाद घेत असतानाच बाहेर रस्त्यावर एकच धावपळ सुरू झाली. लोकांच्या ओरडण्याचा आवाज येऊ लागला. कुणालाही काहीही समजत नव्हते. हिमांशुने बाहेर येऊन पाहीले. काही लोक दुसर्यांना चावत आहेत आणि त्यांचे डोळे लाल बुंद, चेहेर्यावर विकृतीचे भाव, त्यांची हालचाल इतकी वेगळी होती की एक क्षणासाठी हिमांशुने विचार केला की ते स्वप्नात आहेत. त्यांच्या भयानक, रक्ताळलेल्या तोंडांनी ते लोकांना फाडत होते. घाबरून सर्वजण पळत होते. हिमांशु आणि बाकी सर्व लोक सुद्धा पळायला लागतात. हे दुसरं तिसरं काही नसून झोंबी वायरस असतो. रस्त्यावरचे दृश्य अजून भयंकर होत चालले. झोंबींनी शहरात हाहाकार माजवला आणि प्रत्येक जण स्वतःला वाचवण्यासाठी जीवाचा आटापिटा करत होता. या व्हायरस ला 'झेड' असे नाव देण्यात आले. बघता बघता हा व्हायरस पूर्ण जगात पसरला तसेच खूप प्रमाणात नेक्सस देशामधे सुधा पसरला आणि त्यामुळे खूप लोकांना आपला जीव गमवावा लागला.

हा व्हायरस माणसाच्या मेंदूचा ताबा घेतो. त्यामुळे त्यांचा स्वतःवर ताबा राहत नाही आणि ते दुसर्यांना चावायला जातात. स्वतःवर ताबा

नसल्यामुळे ते त्यांच्या परिवारातील माणसांना पण ओळखत नाहीत. त्यांना आवाजाची जाणीव झाली की ते त्या आवाजाच्या दिशेने धाव घेतात आणि ज्याला या व्हायरस ने संक्रमित केल नाही आहे त्यांना चावायला जातात. या व्हायरसमुळे खूप लोकं झोंबि बनले होते आणि ते इतरांना चावले तर त्याचे संक्रमण त्या लोकांना सुद्धा होत होते, त्यामुळे ते सुद्धा झोंबिज बनत होते. झेड व्हायरसमुळे झोंबींची संख्या वाढत गेली. मोठ्या शहरांपासून ते लवकरच ग्रामीण भागातही पोहोचले. लोकांनी घरे सोडून धावपळ करण्यास सुरुवात केली. सरकारने लॉकडाऊन तसेच इतर निर्बंध घातले, परंतु ते पुरेसे नव्हते.

जागतिक स्तरावर वैज्ञानिकांनी झेड व्हायरसवर उपचार शोधण्यासाठी प्रयत्न केले. त्यासाठी काही देशांनी एकत्र येऊन झेड-टि-सी (झोंबी ट्रीटमेंट सेंटर) ऑर्गनाइज़ेशन बनवली,अनेक लसी आणि औषधांचा शोध झाला, परंतु काहीही यशस्वी ठरले नाही. झोंबींवर गोळीबार करणे आणि त्यांना जाळणे हेच एकमेव प्रभावी साधन होते.

तस याआधी पण काही आजार पसरले होते पण त्यावर लस तयार झाली होती तसेच लॉकडाउन करून त्यांना नियंत्रित करता आल होते. पण झेड व्हायरसचा प्रादुर्भाव जगासाठी एक भयानक दुःस्वप्न होत. झोंबींचा प्रादुर्भाव झाल्यावर सरकारने तातडीने कठोर निर्णय घेतले. पहिल्यांदा, संसर्ग रोखण्यासाठी आणि नागरिकांचे प्राण वाचवण्यासाठी, लक्षणे नसलेल्या लोकांना म्हणजेच ज्यांना झेड व्हायरसची लागण झालेली नव्हती त्यांना शहरांच्या बाहेर सुरक्षित ठिकाणी विस्थापित करण्यात आले. शहरांमधून बाहेर पडण्यावर कठोर निर्बंध घातले आणि कठोर लॉकडाऊन लागू करण्यात आला. रस्ते रिक्त पडले, व्यवसाय बंद झाले आणि सर्वत्र भयानक शांतता पसरली.

पण शांततेच्या या क्षणामागे, प्रत्येक देशाचे सैन्य एक भयानक युद्धाची तयारी करत होते. सैनिकांना झोंबींच्या विध्वंसक लाटांशी लढण्यासाठी कठोर प्रशिक्षण देण्यात आले. प्रत्येक देशाने अँटी-झोंबी-स्क्वॉड्स बनवले, ते विशेष रासायनिक शस्त्रास्त्रांसह सज्ज झाले जे झोंबींचा नाश करण्यास प्रभावी होते. शहरांना वेगवेगळ्या झोन मधे विभागण्यात आले आणि सैनिकांच्या वेगवेगळया तुकड्यांना प्रत्येक

झोनची जबाबदारी देण्यात आली.

लढाई निर्दयी होती. सैनिक घरोघरी झोंबींचा शोध घेत होते, दरवाजे तोडून काढत आणि आत झोंबी असल्यास त्यांना जाळून टाकत होते. इमारतींमधून झोंबी बाहेर येऊ नयेत म्हणून स्फोटके वापरून संपूर्ण इमारतीच्या इमारती जमीनदोस्त करणे अशी कठोर पावले सुद्धा घ्यायला त्यांना भाग पडाव लागल होत. हे सोपे नव्हते. सैनिकांनी आपल्या सहकाऱ्यांना गमावले, तरीही अविरतपणे लढत राहिले,त्यांना काही लोकांनी सुद्धा साथ दिली.

हळूहळू, सैनिकांचे कौशल्य आणि कठोर परिश्रम परिणाम दाखवू लागले. झोंबींची संख्या कमी होऊ लागली आणि सुरक्षित क्षेत्रातील लोकांना परिस्थिती नियंत्रणात येत असल्याची बातमी मिळाली. काही शहरांमधे, सैनिकांनी इमारतींची सफाई केली. हे दीर्घकालीन युद्ध होते. दोन वर्षांच्या अथक प्रयत्नांनंतर नेक्ससच्या अँटी-झोंबी-स्क्वॉड्सने अखेर शेवटच्या झोंबीलाही नष्ट केले आणि सर्व शहरांना झोंबी मुक्त घोषित केले. तसच इतर देशांनी सुद्धा त्यांच्या शहरांतून झोंबींचा विनाश केला.

लढाई संपल्यानंतर आणि शहरांमधे सुरक्षा निर्माण झाल्यावर, विस्थापित लोकांना हळूहळू आपापल्या घरी परतण्याची परवानगी देण्यात आली आणि त्यांना त्यांच्या शहरात सोडण्यात आले. परंतु त्यांचे स्वागत करणारे शहर पूर्वीसारखे राहिले नव्हते. अनेक घरे जळून खाक झाली होती, रस्ते उद्ध्वस्त झाले होते आणि शहरात एक भयानक शांतता होती. परतणाऱ्या लोकांना अनेक आव्हानांना सामोरे जावे लागले. अनेकांनी आपल्या कुटुंबातील सदस्यांना गमावले होते. काहींनी भाऊ-बहिण, मुले तर काहींनी आई, वडीलच गमावले होते. त्यांना मदत करण्यासाठी कोणीही नव्हते. लोकांना भविष्याबद्दल अनिश्चितता होती आणि पुन्हा कधी सामान्य जीवन जगता येईल का याची त्यांना खात्री नव्हती.

या कठीण काळात सरकारने मदत करण्यासाठी पुढाकार घेतला. विस्थापित लोकांना तात्पुरता निवारा आणि अन्न व अन्य मूलभूत गरजा पुरवण्यात आल्या. घरे पुन्हा बांधण्याची, रस्ते दुरुस्त करण्याची

कामे सुरू झाली. सरकारने रोजगाराच्या संधी निर्माण करण्यासाठी आणि अर्थव्यवस्थेला चालना देण्यासाठी देखील योजना राबवल्या. मानसिक आरोग्य सुविधा, समुपदेशन कार्यक्रम आणि सामाजिक पुनर्बांधणीसाठी योजना राबवल्या गेल्या. लोकांना त्यांच्या दुःखाचा सामना करण्यात आणि पुन्हा जीवनात अर्थ शोधण्यात मदत करण्यासाठी मानसोपचार तज्ज्ञ आणि समुपदेशकांची पथके तैनात करण्यात आली. हळूहळू लोक यातना सहन करायला शिकले. त्यांनी आपले दुःख स्वीकारले आणि जीवनात पुन्हा पुढे जाण्याचा निर्णय घेतला. समुदायांनी एकत्र येऊन एकमेकांना आधार दिला आणि शहरांचे पुनर्निर्माण सुरू झाले.

नवीन पिढीने या भयानक घटनेची आठवण ठेवली व शांतता आणि एकतेचे महत्त्व शिकले. त्यांनी निश्चय केला की असे काहीही पुन्हा कधी घडणार नाही आणि ते एक अधिक चांगला तसेच मजबूत समाज निर्माण करतील.

झोंबी विषाणूच्या संकटाने जगाला एकत्र येण्यास आणि एकमेकांना मदत करण्यास भाग पाडले. या संकटाने दाखवून दिले की कोणत्याही आव्हानाला तोंड देण्यासाठी राष्ट्रे आणि लोक एकत्रितपणे काम करणे किती महत्त्वाचे आहे. ज्या देशांकडे जास्त संसाधने होती त्यांनी ज्यांना त्यांची गरज होती त्यांना ती दिली. यामुळे जगभरातील लोकांना मदत मिळाली आणि संकटाला तोंड देण्याची क्षमता वाढली. अनेक देशांनी आपल्या सीमांवर पुन्हा सैनिक तैनात करण्यास सुरुवात केली.

झेड व्हायरसमुळे नेक्ससची अर्थव्यवस्था कोसळली होती. लॉकडाऊनमुळे उत्पादन थांबले आणि व्यापार व्यवहार ठप्प झाले. यामुळे मोठे आर्थिक नुकसान झाले. अनेक उद्योग बंद झाले, लाखो लोक बेरोजगार झाले आणि गरीबी वाढली. परंतु सरकारने अर्थव्यवस्थेला पुन्हा उभारण्यासाठी त्वरित उपाययोजना केल्या. लॉकडाऊन हळूहळू उठवण्यात आले आणि व्यवसायांना पुन्हा सुरू करण्याची परवानगी देण्यात आली. विविध योजनांद्वारे सरकारने गुंतवणुकीला प्रोत्साहन दिले व नवीन उद्योगांना चालना दिली. लघु

आणि मध्यम उद्योगांना विशेष मदत देण्यात आली.

सरकारने पायाभूत सुविधांमधे गुंतवणूक वाढवून शेती, रस्ते, रेल्वे आणि ऊर्जा प्रकल्पांमधे मोठ्या प्रमाणावर खर्च करून रोजगार निर्मिती केली. आरोग्य आणि शिक्षण सेवांमधेही गुंतवणूक वाढवण्यात आली. महिला सशक्तीकरणासाठी विविध लघु उद्योगांना चालना देण्यासाठी योजना राबवण्यात आल्या. हळूहळू अर्थव्यवस्था पुन्हा गतिमान होऊ लागली आणि विकासाचे मार्ग प्रशस्त झाले. नवीन उद्योग उदयास आले आणि नवीन रोजगाराच्या संधी निर्माण झाल्या.

दोन वर्षांच्या संघर्षानंतर जग नवीन सुरुवातीसाठी तयार झाले. शहरांमधील जखमा भरत चालल्या होत्या, रस्ते आणि इमारती दुरुस्त केल्या जात होत्या. मॉल्स, रेस्टॉरंट्स आणि मार्केट पुन्हा सुरू झाले. लोकांना पूर्वीसारखे जगता येत होते. झेड व्हायरसचा प्रादुर्भाव एक भयानक अनुभव होता, परंतु त्यातून मानवी सहकार्य आणि धैर्याचा प्रेरणादायी अध्यायही समोर आला. व्हायरसमुक्त जगण्याचा आनंद साजरा करत, लोकांनी एकत्रितपणे भविष्यातील उज्ज्वल शक्यतांचा पाठपुरावा करण्याचा संकल्प केला.

झेड-टि-सी (झोंबी ट्रीटमेंट सेंटर) मधे, काही झोंबींना नमुने म्हणून ठेवण्यात आले होते आणि त्यांच्यावर प्रयोग केले जात होते. या संस्थेने झोंबी व्हायरसची लक्षणे शोधण्यासाठी झोंबी डिटेक्टर बनवला होता. या संस्थेमधे अत्यंत हुशार, साधे व प्रामाणिक डॉक्टर हिमांशू नावाचे एक शास्त्रज्ञ काम करत होते. त्यांनी व्हॅक्सीन शोधण्यासाठी खूप प्रयत्न केले होते तसेच झोंबी डिटेक्टर बनवण्यात त्यांचे खूप मोठे योगदान होते. झोंबी डिटेक्टर व्यक्तीला स्कॅन करून त्यामधे झोंबी चे लक्षण आहे का नाही हे दाखवतो.

त्यानंतर, अशी बातमी आली की हिमांशूनी बनवलेल्या औषधामुळे एका झोंबी रुग्णाचे संक्रमण २०% ने कमी झाले होते. परंतु त्यानंतर त्यांच्यावर काही आरोप केले गेले आणि हिमांशूना झेड-टि-सी मधून काढून टाकण्यात आले. नोकरीवरून काढून टाकल्यानंतर हिमांशूचा काहीच पत्ता लागला नाही. ते कुठे आहेत, काय करत आहेत, जिवंत आहेत की नाही, हे कोणालाही माहिती नाही.

झोंबी व्हायरसमुळे जवळपास अर्धी लोकसंख्या कमी झाली होती. त्यामुळे लोकांच्या रहाणीमानातही बदल झाले होते. विमानतळ, बस स्टॅंड, रेस्टॉरंटस, हॉटेल्स, कार्यालये अशा अनेक ठिकाणी झोंबी डिटेक्टर लावले गेले. जर एखाद्या व्यक्तीमधे झोंबी व्हायरसचे लक्षण दिसून आले तर डिटेक्टर त्या व्यक्तीला डिटेक्ट करत असे आणि टेस्ट रीपोर्ट त्वरित पुढील तपासणीसाठी सरकारी रुग्णालयात पाठवले जात असे. त्यानंतर त्या व्यक्तीला निरीक्षणाखाली ठेवले जात असे.

1

नवीन प्रवास

५ वर्षांनंतर, सन-२०४९ :

सनहेवन मधील एका छोट्याशा गावामधील एका घरामधे एकच धावपळ चालू होती. आई, बाबा मुलाला तयारी करून देण्यामधे मग्न होते. छोटी बहीण त्याचे सामान भरण्यात मदत करत होती. आई त्याला डबा बनवून देण्यात व्यस्त होती. बाबा मात्र जोर जोराने हाका मारून प्रत्येकाच्या कामाचा अहवाल घेत होते. ही सर्व धावपळ होण्याच कारण म्हणजे त्यांच्या मुलाला नोकरी लागली होती आणि त्या निमिताने त्याला बाहेर गावी जायचे होतं.

आई त्याच्यासाठी बनवलेले लाडू बॅगमधे भरत होती. बाबा त्याला सर्व कागदपत्रे घेतली आहेत की नाहीत याबद्दल विचारत होते. अशा प्रकारे सर्व तयारी करून तो घरातून बाहेर पडला. आईला अश्रू अनावर झाले होते आणि छोटी बहीणही दुःखी होती. सर्व सामान भरून बाबांसोबत तो रिक्षामधे बसला. तेवढ्यातच कुठून तरी एक हाक ऐकू आली, "आर्यन!" मागे वळून पाहीले तर त्याचे मित्र त्याला भेटायला आले होते. त्या सर्वांना भेटण्यासाठी तो थांबला.

आर्यनच्या मनात प्रवासबद्दलचीची उत्सुकता होतीच परंतु त्याचवेळी घराचा आणि कुटुंबाचाही विचार येत होता. आई आणि

छोट्या बहिणीला सोडून जाणे त्याला कठीण वाटत होते पण त्याला माहित होते की हे पाऊल त्याच्या भविष्यासाठी गरजेचे आहे. मित्रांसोबत थोडा वेळ गप्पा मारून आर्यन पुन्हा रिक्षात बसला. रिक्षा सुटताच त्याने मागे वळून पाहीले. आई, बहीण व मित्र उभे राहून त्याला हात दाखवत होते. आर्यनच्या डोळ्यातून अश्रू आले, पण त्याने धीर धरून पुढे पाहिले. आता त्याच्यासमोर एक नवीन जग होते. नवीन आव्हाने, नवीन अनुभव आणि नवीन संधी त्याची वाट पाहत होत्या. आर्यनने स्वतःला तयार केले आणि त्याच्या नवीन प्रवासाला सुरुवात केली.

आर्यनची पहिल्या सात दिवसाची राहण्याची सोय कंपनीने एका हॉटेलमधे केली होती. त्याच्या सोबत जवळपास ४० जण होते ज्यांची ऑफिस मधे रूजू होण्याची तारीख देखील सारखी होती. आर्यनसाठी हे खास होते कारण हा त्याचा पहिलाच विमान प्रवास होता. त्याला नरीमनहून विमानाने प्रवास करायचा होता त्यामुळे तो थोडा उत्सुक आणि थोडा घाबरलेला होता.

विमानतळावर पोहोचल्यानंतर, आर्यनला काही मेडिकल टेस्ट द्याव्या लागल्या. त्यानंतरच त्याला विमानात प्रवेश करण्याची परवानगी मिळाली. पहिल्यांदाच विमानाने प्रवास करत असल्यामुळे, त्याच्या मित्राने त्याला विंडो सीट बुक करून दिली होती. आर्यन खिडकीच्या बाजूला बसला व विमानाभोवती घडणाऱ्या गोष्टींकडे टक लावून पाहू लागला. विमान धावपट्टीवर सरकत असताना त्याचे हृदय वेगाने धडकत होते आणि जेव्हा विमान हवेत उड्डाण करू लागले तेव्हा आर्यनला अद्भुत आनंद झाला.

खिडकीतून खालील दृश्ये अविश्वसनीय होती - ढग, पर्वत आणि छोटी छोटी गावे. आर्यनने हवेत उडणाऱ्या इतर विमानांकडेही पाहीले. त्याला थोडी भीती वाटत असली तरीही, त्याला हा अनुभव खूपच आवडत होता. तो विमानात बसून एअर होस्टेसकडे टक लावून पाहत होता. कारण त्याने आतापर्यंत त्यांना फक्त सिनेमांमधेच पाहिले होते. प्रवास सुखदायक होता. विमानातून खालील दृश्ये अद्भुत होती. तरीही, त्याला थोडसं वाईटही वाटत होतं कारण तो आपल्या आई-वडीलांना

सोडून इतक्या दूर प्रवासाला निघाला होता.

नोवापॉइंट विमानतळावर उतरल्यानंतर, आर्यन टॅक्सी शोधत होता. त्याने आपला स्मार्टफोन बाहेर काढला आणि एक ऑनलाइन टॅक्सी बुकिंग ऍप्लिकेशन उघडलं. तेवढ्यात त्याच्या बाजूला एक तरुण मुलगा उभा होता, त्याने आर्यनला विचारलं, “तुम्ही कुठे जात आहात?”

आर्यन थोडसं घाबरून म्हणाला, “ब्लूम हॉटेल सेक्टर-१० ला जात आहे.” अनोळखी व्यक्तीने प्रश्न विचारल्याने त्याला थोडी भीती वाटत होती.

“मी सुद्धा तिथेच जात आहे,” तो मुलगा म्हणाला. “तुमचं व्ही-टेक कंपनी मधे सिलेक्शन झालं आहे का?”

“हो, माझं व्ही-टेक मधे सिलेक्शन झालं आहे,” आर्यनने अवाक होऊन उत्तर दिले. “तुमचं पण...?”

“हो, माझं पण व्ही-टेक मधे सिलेक्शन झालं आहे,” तो मुलगा म्हणाला. “अरे वा, आता तर आपण दोघे एकत्रच प्रवास करू शकतो!”

“तुमचं नाव?” आर्यनने विचारलं.

“मी नील आणि मी सनहेवनमधून आलो आहे, एवढी औपचारिकता कशाला?” तो मुलगा म्हणाला आणि त्याने विचारले, “तुझ नाव?”

“नाही रे! माझा स्वभावच आहे तो, बायदवे मी आर्यन आणि मी सुद्धा सनहेवन मधूनच आलो आहे,” आर्यनने उत्तर दिलं.

“सनहेवन मधे नक्की कुठे रे? खूप मोठ राज्य आहे ना ते”, नील ने विचारल.

आर्यन म्हणाला, “मी नरीमन मधून आलो आहे , माझ गाव दुसऱ्या ठिकाणी आहे पण फ्लाइट नरीमन मधून होती”.

“अरे वा, म्हणजे आपण सेम फ्लाईटनेच आलो तर...” नील हसत हसत म्हणाला. तेवढ्यातच आर्यनने बुक केलेली टॅक्सी आली. आर्यनने नीलला म्हटलं, “चल, टॅक्सी आली , निघूया आपण.”

दोघेही टॅक्सीत बसून हॉटेलला पोहोचले. हॉटेलमधे त्यांचा मेडिकल चेकअप झाला आणि त्यानंतर त्यांना त्यांच्या खोलीमधे जाण्याची परवानगी मिळाली. संध्याकाळी, दोघेही बाल्कनीमधे येऊन बसले आणि गप्पा मारू लागले.

“तुला नोवापॉइंट कसं वाटलं?” आर्यनने विचारलं.

नील म्हणाला, “मला तर खूप आवडलं, शहर खूप सुंदर आहे. एक गोष्ट मला खूप आवडली की त्यांनी झाडांना न कापता हे शहर बनवल आहे.”

आर्यन : म्हणजे?

नील : उद्या ऑफिस ला जाताना बघ, रस्त्याच्या बाजूने मोठ जंगल आहे , त्यांनी त्या जंगलाच्या कडेकडेने ने सिटी बनवली , त्यामुळे जंगल तसंच ठेवून शहर विकसित केल.

आर्यन : मस्त रे, मी येताना विमानातून पाहिलं होत. आजूबाजूला मस्त जंगलच आहे.

नील : काय रे मग, प्रवास कसा झाला?

आर्यन : प्रवास खूप मस्त झाला. तुला माहितीय का, हा माझा पहिलाच विमान प्रवास होता. याआधी विमानं फक्त आकाशात उडतानाच पाहीली होती. लहानपणी तर विमानाचा आवाज ऐकून आम्ही सगळे घरातून बाहेर धावत यायचो.

नील : तू पहिल्यांदाच विमान प्रवास केला? मग जेव्हा झोंबी व्हायरस पसरला होता तेव्हा तुला स्थलांतरित केलं नव्हतं का? आम्हाला तर हेलिकॉप्टरने स्थलांतरित करण्यात आलं होतं.

आर्यन : नाही. मी ज्या गावामधे राहत होतो तिथल्या लोकांमधे व्हायरसचा प्रादुर्भाव झाला होता आणि ते कळेपर्यंत खूप उशीर झाला होता. चार महिने आम्ही सगळे घरातच कैद होतो. मग अँटी-झोंबी-स्क्वॉड्स आले आणि त्यांनी आमची सुटका केली.

नील :(आश्चर्यचकीत होऊन) चार महिने घरातच? तू खूप भाग्यवान आहेस की तू जिवंत आहेस.

आर्यन : ठीक आहे. ते दिवस खूप वाईट होते. सतत भीती आणि अनिश्चितता. बाहेर काय सुरू आहे हे काहीच माहित नव्हते. मित्रांशी आणि कुटुंबियांशी संपर्क तुटला होता.

नील : अरे बापरे! एवढे दिवस तुम्ही कसे काढले? तुम्ही खूप भीती दायक वातावरणात राहलात.

आर्यन : हा, ती खूप मोठी स्टोरी आहे. नंतर कधीतरी सांगेन तुला. काय मग, तुझ्या घरी कोण कोण असतात?

नील : घरी मी, आई-बाबा आणि छोटा भाऊ. ५ वर्षांपूर्वी जो व्हायरस आला होता त्यामुळे आमच्या घरातील काही जणांचा मृत्यू झाला. मी माझ्या डोळ्यासमोर त्यांना झोंबीमधे बदलताना पाहीलं, पण काहीही करू शकत नव्हतो. त्यांना वाचवू पण शकलो नाही. त्याच मला अजूनही दु:ख होतं.

आर्यन : सॉरी नील, आता त्या गोष्टीवर आपण काहीच करू शकत नाही. आपल्या हातात तेव्हा काहीच नव्हतं. आता जे आपल्या सोबत आहेत त्यांची काळजी घ्यायची. तो काळ असा होता की, आता त्याला पुन्हा आठवावस पण वाटत नाही. तो व्हायरस आपल्याला बरच काही शिकवून गेला आणि आपल्याकडून बरच काही हिरावून पण घेऊन गेला.

नील : जाऊ दे, सोड तो विषय आता. प्रत्येकाने त्या वेळी काही ना काही गमावलं आहे. तू सांग, पहिल्यांदा विमानात बसल्यावर कसं वाटलं?

आर्यन : खरं तर मला खूप भीती वाटत होती. लोकांनी मला सांगीतलं होतं की विमानात बसताना उलट्या होतात, त्यामुळे मला थोडं टेन्शन आल होतं. पण तुला खरं सांगतो, विमान उड्डाण करू लागलं तेव्हा मला खूप आनंद झाला. खिडकीतून खालील दृश्ये अविश्वसनीय होती. मला खूप मजा आली.

[त्यानंतर ते दोघ काही वेळ गप्पा मारत होते, तसेच ऑफर लेटर चेक केल आणि डॉक्युमेंट्सची पडताळणी केली]

मग नील म्हणाला, "काय मग, कोणी गर्लफ्रेंड वगैरे आहे का नाही?"

आर्यन : नाही रे. मला या गोष्टींमधे जास्त रस नाहीये. माझं जास्त फोकस करियर कडे असतं. तस मला कोडिंग, नवीन टेक्नॉलॉजीस् मधे जास्त आवड आहे. म्हणून जेव्हा मी काम करत असतो तेव्हा मला आजूबाजूच्या कोणत्याच गोष्टी दिसत नाहीत. मुलींबद्दल आकर्षण तर आहेच, पण जास्त होत आहे असे जाणवताच मी स्वत:लाच त्यापासून दूर करून घेतो.

नील : का रे असं का? प्रेम करणं हा काही अपराध आहे असं वाटत का तुला?

आर्यन : (शांतपणे) नाही रे तसं नाही. अजून मी स्वतःलाच ओळखलं नाहीये. '*प्रेम करण्या एवढं सोपं जर ते तुटल्यावर त्यातून बाहेर पडणं असतं, तर मी नक्कीच प्रेम करायला मागेपुढे बघितल नसतं.*'

नील : (हसत हसत) म्हणजे तुझ्या मताप्रमाणे प्रत्येक जण जो प्रेम करतो त्याचा ब्रेकअप होतोच अस आहे का?

आर्यन : नाही रे तसं नव्हे, पण मी काही गोष्टी पाहील्या आहेत. त्यामुळे जे मी पाहीलं आहे त्या अनुभवानुसार मी विचार करतो आणि माझ्या मताप्रमाणे तिथे वेळ वाया घालवण्यापेक्षा तोच वेळ इथे आपल्या करिअर ग्रोथ साठी वापरू ना!

नील : हा तुझ म्हणण बरोबर आहे.. पण हे बघ, '*प्रेम हे कधीच ठरवून होत नाही, ते आपोआप होऊन जातं! आणि ते झाल्यानंतर आपल्याला कळतं की यालाच प्रेम म्हणतात.*' त्यामुळे तू थोडा सांभाळूनच राहा. काय माहित तुला पण प्रेम होईल!

आर्यन : (गंभीर स्वरात) हे बघ, जर मला असं जाणवलं की मला प्रेम होत आहे, तर मी आधीच त्यापासून थोडं बाजूला होईन.

नील : असं का बरं..?

आर्यन : हे बघ, चिमणी जेव्हा मातीमधे खेळत असते आणि तिच्या पायांमधे लांब केस येतात तेव्हा त्या केसां सोबत सुद्धा ती खेळते. ते केस तिच्या पायांमधे गुरफटत असतात, तरीपण ती त्यासोबत खेळणं थांबवत नाही कारण तिला आनंद मिळत असतो आणि शेवटी जेव्हा ते केस पूर्णपणे तिच्या पायांना जखडतात तेव्हा कुठे ती त्यांना दूर करण्याचा प्रयत्न करते, त्यातून सुटण्याचा प्रयत्न करते. त्यातच तिचे पाय रक्तबंबाळ होतात. शेवटी त्रास तिलाच होतो ना? असं पण नाहीये की त्रास फक्त चिमनीलाच होतो, तर जे केस पायांभोवती असतात त्यांचे पण तुकडे होतातच ना!

नील : अरे बापरे! फीलोसॉफी वगेरे.. हं! (हसत हसत बोलतो) हे समजायलाच मला आजची रात्र लागेल. [या नील च्या बोलण्यावर

दोघेही हसायला लागतात.]

असच गप्पा मारून थोड्या वेळानंतर ते दोघ झोपायला जातात.

सकाळी सूर्य किरणांनी शहरातील इमारतींना सोनेरी रंग दिला होता. नील आणि आर्यन, उत्साह आणि थोड्याशा घबराटीने भरलेले, नवीन दिवसासाठी तयार होत होते. व्ही-टेक मधे, नेक्ससमधील सर्वात नावाजलेल्या आयटी कंपन्यांपैकी एक, आज त्यांचा पहिला दिवस होता. दोघांनीही व्यवस्थित कपडे घातले. फॉर्मल शर्ट, पॅन्ट, नवीन बूट आणि टाय. नीलने आपले काळे केस नीट केले. दोघेही एकमेकांकडे पाहून हसले, त्यांच्या चेहऱ्यावर नवीन सुरुवातीची उत्सुकता होती.

ऑफिसकडे निघताना रस्त्यावरील गर्दी आणि शहराची धावपळ त्यांना आनंदित करत होती. व्ही-टेक ची भव्य इमारत त्यांना लांबूनच दिसत होती, काचेची आणि स्टीलची रचना. जसजसे ते जवळ येत होते, तसतशी त्यांना इमारतीची भव्यता जाणवत होती.

ऑफिसमधे प्रवेश करताच झोंबी डिटेक्टरने त्यांचं चेकअप केलं. तंत्रज्ञानाचा वापर आणि सुरक्षेची काळजी त्यांना थक्क करणारी होती. त्यानंतर त्यांचे सर्व मेडिकल टेस्ट रिपोर्ट जमा करण्यात आले आणि त्यांना वेटिंग रूममधे बसण्याची सूचना केली.

नील : अरे आर्यन, आता तर तो व्हायरस जाऊन जवळपास पाच वर्ष झाली आणि तरीपण अजून यांच चेकअप चालूच आहे. काय चाललंय यांच्याकडे?

आर्यन : MNC आहे भावा, चेकअप तर होणारच ना! अजूनही काही देशांमधे काही झोंबी सापडले होते. इथे आपल्या आरोग्याला पहिलं महत्त्व दिलं जात आणि यांच्या पॉलिसी पण खूप छान आहेत.

आर्यन आणि त्याचे सहकारी प्रवेश प्रक्रिया पूर्ण करून आपल्या रूममधे बसले होते तेव्हा तिथे जवळपास चाळीस जण उपस्थित होते. थोड्याच वेळात एक सुंदर HR मुलगी येते. तिला पाहिल्यानंतर आर्यनच्या बाजूला बसलेला मुलगा त्याच्याकडे पाहून उत्साहाने म्हणाला, "काय दिसते यार ही! ही माझी गर्लफ्रेंड बनली पाहिजे! तुला काय वाटतं..?"

आर्यनने त्याच्याकडे थोडं विचित्र नजरेने पाहत म्हणाला, "मला तर असं काही वाटत नाही, पण तुझ्या नजरेतून सर्व काही स्पष्ट होत आहे. बायदवे, तुझं नाव..?"

"मी अलेक्स" अलेक्सने उत्तर दिलं. "ग्रोव मधून आलो आहे आणि तू?"

"मी आर्यन आणि हा नील" आर्यनने हात पुढे करत म्हटलं.

नील : हाय अलेक्स, तुझी दाढी मस्त आहे आणि केसांची स्टाइल पण..

अलेक्स : थँक्स! (अती उत्साहित होऊन) मला असे कॉम्प्लीमेंट्स खूप वेळा मिळाले आहेत.

तेवढ्यात HR ने सूचना केली की, "सर्व नवीन इंटर्न्स चे रजिस्ट्रेशन याच रूममधे होईल. तुमची सर्व आवश्यक कागदपत्रे जमा करून घेतली जातील आणि त्यानंतर तुम्हाला याच रूम मधे परत यायचे आहे. इथे तुमचे सिनियर्स तुम्हाला पुढील सूचना देतील आणि प्रशिक्षण कसे असेल त्याबद्दल सांगतील."

अलेक्स पुन्हा नील आणि आर्यनकडे येऊन उत्साहाने म्हणाला, "तुम्ही दोघांनी राहण्याचा काय विचार केला आहे? आपण एकत्र रूम शोधून राहुया का? हॉटेलमधे राहणं फक्त सात दिवसांसाठी आहे." नीलला अलेक्सचा विचार आवडला आणि संमती देत तो म्हणाला, "हो... चालेल ना, आपण तिघे मिळून रूम शोधू." त्यांनी ट्रेनिंग रूममधून बाहेर पडून, राहण्याच्या पर्यायांचा शोध घेण्यास सुरुवात केली. थोड्याच वेळात त्यांना आदित्य आणि ध्रुव नावाचे दोन नवीन मित्र भेटले. आदित्य आणि ध्रुवही नवीन इंटर्न्स होते. तेही राहण्यासाठी जागा शोधत होते.

ओळख झाल्यानंतर आदित्यने हसत म्हटलं, "अरे, आपण सर्वच या शहरामधे नवीन आहोत! आम्हीदेखील रूमच्या शोधात आहोत. आपण सर्वांनी मिळून रूम घ्यायचा का.. काय म्हणता?"

"हो, विचार तर चांगला आहे!" अलेक्सने उत्साहाने उत्तर दिलं. त्यावर ध्रुवने जबाबदारपणे आपली भूमिका मांडत सांगितले, "सेक्टर १० मधे आपल्याला रूम्स मिळणार नाहीत, त्यासाठी रेसिडेन्शियल

एरिया म्हणजेच सेक्टर १९,२० किंवा २१ मधे शोधाव लागेल." यावर अलेक्स प्रतिक्रिया देत म्हणाला, "अगदी बरोबर.. आपण किती जण आहोत? पाच जण? मग आपल्याला २-३ बीएचके रूम चालेल." "मलाही तेच वाटतं," ध्रुव म्हणाला. "आपण लवकरच रूम शोधूया."

शनिवारी, सुट्टीच्या दिवशी, नील, अलेक्स, आर्यन, ध्रुव आणि आदित्य रूम शोधण्यासाठी निघाले. अलेक्सने सर्वांना एकत्रित करून योजना आखली. "चला, आपण दोन गट बनवू आणि वेगवेगळ्या दिशांना जाऊन रूमबद्दल चौकशी करू. जेवढी माहिती मिळेल तेवढी गोळा करूया." आर्यनने त्यावर सहमती दर्शवून म्हटलं, "हो.. बरोबर आहे. मी आणि अलेक्स सेक्टर-१९ मधे जाऊ आणि तुम्ही तिघे सेक्टर-२० मधे बघा ,तिथे पण आपल्याला मनाप्रमाणे फ्लॅट नाही मिळाला तर मग आपण सेक्टर-२१ ला जाऊ." नीलनेही होकार दर्शविला आणि म्हटलं, "ठीक आहे, चला तर मग!" असे म्हणत ते पाच जण आपापल्या निवडलेल्या दिशांना रूम शोधण्यासाठी निघाले.

चालता चालता अलेक्स उत्साहाने आर्यनला एक इमारतीकडे खुणावत म्हणाला, "चल आर्यन, आपण या इमारतीमधे जाऊन चौकशी करू." आर्यनने सहमती दर्शवत म्हटलं, "हो, चालेल. तिथे वॉचमन बसलेले असतील, त्यांच्याकडूनच आपल्याला माहिती मिळेल." मग दोघेही थेट वॉचमनकडे गेले. आर्यनने आदराने विचारलं, "काका, या बिल्डिंगमधे भाड्याने देण्यासाठी रूम आहेत का?" वॉचमनने उत्तर दिलं, "हो, आहे. एक २ बीएचके फ्लॅट उपलब्ध आहे. पण तुम्ही किती जण तिथे राहणार आहात?" अलेक्स म्हणाला, "आम्ही पाच जण आहोत. त्या रूमचं साधारण भाडं कीती आहे?" त्यावर वॉचमनने स्पष्टीकरण दिलं, "महिन्याला ९००० रुपये आहे आणि १०,००० रुपये डिपॉझिट द्यावा लागेल. पाणी आणि वीज यांचा काहीही त्रास नाही, २४ तास उपलब्ध आहे." आर्यनने विचारपूर्वक म्हटलं, "ठीक आहे काका. आपला नंबर द्या म्हणजे आम्ही तुम्हाला फोन करून कळवू." वॉचमनने नंबर दिला आणि माहिती दिली, "हा माझा नंबर आहे आणि हो.. हा फ्लॅट पूर्णपणे फर्निश्ड आहे." आर्यनने आभार मानले, "धन्यवाद काका."दोघेही पुढील रूम शोधण्यासाठी निघून गेले.

रस्त्यावर चालत असताना अलेक्स म्हणाला, "काय रे आर्यन, नरीमनसारख्या शहरांमधे तर रूमची किंमत खूपच कमी झाली आहे." आर्यनने सहमती दर्शवत म्हटलं, "हो, तू बरोबर आहेस. आता आपली लोकसंख्या जवळपास ४०% ने कमी झाली आहे, मग किंमती तर कमी होणारच ना? पण मला मात्र सरकारच्या एका गोष्टीचा खूप राग आहे. ज्या कुटुंबातील कोणीही जगात राहिले नाही, अशा कुटुंबांची मालमत्ता सरकारने स्वतःच्या नावे करून घेतली." अलेक्सने विचारपूर्वक म्हटलं, "अरे मग त्या मालमत्तेसाठी त्यांचे भाऊ व इतर लांबचे नातेवाईक सुद्धा हक्क दाखवायला येतील, मग त्यांच्या नावे करून काय फायदा कारण त्यांच्या फॅमिली मधलं कोणी जीवंत असतं तर मग त्यांच्या नावावर त्यांनी केलं असतं."

आर्यनने तर्क दिला, "तू बरोबर आहेस. पण माझं म्हणणं असं आहे की आता जे लोक गरीब आहेत, ज्यांच्याकडे राहण्यासाठी घर नाहीय, अशा लोकांना तर ते घरं देऊ शकतात ना?"

अलेक्स वास्तववादी दृष्टीकोन ठेवत म्हणाला, "तुझं म्हणणं तर बरोबर आहे, पण जर सरकारने या गरीब लोकांना घरं दिली तरीदेखील ते लोक ती घरं विकून पैसे मिळवतील आणि पुन्हा जिथे ते आधी राहत होते तिथेच राहतील. कारण तिथल्या जीवनशैलीसाठी जेवढं उत्पन्न लागतं तेवढं त्यांच्याकडे नसेल." आर्यनने शांतपणे म्हटलं, "जाऊ दे सोड रे.. या गोष्टींवर चर्चा करून आपल्याला काय मिळणार? तू सांग, तुझ्या घरी कोण कोण असतात?"

अलेक्सने थोडं थांबून म्हटलं, "मी, आई आणि बाबा."

आर्यनने आश्चर्याने विचारलं, "म्हणजे तुला कोणीच भाऊ-बहीण नाही?"

हा प्रश्न ऐकल्यावर अलेक्स लगेच दुसऱ्या दिशेला पाहून स्वतःला सावरत हसऱ्या चेहऱ्याने म्हणाला, "अ.., नाही रे, मी एकटाच आहे."

अलेक्स आणि आर्यन बोलत बोलत पुढे चालत असताना एका छोट्या गल्लीपर्यंत पोहोचतात. तिथे एक गाडी उभी होती आणि त्यात पिंजरा दिसत होता. पिंजऱ्यात कुत्रे आणि डुक्कर कैद केलेले होते. गाडीतून दोघेजण रस्त्यावरील कुत्र्यांना पकडत होते. अलेक्सला हे दृश्य

पाहून वाईट वाटलं आणि तो त्यांना विचारण्यास पुढे सरसावत विचारल, "तुम्ही या प्राण्यांना का पकडत आहात?"

ड्रायव्हरने उत्तर दिलं, "आम्हाला या परिसरातील लोकांकडून तक्रार आली आहे की हे कुत्रे त्यांना त्रास देत आहेत. म्हणून आम्ही त्यांना पकडून जंगलात सोडू किंवा जर कोणी त्यांना पाळण्यासाठी घेऊ इच्छित असेल तर त्यांना देऊ." अलेक्स थोडा विचार करून म्हणाला, "ठीक आहे!" थोडं पुढे जाऊन अलेक्सने आर्यनला म्हटलं, "मला काहीतरी गडबड वाटत आहे. तुझ्या एक गोष्ट लक्षात आली का? मी कुठेही कुत्र्यांना पकडताना पाहिलं नाही आणि त्या पिंजऱ्याला रक्तही लागलेलं होत" आर्यन हसून म्हणाला, "अरे बाबा, तू जास्त विचार करतोय. काही नाही, ते कुत्रे पकडतात आणि सोडतात. आपल्याला अजून काही रूम बघायच्या आहेत, चल!" तेवढ्यात नीलचा फोन येतो. तो बोलतो, "आम्हाला एक ३BHK फ्लॅट मिळाला आहे! भाडं १५,००० रुपये आहे आणि डिपॉझिटही १५,००० रुपये आहे." आर्यन अलेक्स कडे पाहून आनंदाने म्हणतो, "अरे वा, मस्तच! त्यांचा नंबर घेऊन ठेवा. आपण परत एकत्र भेटल्यानंतर याबद्दल चर्चा करू."

पाचही जण मिळून फ्लॅट पाहतात आणि तो ३BHK फायनल करतात. ते आपापले सामान घेऊन नवीन फ्लॅट मधे जातात. थोडी साफसफाई करून ते व्यवस्थित राहण्यास सुरुवात करतात. नील आणि आर्यन एका खोलीत, ध्रुव आणि आदित्य दुसऱ्या खोलीत आणि अलेक्स एकटा तिसऱ्या खोलीत राहण्याचं ठरवतात. अलेक्सची एक गाडी आहे आणि ते पाचही जण नेहमी त्या गाडीने ऑफिसला जात येत असतं.

नवीन नोकरीत सामील झाल्यामुळे सर्वांचे प्रशिक्षण कार्यक्रम सुरू होते. या प्रशिक्षण कार्यक्रमा दरम्यान, त्यांच्या टीम लीडने त्यांना अनेक गटांमधे विभागले होते. यानुसार आर्यन, ध्रुव, अलेक्स आणि मायरा यांची एक टीम बनवली होती. नीललाही इतर काही सदस्यांसोबत टीम मधे घेतले होते. नीलच्या टीममधे मेघना नावाची एक मुलगी होती. ती साधी, सरळ आणि पारंपारिक वेशभूषा घालणारी. आर्यनला मेघनाबाबत पहिल्याच नजरेत आकर्षण वाटलं होत. ती दिसायला सावळ्या रंगाची होती, पण रेखीव ,तसच तीच ते स्मित हास्य आणि साध रहाणीमान.

आर्यनला अशीच साधी मुलगी हवी होती. सर्वांसाठी ऑफिस नवे होते, त्यामुळे सर्वजण आपापल्या टीम मधे गप्पा मारत होते तसेच एकमेकांशी ओळख करून घेत होते.

संध्याकाळी पाचही जन ऑफिस मधून घरी परतले आणि जेवणासाठी एकत्र बसले. जेवताना त्यांच्या गप्पा चालू झाल्या.

आदित्य : काय मग भावांनो, कस वाटत आहे ऑफिस?

नील : आता तर सुरुवात आहे, मस्त वाटतंय.

ध्रुव : हो, आम्ही तिघ एकाच टीम मधे आहोत ना मग काय प्रॉब्लेम नाही.

आदित्य : अरे हो ना.. तू, आर्यन आणि अलेक्स एकत्र, आणि आम्ही मात्र वेगवेगळ्या टीम मधे गेलो.

आर्यन : मग तुझी ओळख झाली की नाही टीम मधे?

आदित्य : हो. नेहाशी माझी चांगली मैत्री पण झाली आहे.

नील : (हसत हसत) तू तर खूपच फास्ट निघाला. [यावर सगळे हसतात]

मग जेवण आटोपून आदित्य टेरेस वर त्याच्या घरच्यांना फोन लावण्यासाठी जातो, ध्रुव त्याच्या रूम मधे मोबाइल बातम्या बघत बसतो. हे तिघे खाली रोड वर राऊंड मारायला जातात. तेव्हा चालताना नील आर्यनला विचारतो, "काय रे आर्यन, आज तू खूपच खुश दिसत आहेस. काय रहस्य आहे याचं?"

आर्यनने हसून म्हटलं, "काही नाही रे.. आज मी नवीन टेक्नॉलॉजी शिकलो ना म्हणून."

नील म्हणाला, "अरे वा! तुला कोडिंग खूप आवडतं अस वाटत."

अलेक्सने आर्यनला विचारलं, "काय भावा, आज तुला कोणी आवडली की नाही?"

तो अलेक्सला म्हणाला, "नाही रे अलेक्स, कोणी नाही. आपल्याला करियर सोडलं तर दुसर काही दिसत नाही"

अलेक्स : हे तर मला माहित आहे. पण काम बाजूला ठेवलं तर आपल्या इतरही काही गरजा असतात ना. एक आकर्षण असतं. काय रे नील, बरोबर बोललो ना?

नील : एकदम बरोबर बोललास.

अलेक्स : तर मग सांग, तुला कोण आवडली?

नील : तसं मला कोणी नाही आवडली.

अलेक्स : (मस्करी करत) आर्यन भावा, तुला कशी मुलगी हवी आहे ते सांग?

आर्यन : मला एकदम साधी आणि सरळ रहाणीमान असणाऱ्या मुली आवडतात.

नील : अरे भावा, मला अशी एक मुलगी माहिती आहे ना. माझ्याच टीममधली मेघना आहे. तिला तर तू पाहीलं असशीलच!

आर्यन : (थोडं लाजून खोटं बोलतो) कोण मेघना? आपल्या ऑफिस मधे आहे? मी तर नाही पाहिलं.

अलेक्स : (मिश्किल पणे हसत) अरे, त्याला कोडिंग करण्यापासून जर वेळ मिळाला तर तो इकडे तिकडे बघेल ना? तू मला विचार ना. मी सगळ्या मुली बघितल्या. नील तू बरोबर बोलला यार. ही मुलगी आपल्या भावासाठी एकदम परफेक्ट आहे बघ. बोल आर्यन, ओळख करून द्यायची का तिच्याशी?

आर्यन : (थोडं घाबरून मनातल्या मनात) [जर यांना कळलं की मला ती आवडते, तर मला चिडवतील.] नको रे अलेक्स, सध्या माझा पूर्ण फोकस करिअरवर आहे. या गोष्टींसाठी मला वेळ नाही.

[यावर नील जोर जोराने हसायला लागतो.]

अलेक्स : नील भावावर हसू नको. अरे आर्यन, आपण हे मस्करी मस्करीमधे बोलत आहोत एवढं सिरीयसली कशाला घेतोस?

आर्यन : हो रे.. माहित आहे.

[मग तिघेही आपल्या खोल्यांमधे झोपायला जातात.]

आर्यन झोपताना विचार करत असतो, उद्या बोलू का तिच्याशी? पण कसं बोलणार? आपल्याकडे तर बोलायला काही विषय पण नाही. शंका विचारायच्या झाल्या तरी पण सध्या तशा काही शंका पण नाहीत. पण आपण इथे आपल्या करिअरसाठी आलो आहोत. मग प्रेम वगैरे गोष्टींमधे अडकणं योग्य नाही. जाऊदे! हे सर्व विचार करत बसलो तर झोप येणार नाही.

सकाळी उठून, सगळे जण तयार होऊन नाश्ता करून ऑफिसला निघून जातात. आर्यन मधेच चोरट्या नजरेने मेघनाकडे पाहत असतो. नील तिच्या सोबत बोलत असल्याचं पाहून त्याला थोडी ईर्षा वाटते. आर्यनच्या टीममधे एक मुलगी असते.

मायरा : हाय आर्यन!

आर्यन : हा, बोला. (जास्त उत्साह न दाखवता)

मायरा : मला या या प्रोग्राममधे एक इश्यू येत आहे. तू जरा बघशील का?

आर्यन : अरे अलेक्स, मी दुसर काम करत आहे. तू जरा मायराचा इश्यू बघशील का?

[हे ऐकून निराश मायरा अलेक्स कडे पहाते.]

अलेक्स : भावा, बॅकेंड इश्यू आणि तू मला बघायला सांगतोय? तुला माहिती आहे ना मला फ्रंट एंड आवडतं. तूच एकदा इश्यू बघ. मायरा... सॉरी यार.

मायरा : (थोडी आनंदी होऊन) हा अलेक्स नो प्रॉब्लेम. [जणू काही आर्यन नेच तिचा इश्यू सोडवून द्यावा अशी तिची इच्छा आहे.]

आर्यन : (नाइलाजास्तव) दाखव बघू, तुला काय इश्यू येत आहे.

[आर्यन मग तिचा इश्यू सोडवून देण्याचा प्रयत्न करतो.]

मायरा : (लडीवाळपणे) काय रे आर्यन, तू नेहमी असाच असतोस का?

आर्यन : (शांतपणे) असा म्हणजे कसा?

मायरा : हे बघ, रागवू नको. म्हणजे तू एकदम साधा राहतोस आणि तुझी हेअर स्टाईल पण एकदम जुनी वाटते. तू जर तुझी हेअर स्टाईल थोडी बदलली आणि थोडी दाढी ठेवली तर तू अजून सुंदर दिसशील.

आर्यन : हो का? मी तुझ्याकडे काही सल्ला मागीतला आहे का?

मायरा : तू एवढा रागावतोस का रे? आणि तू मुलींशी सहसा बोलत का नाहीस? तू असाही खूप छान दिसतोस पण फक्त मी तुला एक सल्ला दिला.

आर्यन : (मनातल्या मनात थोडं लाजून) हे घे.. झाला तुझा प्रॉब्लेम क्लिअर. चल बाय आता तू तुझं काम कर. जर काही गरज लागली तर

हाक मार.

मायरा : (हळू आवाजात पुटपुटते) खडूसच आहे हा.

आर्यन : काही बोललीस का?

मायरा : (हिरमुसलेला चेहरा करून) नाही रे! तू फक्त कामावरच लक्ष दे.

आर्यन अधूनमधून मेघनाकडे पाहत असतो, पण मेघनाचं त्याच्याकडे तीळ मात्रही लक्ष नसतं. त्याला नीलला आपल्या मनातली गोष्ट सांगावीशी वाटते, पण अशा गोष्टींमधे तो कधीही पडलेला नसल्यामुळे त्याला ते सांगायला थोडी लाज वाटत असते.

नेहमीप्रमाणे ऑफिस सुटल्यानंतर सर्वजण घरी येतात आणि जेवण आटपून अलेक्स नील, आर्यन नेहमीप्रमाणे शतपावलीसाठी जातात. तेव्हा चालता-चालता त्यांचा विषय निघतो.

अलेक्स : काय रे आर्यन एक सांगू का? राग तर नाही ना येणार तुला?

आर्यन : सांग ना भावा मला राग कशाला येईल?

अलेक्स : मला असं वाटतं की मायराला तू फार आवडतोस. म्हणजे ती तुझ्याशी जास्त बोलायला येते. अस माझ्या तरी निदर्शनात आल.

आर्यन : (थोड दुर्लक्षित करत) काय रे, तुला काहीही वाटतं. तसं काही नाही. तिला जेव्हा काही शंका असते तेव्हा ती विचारायला येते. तिच्या बोलण्यातून तरी मला असं काही जाणवलं नाही.

नील : (हसत हसत) तुला जर मुलींच्या बोलण्यातला अर्थ समजायला लागला तर पृथ्वी उलट दिशेने फिरायला सुरुवात करेल. तू नेहमी आधी तुझ्या कामामधे व्यस्त असतोस, तुला या सगळ्या गोष्टी कशा बर कळतील? अलेक्स बोलतोय ते बरोबरच असेल.

अलेक्स : खरोखर नील, कारण मी निरीक्षण केलंय ना, तिला जर काही शंका असेल तर ती मला विचारायला येत नाही आर्यनकडे जाते आणि जर आर्यन चुकून असं बोलला की तू अलेक्स ला विचार तर तिचा चेहरा पडतो.

नील : (स्मित हास्य देऊन) हे बघ आर्यन, उद्या १४ फेब्रुवारी आहे. उद्या काय आहे तुला माहित आहे ना?

आर्यन : (थोड संकुचित होऊन) एवढा पण मला गया गुजरा समजू नकोस. १४ फेब्रुवारीला व्हॅलेंटाईन डे असतो हे मला माहिती आहे.

नील : अरे ते फक्त माहिती असून फायदा नाहीये. त्या दिवशी काय करायचं ते पण माहिती पाहिजे. काय अलेक्स, बरोबर बोलतोय ना मी?

[अलेक्स काहीच बोलत नाही, तो शांत असतो.]

नील : काय रे, बोलत का नाहीस? भावाला जरा काही टिप्स दे, उद्या काय करायचं ते. तुझी तर गर्लफ्रेंड असेलच ना? याला पण थोडी मदत कर.

अलेक्स दोघांकडे बघतो. त्याच्या डोळ्यांमधे किंचित पाणी दिसतं. तो खोटं हास्य चेहऱ्यावर आणण्याचा प्रयत्न करत असतो पण त्यामागील भावना त्याच्या चेहऱ्यावर स्पष्ट दिसत असतात.

अलेक्स : (अश्रू लपवत) हो नील, उद्या आर्यनने प्रयत्न केलाच पाहिजे. मला जरा एक महत्त्वाचं काम आहे. तुम्ही दोघे फिरा मी जरा घरी जाऊन येतो.

[असं म्हणून अलेक्स तडकपणे निघून जातो.]

नील : (अचंबित होऊन) आर्यन, हा असा का निघून गेला रे? याचा काही ब्रेकअप वगैरे झाला आहे का?

आर्यन : अलेक्स मला बहुतेक गोष्टी सांगतो पण त्याची गर्लफ्रेंड वगैरे आहे असं उल्लेख त्याने कधी केला नाही. त्याचं काहीतरी काम असेल, म्हणून तो निघून गेला.

नील आणि आर्यन चक्कर मारता मारता एका गल्लीत येतात. तिथे एक ओसाड वाडा असतो. त्या वाड्याकडे पाहून आर्यन नीलला म्हणतो, "हा वाडा कीती जुना आहे! तुटलेला दिसतो आहे. एकदा या वाड्यामधे जाऊन बघायच आहे मला."

नील म्हणतो, "आता आधी घरी चल. नंतर तू जा त्या वाड्यामधे कधीतरी. मी तर नाही येणार."

आर्यन त्याच्याकडे बघून मिश्किल पणे हसत म्हणतो, "किती घाबरतोस रे तू! तुला तर मी या वाड्यात घेऊन जाणारच आणि ते पण रात्री." मग ते दोघे गप्पा मारत मारत पुन्हा घरी येतात आणि झोपतात.

मग दुसऱ्या दिवशी सकाळी पुन्हा ऑफिसला. अलेक्स, आर्यन, ध्रुव आणि मायरा यांना एक ग्रुप टास्क दिला जातो. त्यांना एक वेब ॲप्लिकेशन वरील पीओसी बनवण्यासाठी सांगितले जाते. त्यामधे हेडर, फूटर असे छोटे छोटे जवळपास २० टास्क असतात.

मायरा : मला असं वाटतं की आपण वेगळं काम करण्यापेक्षा गट पाडूया. मी आणि आर्यन अर्ध्या पार्टवर काम करू आणि तम्ही उरलेल्या पार्टवर काम करा.

अलेक्स : (चिडवणाऱ्या नजरेने आर्यनकडे पाहत) हो, मला चालेल. तुम्ही दोघं एकत्रच काम करा. मी इकडे उरलेलं काम करतो. फक्त मला सांगा की कोणता भाग मी करायचा आहे ते.

मायरा : अलेक्स, तू आणि ध्रुव पहिल्या दहा पॉईंट्सवर काम करा आणि उरलेल्या दहा पॉईंट्सवर आम्ही दोघं काम करतो.

(आर्यनला अलेक्सच्या नजरेवरूनच सगळ समजून जातं.)

(मग आर्यन टीम मधे POC बद्दल चर्चा करतो आणि त्याला छोट्या छोट्या भागांमधे विभाजित करतो. ध्रुव आणि अलेक्स काही पॉईंट्स घेतात तसच मायरा आणि आर्यन उरलेल पॉईंट्स घेतात.)

मायरा : (उत्साहाने) आर्यन, तुला माहित आहे का आज काय आहे ते?

[मनातल्या मनात आर्यन विचार करतो, “अरे बापरे! आज व्हॅलेंटाईन डे आहे. ही मला प्रपोज तर करणार नाहीये ना? मला यातून बाजूला झालच पाहिजे.”]

मायरा : आर्यन! कसला विचार करतोयस? मी काय विचारलं तुला?

आर्यन : नाही ग, मी या पॉईंट्सचा विचार करत होतो, की आता हे ऍप्लिकेशन कोणत्या प्रकारे आपण बनवू शकतो ते.

मायरा : ते सर्व ठीक आहे, पण आज काय आहे हे तुला माहित आहे का?

आर्यन : काय आहे आज?

मायरा : अरे वेड्या, आज व्हॅलेंटाईन डे आहे!

[आता मात्र आर्यनला भीती वाटायला लागते. त्याची धडधड वाढायला लागते.]

मायरा : अरे, याच दिवशी मला माझ्या एका मित्राने प्रपोज केलं होतं, पण मी त्याला नकार दिला होता.

आर्यन : (दुर्लक्ष करून) हो का?

मायरा : हो, मी त्याला नकार दिला होता.

आर्यन : हे बघ, जवळपास आपल काम झालेल आहे. आता फक्त शेवटचा भाग शिल्लक राहिला आहे.

मायरा : आता आपल्याकडे अजून पूर्ण दिवस आहे आणि तू आपले टास्क पूर्ण पण केलस. आता थोडा वेळ ते बाजूला ठेव आणि मला विचार, मी त्याला का नकार दिला ते?

आर्यन : हा... तू त्याला का नकार दिलास?

मायरा : अरे, तो माझ्या खूप पाठी लागला होता. पण मला ज्या प्रकारची मुलं आवडतात तसा तो नव्हता.

आर्यन : ओके, म्हणून तू त्याला नकार दिलास.

मायरा : तू 'ओके' बोलून का थांबतोस रे? मला विचार ना की मला कोणत्या प्रकारची मुलं आवडतात?

[आता मात्र आर्यन जास्त घाबरतो. त्याला समजून चुकते की आता हा मुद्दा हळूहळू आपल्याकडे वळत आहे. आपल्याला इथून निसटन्यातच भलाई आहे.]

आर्यन : हा... सांग ना तुला कोणत्या प्रकारची मुलं आवडतात?

मायरा : मला एकदम शांत स्वभावाची, आपल्याच कामामधे मग्न असणारी, अशी मुलं आवडतात. जर मला उदाहरण द्यायचंच झालं तर, तुझ्यासारखा मुलगा मला नक्की आवडेल.

आता मात्र आर्यनचं हृदय जोराने धडधडायला सुरुवात होते. तो मनातल्या मनात स्वतःला म्हणतो, "अजून जरा थोडा वेळ थांबलो तर ही मुलगी मला प्रपोज पण करेल आणि मी तिला नकार देऊ शकणार नाही कारण तेवढी माझ्यात हिम्मत नाहीये. अलेक्स बोलला होता ते खरं होतं. आता इथून लवकरात लवकर पळाव लागणार आहे."

आर्यन : धन्यवाद मायरा, तू मला एवढी चांगली उपमा दिल्याबद्दल.

असं म्हणून आपल्या खिशातील फोन बाहेर काढून कानाला लावतो आणि म्हणतो, “मायरा, मला एक अर्जंट फोन आला आहे. मी थोड्या वेळात येतो. तो पर्यंत तू हे शेवटचे दोन पॉईंटस् पूर्ण कर.” असं म्हणून तो बाहेर जातो आणि मग डायरेक्ट तिथूनच कॅन्टीनमधे जाऊन दीड तास बसून असतो. परत केबिनमधे आल्यावर इतर ग्रुपला मदत करायला जातो आणि त्यांच्याशी बोलण्यात वेळ घालवतो. पण मायरा जवळ अजिबात जात नाही. कसाबसा तिला टाळून संध्याकाळी ॲप्लिकेशन सबमिट करून घरी परत येतो.

नेहमीप्रमाणे जेवण वगैरे आटोपून अलेक्स, नील आणि आर्यन तिघेही राउंड मारायला निघतात.

आर्यन : काल तुम्ही दोघं जे बोलत होतात ते खरं झाल. मी आज कसाबसा वाचलो आहे.

अलेक्स : (अचंबित होऊन) काय रे.. काय झालं?

[आर्यन त्या दोघांना काय घडलं ते सांगतो आणि ते ऐकून दोघेही पोट धरून हसायला लागतात.]

आर्यन : (रागाने) तुम्ही दोघं हसत का आहात? ही हसण्यासारखी गोष्ट नाहीये.

अलेक्स : (हसत हसत) पहिल्यांदा मी बघितलं की एखादी मुलगी स्वतःहून पुढाकार घेत आहे आणि तो तिच्यापासून दूर पळतोय. तू खरंच मुलगा आहेस ना?

[अलेक्स सोबत नील देखील हसायला लागतो]

आर्यन : अरे हो रे बाबा! काहीही काय बोलतोस?

अलेक्स : मग तुला मायरा का आवडत नाही?

आर्यन : मला... [असं बोलून थांबतो त्याला सांगायचं असतं की त्याला मेघना आवडते, पण तो स्वतःला सावरतो आणि पुढे म्हणतो] मला मायरा बद्दल तसं काही वाटत नाही.

अलेक्स : ठीक आहे भावा.. जाऊ दे सोड तो विषय.

नील : हा बरोबर आर्यन, तुला तुझ्या नशिबात आहे तीच मिळणार हे लक्षात ठेव.

अलेक्स : (थोड्या गंभीर आवाजात) तसं नसतं नील. नशीब पण ना खूप विचित्र आहे. *ज्याला जे हवं ते त्याला कधीच मिळत नाही, तो शेवटपर्यंत त्या गोष्टीसाठी झुरत राहतो.*

[अलेक्सला जाणवतं की नील आणि आर्यन त्याच्याकडे गंभीर नजरेने पाहत आहेत. म्हणून तो बोलतो] "अरे मी मस्करी करत होतो." असं म्हणून अलेक्स हसायला लागतो, पण त्या हसण्यातून मनातील भावनांना दाबण्याचा प्रयत्न करत असतो.

पुन्हा तिघेजण फिरत फिरत त्या जुन्या वाड्याजवळ येतात. आर्यन त्या वाड्याकडे बोट दाखवून म्हणतो, "अलेक्स, आपण या वाड्यामधे जायचं हा एकदा... आता जायचं का?"

नील म्हणतो, "तुम्ही दोघे जा, मी नाही येणार."

अलेक्स : एवढीच का मैत्री नील? मित्रांसोबत नेहमी पाठीशी उभं राहायचं असतं. आपण तिघांनी पण या वाड्यात जायचं पण आज नाही, नंतर कधीतरी.

असे गप्पा मारत मारत ते आपल्या घराजवळ येतात. तेव्हा आपल्या रूममधे जात असताना आर्यन अलेक्सला हाक मारतो, "अरे, तू काल अचानक व्हॅलेंटाईन डे चा विषय काढल्यावर घरी का गेला होतास? अलेक्स थोडा वेळ आर्यनकडे उदास नजरेने पाहतो आणि म्हणतो, "काही नाही रे.. नेचरस् कॉल म्हणून पटकन घरी आलो." पण त्याच्या बोलण्यात आधीसारखा उत्साह नव्हता. आर्यन म्हणतो, "असं आहे का? मग ठीक आहे. चल. शुभ रात्री." असे म्हणून दोघेही झोपायला जातात.

दुसऱ्या दिवशी :

सकाळी, नेहमीप्रमाणे सर्व ऑफिसामधे येतात. आर्यन पाहतो की मायरा आधीच येऊन बसलेली आहे. तो तिला एक स्मित हास्य देतो आणि आपल्या जागेवर जाऊन बसतो.

मायरा : हाय आर्यन, शुभ सकाळ.

आर्यन : हॅलो मायरा, शुभ सकाळ. काय मग, आज कोणता विषय शिकवणार आहेत आपल्याला? काही कल्पना आहे का?

मायरा : तसं मलाही निश्चित माहिती नाही, पण आज ॲक्टिविटी होणार आहे असं मी ऐकलं आहे. म्हणजे, तसं ते वेळापत्रकात लिहिलेलं

होतं.

आर्यन : (आश्चर्याने विचारतो) ऍक्टिव्हिटी? बघू आता नेमकं काय होतं ते.

मायरा : अरे, काल तू आपलं बोलणं अर्धवट टाकूनच निघून गेला होतास आणि त्यानंतर आपल्याला वेळच नाही भेटला बोलायला.

आर्यन : आदित्यला कालच्या टास्क चा काही भाग जमत नव्हता म्हणून मी त्याला मदत करायला गेलो होतो. नंतर मग आपलंही थोडंस काम बाकी होतं ते करण्यात वेळ केला म्हणून बोलायचं राहूनच गेलं.

[तेवढ्यात मेघना तिच्या मैत्रिणींसोबत केबिनमधे प्रवेश करते. आर्यन तिला पाहतच राहतो. तिचं ते गोड हसणं त्याला एक अंतरिक सुखाचा अनुभव देऊन जातं.]

मायरा : अरे आर्यन, कुठे हरवलास?

आर्यन : (थोडा गोंधळून) काही नाही. मी आजच्या ऍक्टिविटीचा विचार करत आहे म्हणजे नेमकं काय असेल ते.

मायरा : ते जाऊ दे . जे काही असेल ते बघू. आपण फिरायला जायचं का आज संध्याकाळी? म्हणजे तुला वेळ असेल तर.

आर्यन : फिरायला कोण कोण?

मायरा : तू, मी आणि अजून कोण येणार असेल तर मग ते पण येतील आपल्या सोबत.

आर्यन : आज नको, आपण नंतर कधीतरी ठरवू.

मायरा : ओके, चालेल.

तेवढ्यात एक प्रोफेसर रूममधे प्रवेश करतात आणि सर्वांना संबोधित करतात.

प्रोफेसर : हॅलो गुड मॉर्निंग. काय मग, सर्वजण व्यवस्थित झोपलात ना? कारण मी असे ऐकले आहे की तुम्ही टास्क करताना कधी कधी झोपता. आज तसं नाही चालणार हा.. कारण आज मी लेक्चर घेणार आहे. अरे... लेक्चर बोलल्यावर बरेच जण उदास झाले. घाबरू नका. हे लेक्चर नसणार आहे. तर दोन्ही बाजूंनी आपली चर्चा होणार आहे. त्यामुळे तुम्हाला पण बोलण्याची तेवढीच संधी मिळेल जेवढी मला.

आतापर्यंत तुम्ही सर्व टेक्निकल गोष्टी करत होतात - प्रोग्रामिंग, कोडिंग. पण आज आपण नवीन गोष्ट करू आणि ती करताना तुम्हा सर्वांना खूप मजा येईल. जो विषय मी तुम्हाला शिकवणार आहे, किंवा आपण असं म्हणू शकता की जो विषय मला तुम्हाला शिकवण्यासाठी दिला आहे, तो आहे कम्युनिकेशन स्किल. पण मुळात मी 'शिकवणे' हा शब्द वापरतच नाही. आपण या विषयाला एका वेगळ्या प्रकारे समजण्याचा प्रयत्न करू. म्हणजे तुम्ही माझ्याकडून काहीतरी शिकायचं आणि मी तुमच्याकडून काहीतरी शिकणार. इथे कॉम्प्युटर समोर राहून आपण कम्युनिकेशन शिकण्यात मजा येणार नाही.

[असे म्हणून प्रोफेसर सर्वांना एका ऑडिटोरियममधे घेऊन जातात आणि मग एका बाजूला मुले आणि एका बाजूला मुली अशी बसण्याची व्यवस्था केली जाते.]

प्रोफेसर : या विषयांतर्गत आपल्याला काही ॲक्टिव्हिटीज करायच्या आहेत. तर त्यातील पहिली ॲक्टिव्हिटी आहे –'एकमेकांशी संवाद'. आता तुम्ही असा विचार करत असाल की हे तर आपण नेहमीच करतो, आम्ही एकमेकांशी बोलत असतो. मग यात वेगळं काय आहे? तुम्हाला प्रश्न पडला आहे ना?

(या प्रश्नावर सर्व मुले होकारार्थी मान डोलवतात.)

प्रोफेसर : तुमच्या या पूर्ण बॅचमधे अशी काही मुलं असतील जी अजूनही एकमेकांशी बोलताना लाजत असतील. कम्युनिकेशन स्किल म्हणजे आपल्याला इथे इंग्रजी भाषेमधे बोलायचं आहे. कसं ते मी आता सांगतो. एका बाजूला मुली आहेत आणि एका बाजूला मुले. तर प्रत्येकाने आपला एक पार्टनर शोधायचा आहे. आता तुम्ही स्वतःहून आपला पार्टनर शोधा.

(पुढे हसत हसत ते म्हणतात) फक्त या ॲक्टिव्हिटी साठी पार्टनर निवडायचा आहे. ज्यांना पार्टनर मिळणार नाही त्यांना मग मी पार्टनर देईन. तुमच्याकडे आता पुढील दहा मिनिटे आहेत. या वेळी तुम्हाला तुमचा पार्टनर शोधून त्याच्या बाजूला जाऊन बसायचं आहे. मग मी पुढील ॲक्टिव्हिटी सांगेन. सर्वजण उत्सुकतेने पार्टनर शोधू लागतात आणि मग त्यानुसार ते आपापल्या पार्टनरच्या बाजूला जाऊन बसतात.

पण आर्यन थोडा अस्वस्थ दिसतो. त्याला थोडं अवघडल्यासारखं वाटतं. कोणत्या मुलीला जाऊन विचारावं? तो मायराकडे पाहतो तर ती अलेक्स सोबत बसलेली असते. मग तो मेघनाकडे बघण्याचा प्रयत्न करतो, पण नील आधीच तिच्या सोबत जाऊन बसलेला असतो. शेवटी आर्यनची नजर मुलींच्या गटात असलेल्या एका मुलीकडे जाते. ती मुलगीही आर्यनकडे पाहत असते. आर्यन तिला नजरेनेच विचारतो की, "मी येऊ का?" ती मुलगी स्मित हास्य करत डोक्याने होकार देते. आर्यनही हसत तिच्या बाजूला जाऊन बसतो.

प्रोफेसर : चला, दहा मिनिटं झालेली आहेत. आता पुढील ऍक्टिव्हिटीला सुरुवात करूया.

[प्रोफेसर ऍक्टिव्हिटीची माहिती देतात. प्रत्येकाने इंग्रजी भाषेत आपल्या पार्टनरची ओळख करून द्यायची आहे - त्याचं नाव, छंद, आवडीनिवडी, एखादे वैशिष्ट्य. मग दोघांनी मिळून एकमेकांकडून माहिती घ्यायची आणि पार्टनरने काय रोमांचक गोष्ट केली आहे ते सांगायचं आहे. शेवटचा पण महत्त्वाचा मुद्दा म्हणजे तुम्हाला तुमच्या पार्टनरच्या मातृभाषेत एक वाक्य बोलायचं आहे. तुम्हाला एकमेकांशी संवाद साधण्यासाठी फक्त पंधरा मिनिटं आहेत. त्यानंतर मी प्रत्येक गटाला समोर स्टेजवर बोलावणार. तुमची वेळ चालू होते आता.]

आर्यन नीलकडे बघत असतो आणि त्याला थोडा राग येतो कारण नील आणि मेघना हसत खेळत बोलत असतात. आर्यनसोबत बसलेली मुलगी त्याला हाक मारते, "हॅलो, तुमचं नाव काय आहे?"

आर्यन : हाय. माझं नाव आर्यन आणि तुमचं?

"माझं नाव काव्या आहे" ती मुलगी उत्तर देते.

आर्यन : ओके काव्या. आता आपल्याकडे फक्त पंधरा मिनिटं आहेत. त्यात आपल्याला सर्व तयारी करावी लागेल.

काव्या : चल मग. आता तू मला तुझा छंद, आवड आणि एखादी क्वालिटी सांग. तसंच अजून एक्स्ट्रा काही तुला सांगायचं असेल तर सांगू शकतोस.

आर्यन : मला कथा वाचण्याचा छंद आहे आणि जर क्वालिटी सांगायची झाली तर मी माझ्या कामाशी प्रामाणिक आहे. जर मला

एखाद्याने विश्वासाने एखादी गोष्ट सांगितली तर मी त्या माणसाचा विश्वास कधीही तूटू देत नाही .राहिली इंटरेस्टिंग गोष्ट तर मग ती मी आता करणार आहे.

काव्या : काय इंटरेस्टिंग गोष्ट करणार आहेस आता?

आर्यन : तू खूप सुंदर दिसतेस. सॉरी तुला राग आला असेल तर. पण मनापासून वाटत होतं की तुला असं बोलावं कारण खरोखरच तू खूप सुंदर दिसतेस. अजूनपर्यंत मी कधी कोणत्याही मुलीला असं पहिल्याच भेटीमधे बोललो नव्हतो. पण तुला बोललो आणि हीच सर्वात इंटरेस्टिंग गोष्ट आहे जी मी आतापर्यंत केली आहे. मला माहित आहे तुला कदाचित बावळट वाटत असेन मी.

काव्या : (स्मितहास्य करते, पण थोड्या ओशाळलेल्या नजरेने) धन्यवाद प्रशंसा केल्याबद्दल. आता मी तुला माझी माहिती सांगते.

काव्या : मला गायला खूप आवडतं. म्हणजे असं एकदम भारी गात नाही.. पण जसं जमतं तस गाते आणि क्वालिटी सांगायची झाली तर मी प्रामाणिक आहे. मी अजूनपर्यंत कोणतीही इंटरेस्टिंग गोष्ट केलेली नाही, त्यामुळे माझ्याबद्दल तू एवढंच सांगू शकतोस .

आर्यन : ओके, चालेल.

आर्यनच लक्ष मेघनाकडेच असत.

प्रोफेसर : चला. वेळ संपला आता. तर मग पहिलं कोण पुढे येणार आहे?

अलेक्स : आम्ही येतो सर.

प्रोफेसर : वा! धन्यवाद स्वतःहून पुढे आल्याबद्दल. सर्वांनी यांच टाळ्या वाजवून अभिनंदन करावं.

अलेक्स आणि मायरा पुढे येतात आणि एकमेकांची माहिती देतात. असे एक एक करून प्रत्येक जोडी पुढे येते. त्यानंतर आर्यन आणि काव्याची पाळी येते. तेही स्टेजवर जाऊन एकमेकांचं माहिती देतात आणि परत येतात.

प्रोफेसर : चला तर मग आता आपण काय शिकलो? एक म्हणजे कम्युनिकेशन स्किल तसेच स्टेज फियर कमी झाल. अनेकांना स्टेजवर येण्याची भीती वाटते. पण दोघांनी मिळून समोर येऊन बोलल्यामुळे

दोघांचाही विश्वास वाढला. तसेच या निमित्ताने तुमचा मित्र परिवार सुद्धा वाढला. आता तुम्ही तुमच्या रूममधे परत जा आणि तुमचं काम पूर्ण करा. आपण उद्या पुन्हा एकदा नवीन ॲक्टिव्हिटीसोबत भेटू. तेव्हा नील आर्यनला भेटायला येतो आणि विचारतो, "आज कशी वाटली तुला ॲक्टिव्हिटी?" आर्यन नीलला एक खुन्नस नजर देऊन न बोलताच आपल्या जागेवर जाऊन बसतो.

मेघना : हाय आर्यन!

आर्यन पाठीमागे वळून पाहतो आणि मेघनाला पाहताच त्याला आतून खूप आनंद होतो. त्याच्या हृदयाच्या स्पंदनांचा वेग वाढतो आणि डोळे पाण्याने भरून येतात. हात-पाय गळल्यासारखे वाटतात. बुचकळ्यात पडून तो थोडा वेळ फक्त मेघनाकडे पाहतच राहतो. तेव्हा मेघना पुन्हा म्हणते, "खर तर मला थोडी मदत हवी होती. नील म्हणाला की तुला बॅकएंड कोडिंग खूप चांगलं जमतं." आर्यनला बोलायचं असतं पण तोंडातून शब्दच फुटत नाहीत. तो खाली बघतो... थोडं पाणी पितो. मग डोळ्यावरून हात फिरवून मेघनाला म्हणतो, "ठीक आहे. चल बघूया..." मग तो मेघनाचा इशू सोडवून करून, काहीही न बोलता तसाच परत येतो.

नेहमीप्रमाणे आर्यन, अलेक्स रात्रीच जेवण आटपून खाली बसलेले असतात आणि बाकी तिघे जेवत असतात.

अलेक्स : आज तू एवढा खुश का दिसत आहेस?

आर्यन : काही नाही रे.. सहजच.

अलेक्स : (खिजवत) खर सांग.. तुला आज एकदम सुंदर मुलगी पार्टनर मिळाली होती, म्हणूनच तू खुष आहेस ना? तुमची जोडी खूप सुंदर दिसत होती. ती पण खूप सुंदर आहे आणि तुला एकदम सूट होते. पण ती जास्त कोणाबरोबर बोलत नाही आणि सहसा फिरण्यासाठी पण येत नाही.

आर्यन : अरे शांत हो. मला ती आवडत नाही आहे.

अलेक्स : तुला कोणीच कस आवडत नाही रे?

आर्यन : आता मी तुला खरं खरं सांगतो. ती मेघना आहे ना, ती आज माझ्याशी बोलायला आली होती. तिला एक इशू आला होता तर तो चेक

करण्यासाठी मला बोलवायला आली होती.

अलेक्स : मग त्यात काय एवढं खुष होण्यासारखं? तू माझ्यापासून काही लपवत तर नाही आहेस ना? नेमका काय विषय आहे?

आर्यन : [विचार करतो (थोडं घाबरून). अरे बापरे आता याला काय करणार? याला सांगू की नको? तसं अलेक्स वर माझा विश्वास आहे तो कोणाला सांगणार नाही, सांगतोच याला.]

अलेक्स : काय रे कसला विचार करतोयस? सांग ना काही तरी? माझ्यावर विश्वास नाही वाटत तुझा?

आर्यन : अरे.. ती मेघना आहे ना... आपल्या बॅचमधे.. ती मला... आवडते म्हणजे ती सुंदर तर आहे आणि साधी पण.

अलेक्स : (अती उल्हसित होऊन) अरे वा भावा एक नंबर! मग काय बोलली ती तुला?

आर्यन : काही नाही, फक्त एवढेच बोलली की मला एक इशू येत आहे तर मदत करशील का? आणि मी तो इश्यू सोडवून करून आलो.

अलेक्स : भावा तू फक्त तेवढेच करून आलास? धन्य आहेस तू.. अरे थोडं बोलायचं होतं.

आर्यन : तेवढं नाही सुचलं रे.

तोपर्यंत नील येतो आणि म्हणतो, “काय रे काय बोलणं चालू आहे?”

अलेक्स : काही नाही. भावाला एक मुलगी आवडली आहे त्याबद्दलच चर्चा करतोय.

नील : (आश्चर्याने) काय? कोण आहे ती नशीबवान?

अलेक्स : अरे तुझ्याच टीम मधली मेघना. तीच त्याला आवडायला लागली आहे.

नील : अरे भावा, सांगायचं ना मग? मीच तिला तुझ्याकडे पाठवलं होतं काल. आधी सांगितलं असतस तर मी मुद्दामून तिला तुझ्याकडेच पाठवल असतं ना.

आर्यन : (थोड लाजत) नको रे. असं काही करू नको ज्याने तिला शंका येईल. जसं चाललं आहे तसंच चालू दे.

अलेक्स : भावा, असं नसतं रे. आज नीलने चुकून पाठवलं म्हणून ती तुझ्याकडे आली. मुली सहसा स्वतःहून बोलायला सुरुवात करत नाहीत.

आपल्यालाच थोडे कष्ट घ्यावे लागतात. कारण मुलींना अटेंशन हवं असतं आणि तू ते दिलं नाहीस तर त्यांना कसं कळेल?

आर्यन : सर्वांसाठीच हा नियम लागू पडेल असं नाही ना? काही वेगळ्या पण असतात.

अलेक्स : असतात रे. मी याला विरोध नाही करत आहे. पण एका हाताने कधीच टाळी वाजत नाही. आता ती तुझ्याशी बोलायला आली ना, मग तिने पुढाकार घेतला आहे. आता तुला पण प्रयत्न करावे लागतील. नाहीतर तू अहंकारी आहेस असं वाटेल तिला.

आर्यन : अरे पण तीचा इश्यू होता म्हणून ती आली ना. तसंच तिला नीलने पण सांगितलं होतं. ती स्वतःहून तर बोलायला आली नव्हती.

अलेक्स : हे बघ, नीलने फक्त तुझं नाव सुचवलं होतं. त्याने तुझ्याकडेच जा असं सांगीतलं नव्हतं? आपल्या बॅचमधे अजून पण काही मुली आहेत ज्या तिचा इशू सॉल्व करू शकल्या असत्या. पण ती तुझ्याकडेच आली याचं कारण की तिला तुझं वागणं आवडलं असावं किंवा इतर कोणती तरी अशी गोष्ट असावी ज्यामुळे ती तुझ्याकडेच आली.

नील : पण एक सांगू का आर्यन.. आज तुझ्या सोबत जी मुलगी स्टेजवर होती ना, ती आणि तू एकत्र खूप छान दिसत होतात.

अलेक्स : (सहमति देत) मी पण त्याला तेच बोललो. पण मेघना सुद्धा छान आहे आणि मुळात ती त्याला आवडत आहे.

आर्यन : (थोडासा गोंधळलेल्या विचारांनी) ठीक आहे. असं काही असो आपण यावर नंतर विचार करू. चल आता जरा एक दोन फेऱ्या मारू. हा रस्ता किती सुनसान असतो ना रात्रीचा, पण मस्त वाटत एकदम.

अलेक्स : हो रे आणि आपली बिल्डिंग पण रस्त्याला लागूनच आहे त्यामुळे लगेच येता येत.

2

रहस्यमय हवेली

चालत चालत गप्पा मारत ते त्या जुन्या वाड्याजवळ पोहोचतात. नील त्या वाड्याकडे बोट दाखवून म्हणतो, “हे घर आहे ना.. आपण आल्यापासून असंच आहे. म्हणजे पडलेलं झडलेलं आणि इथे कोणी राहत नाही. याचे गेट वगैरे कस तुटलेले आहेत बघा. इथे आल्यावर किती भीती वाटते ना? पूर्ण काळोख आहे. बाहेरून एकदम हवेली सारखा वाटतो.”

आर्यन : (रोमांचित होऊन) आपण गेल्या वेळेस ठरवलं होतं की कधीतरी आपण या हवेलीमधे जायचं आणि आज ती वेळ आलेली आहे. जायचं का आत?

“नको नको उगाच” नील म्हणतो.

आर्यन : अरे नील तू तर डरपोकच आहेस. तिथे काय आहे ते पाहूया तरी. थोड धाडसी होईल आणि नवीन अनुभवही मिळेल. काय म्हणतोस अलेक्स? [अलेक्स थोडा वेळ विचार करत असल्यासारखा दिसतो.] पुन्हा एकदा हाक मारल्यानंतर अलेक्स म्हणतो, “हो जाऊया ना.. त्यात काय”.

नील : (थोड भयभीत होत) तुम्ही दोघे जा. मी बाहेरच थांबतो.

आर्यन : (हसत) अरे घाबरतोस काय?

अलेक्स : हो ना नील.. काय घाबरतोस? आम्ही दोघे आहोत ना, चल बिनधास्त आमच्याबरोबर.

[अलेक्सच्या चेहऱ्यावर थोडे वेगळे भाव दिसत होते. जणू त्याला काहीतरी आठवत असावे किंवा तो काहीतरी विचार करत असावा.]

आर्यन : काय रे अलेक्स, तू ठीक आहेस ना? काही त्रास तर नाही ना? नाहीतर घरीच जाऊया.

अलेक्स : मी पूर्णपणे ठीक आहे. काळजी करू नको. चल बिनधास्त.

हवेली पूर्ण तुटलेली होती. काही खिडक्या उघड्या होत्या, दार तुटलेलं होतं आणि पानांचा ढीग आवारात पसरलेला होता. हे तिघे जसेजसे गेटमधून आत प्रवेश करत होते त्याचवेळी बाहेर काही कुत्र्यांनी भुंकायला सुरुवात केली आणि हळूहळू त्या भुंकण्याचा रूपांतर रडण्यात होऊ लागले.

नील : (घाबरून) हे बघा, मला हे काही ठीक वाटत नाहीये.

आर्यन : अरे.. हे त्यांचे नेहमीचं आहे. या वेळेला ते असंच भुंकतात. तू उगाच काहीतरी विचार करू नकोस.

हळूहळू ते आवारातून दाराकडे जायला लागले. त्यांची पावलं जसजशी सुकलेल्या पानांवर पडत होती तसतसे त्या पानांच्या चुरडण्याचा आवाज ऐकू येत होता. पाने इकडेतिकडे उडत होती आणि खिडक्या खडखडत होत्या. नंतर आर्यनने दाराला हलकेच हात लावला आणि दार उघडलं. दार उघडण्याचा आवाज झाला. आत पूर्ण काळोख होता. काहीच दिसत नव्हतं. तेव्हाच काहीतरी सरपटण्याचा आवाज आला.

नील : (घाबरून) इथे काहीतरी आहे! चला आता आपण इथपर्यंत आलो ना. बस आता जाऊ आपण, खूप झालं धाडस!

आर्यन : (थोडा धीर देत) काय रे.. किती घाबरतोस तू? आता तर सुरुवात झाली आहे. आपण आत मधे जाऊन बघू. काय म्हणतोस अलेक्स?

अलेक्सला घाम येत होता. तो कोणत्या तरी विचारांमधे मग्न असल्यासारखा वाटत होता.

आर्यन : काय रे अलेक्स! काय चाललंय? तू पण घाबरलास की काय? आपण परत जाऊया का?

अलेक्स : (थोडं अडखळत) नाही रे, चल जाऊ पुढे.

मोबाईलच्या टॉर्चच्या प्रकाशात ते हळूहळू पुढे सरकत होते. हॉलमधे पूर्ण काळोख होता. कोळ्यांचे जाळे, मुंग्या आणि रातकिडे त्यांना दिसत होते . रातकिड्यांचा आवाज त्या भयानक शांततेला भेदत होता. तेव्हाच अचानक, एक जोराचा आवाज आला आणि दरवाजा बंद झाला!

नील घाबरून ओरडला, “आर्यन! दरवाजा कसा बंद झाला?”

आर्यन थोडा शांत राहण्याचा प्रयत्न करत म्हणाला, “अरे.. हवेने बंद झाला असेल. एवढा काय घाबरतोस? चल पुढे.”

ते थोड पुढे जातात आणि म्हणतात चला तर आपण इथे फोटो काढूया आणि परत जाऊया. आर्यनने आपला मोबाईल हातात घेतला आणि नीलला सांगितलं, “तू फ्लॅश चालू कर.”

तेवढ्यात आर्यनच्या लक्षात आलं की अलेक्स त्यांच्यासोबत नाही!

“अरे अलेक्स कुठे गेला ?” नील घाबरून ओरडला.

“मलाही नाही माहित” आर्यन विस्मयचकित होऊन म्हणाला. “आपल्या बरोबरच तर होता.” दोघेही घाबरून अलेक्सला शोधू लागले. त्याचवेळी त्यांना जमिनीवर कोणीतरी पडल्यासारखा आवाज आला. नील आणि आर्यन दोघेही थरथर कापू लागले. ते धावत आवाजाच्या दिशेने गेले आणि “अलेक्स!” असे ओरडू लागले. थोडं पुढे गेल्यावर त्यांना अलेक्स एका कोपऱ्यात पडलेला दिसला. तो पूर्णपणे बेशुद्ध होता. नील व आर्यन घाबरून अलेक्सला उचलून बाहेर घेऊन आले आणि त्याच्या चेहऱ्यावर पाणी शिंपडले. थोड्या वेळाने अलेक्सला शुद्ध आली.

घरी परत आल्यावर त्यांनी ध्रुव आणि आदित्यला सर्व काही घटना सांगीतली. घडलेल्या घटनेमुळे ध्रुव आणि आदित्यही थक्क झाले.

आर्यन : काय झालं अलेक्स? तू बेशुद्ध का पडलास?

अलेक्स : काही नाही रे.. मलाही नाही समजलं अचानक काय झालं ते.

आर्यन : तू आमच्यापासून काही लपवत तर नाहीस ना?

अलेक्स ओशाळलेल्या नजरेने त्या चौघांकडे पाहत सांगतो, “मला माहित नाही. पण कधीकधी मला काळोखाची खूप भीती वाटते. असं नेहमी नाही होत परंतु काही गोष्टी त्या क्षणी जर आठवल्या तर मग मी

खूप घाबरतो."

आदित्य : (हसत हसत) अरे म्हणजे हनीमून च्या रात्री तर तुझा खरा प्रॉब्लेम होईल.

आर्यन आणि नील त्याच्याकडे रागाने बघतात आणि आर्यन म्हणतो, "तुला कधी काय बोलायचं हे कळत नसेल तर शांत बसत जा."

आर्यन : तू कोणत्या गोष्टींबद्दल बोलत आहेस? तू आम्हाला सांगू शकतोस.

मग पाचही जन हॉल मधे आले , अलेक्स खिडकी जवळ जाऊन बसला. आदित्य ने सर्वांसाठी चहा बनवून आणला. घरातील लाइट गेली असल्यामुळे त्यांनी टेबल वर एक मेणबत्ती पेटवली. खिडकीच्या बाहेर थंडगार वारा सुटला होता, झाडांच्या फांद्या आपापसात खेळत होत्या. आत, मित्रांनी एकत्र घेरले होते, चहाच्या वाफेत त्यांचे चेहरे झाकले जात होते. टेबलवरची मंद आग त्यांच्या चेहऱ्यावर वेगवेगळे भाव खेळवत होती. अलेक्स, गंभीर आणि शांत.. त्याच्या मित्रांच्या उत्सुक नजरेला सामोरा गेला. त्याच्या डोळ्यात अनेक कहाण्या दडलेल्या दिसत होत्या. काही सुखद तर काही दुःखद. एक दीर्घ श्वास घेतल्यावर तो हळू आवाजात म्हणाला, "बघा मित्रांनो.. तुम्हाला माझ्या भूतकाळाबद्दल सगळं सांगायची इच्छा आहे..." त्याच्या बोलण्यात एक वेगळीच खळबळ होती, जणू काही जुन्या जखमा पुन्हा उकरून काढत असाव्यात. आर्यन ने जवळ येऊन त्याच्या खांद्यावर हात ठेवला, "सांग अलेक्स, आम्ही आहोत तुझ्या पाठीशी." त्याच्या आवाजात आश्वासनाचा सूर होता.

अलेक्सने एक क्षण डोळे बंद केले जणू काही हे सगळं आठवून त्याला धैर्य गोळा करावं लागतं होतं.

तो पुन्हा बोलू लागला :

२०४४ :

मी माझ्या फॅमिली सोबत ग्रोव मधे राहत होतो. २०४४ चा फेब्रुवारी महिना चालू होता आणि १४ तारखेला व्हेलेंटाइन डे ला मी टेरेसवरून माझ्या गर्लफ्रेंड रियाला फोन केला आणि तिच्याशी बराच वेळ गप्पा मारत होतो, आम्ही संध्याकाळी भेटणार होतो आणि ती मला गिफ्ट

घेण्यासाठी एका दुकानामधे गेली होती तिथून ती मला विचारत होती की काय गिफ्ट घेऊ तुझ्यासाठी? मी म्हटलं, "तुझे मन मोहक हास्य हेच माझ्यासाठी गिफ्ट आहे दुसऱ्या कोणत्याही गिफ्टची मला आवश्यकता नाही".

रिया : हा डायलॉग कुठे वाचलास? पण मला मात्र गिफ्ट हव आहे. तू आपल्याबद्दल घरी कधी बोलणार आहेस? आता माझ्या घरी पण लग्नासाठी मुलगा शोधायला सुरुवात केली आहे.

अलेक्स : अग हा डायलॉग कुठे वाचला नाही, मी स्वतः बनवला आहे. राहिली गोष्ट घरी बोलण्याची तर आज रात्रीच मी आपल्याबद्दल आईला सांगणार आहे.

रिया : (आनंदित होत) अच्छा. ही बघ मी हे शूज निवडले आहेत त्यातले तुला कोणते आवडले ते सांग.

अलेक्स : (काळजीने) अग तू जास्त बाहेर फिरू नकोस. न्यूज पाहतेस ना? तो झेड व्हायरस इतर देशांमधे पसरत आहे.

रिया : आपल्या इथे तर सर्व व्यवस्थित चालू आहे ना. त्याचे पेशंट आपल्या इथे सापडले होते का?

अलेक्स : हा सापडले होते पण त्यानंतर न्यूज मधे अस आलं होत की त्यांना फक्त ताप होता आणि डॉक्टरांच्या निरीक्षणाखाली ठेवले होते. बाकीच्या देशांमधे संक्रमण दर जरा जास्त आहे.

रिया : मी न्यूज जास्त पाहत नाही त्यामुळे या व्हायरस बद्दल नेमक मला पण जास्त माहिती नाही.

अलेक्स : अगं काही नाही त्या व्हायरस ने कोणाला संक्रमण झालं तर त्याला ताप आणि उलट्या होतात आणि ते जर जास्त दिवस चालू राहिलं तर त्यांचा मेंदू त्यांच्या ताब्यात राहत नाही. हा व्हायरस रक्तातून पसरत आहे त्यामुळे याचे पसरण्याचे चान्सेस आपल्या इथे कमी आहेत. तरीही आपण काळजी घेतली पाहिजे.

तेवढ्यातच त्याला रियाचा ओरडण्याचा आवाज येतो.

अलेक्स : (थोडं घाबरून) हॅलो रिया! काय झालं? हॅलो.. रिया तू कॉलवर आहेस का..? मला सांगशील का काय झालं ते? हॅलो...

रिया : हॅलो अलेक्स सॉरी, अरे मला काही कळलंच नाही रे...एक छोटा मुलगा अचानक माझ्या हाताला ओरबाडून पळाला. आजकाल हे पालक पण ना, आपल्या मुलांना व्यवस्थित सांभाळत नाहीत. विचित्र होता तो मुलगा थोडासा.

अलेक्स : लागलं तर नाही ना?

रिया : जास्त नाही लागलं पण जरासं रक्त आलं. हल्लीची लहान मुलं पण ना कसं पण वागतात.

अलेक्स : काळजी घे स्वतःची. घरी जा आणि मलमपट्टी करून घे पहिलं. [अलेक्स ला आई हाक मारते] ही बघ आपण संध्याकाळी भेटूया. आता मला आई हाक मारत आहे. मी तुला थोड्या वेळाने फोन करतो.

आई : अरे अलेक्स! इकडे ये लवकर.

अलेक्स : हा आलोच, बोल काय झालं?

आई : हे बघ, टीव्हीवर काय दाखवत आहेत ते.

(अलेक्स न्यूज चालू करतो.)

न्यूज रिपोर्टर : नेक्ससमधे सुद्धा झेड व्हायरसचा शिरकाव! अनेक राज्यांमधे या व्हायरसने बऱ्याच जणांना संक्रमित केलं आहे. सर्वांनी आपापल्या घरांमधे राहावे असे सरकार ने आवाहन केले आहे. आता थोड्याच वेळात आपले प्रधान मंत्री संबोधित करतील.

आताच हाती आलेल्या माहितीनुसार पूर्ण देशामधे आज रात्री दहा वाजल्यापासून लॉकडाऊन जाहीर करण्यात आलं आहे. कोणीही आपल्या घराच्या बाहेर पडू नये. जर कुणी गेले असतील तर लवकरात लवकर आपल्या घरी परतावे. कोणती संशयित व्यक्ती दिसल्यास तिच्यापासून दूर राहावे आणि ती आपल्याला चावणार नाही याची काळजी घ्यावी.

न्यूज रिपोर्टर : नुकताच आलेला नरीमन शहराचा हा व्हिडिओ पहा. कसे संक्रमित लोक एकमेकांना चावण्यासाठी जात आहेत. या सर्वांसाठी केंद्र सरकार जबाबदार आहे.

(आज आपल्याला एका गुप्त माहितीचा खुलासा झाला आहे. या व्हायरसचे अनेक रुग्ण आपल्या देशात आधीच सापडले होते. सरकारद्वारे ही बातमी लपवण्यात आली आणि गोंधळ उडू नये म्हणून

डॉक्टरांनाही याबद्दल जास्त न बोलण्याचे आदेश देण्यात आले होते.)

न्यूज रिपोर्टर : सुरुवातीला या व्हायरसचा पूर्ण शरीरावर परिणाम होण्यासाठी एक दिवस लागत होता. पण आता सात ते आठ तासांमधेच हा व्हायरस शरीरामधे पसरत आहे. सध्या जे लोक संक्रमित आहेत त्यांचा स्वतःच्या शरीरावर ताबा राहिला नाही आहे. त्यामुळे सरकार लवकरात लवकर सर्वांना आपल्या ताब्यात घेऊन हॉस्पिटलमधे निरीक्षणाखाली ठेवत आहे. पण ज्या प्रमाणात हा व्हायरस पसरत आहे त्याप्रमाणे सर्वांना ट्रॅक करणं हे अशक्य होत आहे. आता आपल्याला पुढचे परिणाम नंतरच कळतील की किती लोक या व्हायरसचा शिकार ठरले आहेत ते.

(संक्रमित लोकांमधे पुढीलप्रमाणे लक्षणे दिसून येतातः ताप, उलट्या, थकवा जाणवणे, डोळे हळूहळू लालसर होतात. तुम्हाला जर असे लक्षण असणारे कोणी दिसले तर त्वरित खाली दिलेल्या नंबरवर संपर्क करा. धन्यवाद. आता आपण थोड्याच वेळात पुन्हा भेटू.)

(अलेक्स स्तब्धपणे टीव्हीकडे बघत राहतो.)

अलेक्स : (काळजीने) आई, तू बाबांना लगेच फोन लाव आणि त्यांना याबाबत कळवून तात्काळ घरी बोलावून घे. मी ताईला फोन करतो.

(अलेक्स ताईला फोन करतो.)

ताई : हॅलो अलेक्स बोल.

अलेक्स : हॅलो ताई, तू न्यूज पाहीली का गं?

ताई : हो! मी पाहीली ना. मी निघालेच आहे इथून. अर्ध्या तासात मी घरी पोहोचेन. बाबा निघाले का रे?

अलेक्स : हो. आईने आताच विचारलं. ते पण निघाले आहेत. तू काळजी घे आणि काही लागलं तर मला लगेच फोन कर.

(अलेक्स आणि आई खूप तणावामधे, ताई आणि बाबांची वाट पाहत असतात.)

(अलेक्स रियाला फोन करतो.)

अलेक्स : (काळजीने) हॅलो रिया, न्यूज पाहिली का? घरी पोचलीस का?

रिया : मी न्यूज नाही पाहिली. पण मला घरून आईचा फोन आला की लवकरात लवकर घरी ये. मी आता निघाले आहे घरी जायला. संध्याकाळी भेटू, मग तुला गिफ्ट पण देईन.

अलेक्स : ओके. आधी मी जे काही सांगत आहे ते काळजीपूर्वक ऐक. कुठेही दुसरीकडे न जाता थेट घरीच जा. व्हायरस खूप मोठ्या प्रमाणात आपल्या इथे पसरला आहे आणि कुणालाही भेटत बसू नकोस. घरी गेल्यावर मला फोन कर.

रिया : (लाडात) हो रे राजा.. नक्कीच. किती काळजी करतोस तू माझी. आज काय आहे अलेक्स?

अलेक्स : काय आहे म्हणजे?

रिया : अरे आज व्हॅलेंटाईन डे आहे. मी आज खूप खुष आहे. तुला कधी एकदा भेटते असं झालं आहे. तुला भेटल्यावर अजून एक गोष्ट सांगायची आहे. आज तू आपल्याबद्दल तुझ्या घरी सांगणार आहेस हे लक्षात आहे ना तुझ्या?

अलेक्स : (गंभीर स्वरात) इथे तुला परिस्थितीचं गांभीर्य समजत नाही आहे का? बाहेर काय चाललं आहे ते तुला नाही माहित. आधी तू व्यवस्थित घरी जा, मग आपण या विषयावर बोलू.

रिया : अरे हो.. मी बस मधेच आहे. बस मधून बोलू शकते ना! मला आता सांग, तू माझ्याशी लग्न करशील ना? मला सोडून तर जाणार नाहीस ना?

अलेक्स : (उद्विग्न स्वरात) हो मी खरंच तुझ्याशीच लग्न करेन ग. तू काळजी करू नको. मी तुला पाच मिनिटात फोन करतो. चालेल?

रिया : हो. चालेल.

अलेक्स आईला विचारतो, "आई, बाबा निघाले ना?" आई उत्तर देते, "हो. बाबा निघाले आहेत आणि ताई सुद्धा गाडीमधे बसली आहे."

[अलेक्स पुन्हा रियाला कॉल करतो.]

अलेक्स : हा. बोल आता. तू मला काय सांगणार आहेस?

रिया : नाही, ते आता नाही सांगणार. तू भेटल्यावरच सांगेन. बायदवे, आज सकाळपासून तू मला एकदा पण 'आई लव यू' बोलला नाहीस. तू आताच्या आता मला 'आई लव यू' बोल.

अलेक्स: अगं, मी घरी आहे. टेरेसवर गेलो की बोलेन.

रिया: नाही, आताच्या आता म्हणजे आता.

अलेक्स: (थोडं लाजत) ओके. आई लव यू.

रिया: (चेहऱ्यावर हास्य आणि खुशी) थँक्यू अलेक्स.

अलेक्स: थँक्यू काय? तू पण आता मला रिप्लाय दे.

रिया: वेडा आहेस का तू? मी बस मधे आहे.

अलेक्स: मी पण घरी होतो तरीपण बोललो ना. आता तुला तर मला बोलावंच लागेल.

रिया: अरे यार, ओके ठीक आहे. ऐक मग, 'आई लव यू'.

अलेक्स: (खुश होऊन) वा, आता फोन ठेवतो. घरी गेल्यावर मला फोन कर.

रिया: ओके, बाय.

(अलेक्स फोन ठेवतो आणि हसतो.)

काही वेळानंतर...

(दरवाज्याची रिंग वाजते. अलेक्स धावत जाऊन दरवाजा उघडतो. समोर ताई आणि बाबा उभे आहेत.)

अलेक्स: ताई, बाबा, तुम्ही आलात!

ताई: हो रे, आम्ही आलो. काय चाललंय?

अलेक्स: मी तुम्हाला सर्व काही सांगतो. आज रात्री 8 वाजल्यापासून लॉकडाऊन आहे. कधीपर्यंत असेल हे माहित नाही. पण सरकारने पुढील सात ते आठ तास लोकांचं निरीक्षण करायचं ठरवलं आहे. म्हणजे संक्रमण किती वेगाने होत आहे हे कळेल.

बाबा: पण ज्या कुटुंबातील एक किंवा दोन लोक संक्रमित झाले असतील त्यांच्या पूर्ण कुटुंबाला धोका होणार नाही का?

अलेक्स: हो, ते तर आहेच. पण आता यावर हाच उपाय आहे. ज्या कुटुंबातील सदस्यांना संसर्ग झाला असेल त्यांनी लगेच दिलेल्या नंबरवर फोन करून कळवायचं.

ताई: मला तर खूप भीती वाटते. काय होईल यापुढे?

अलेक्स: काळजी करू नका ताई. आपण घरातच राहू आणि सर्वांनी सुरक्षिततेची काळजी घेऊ. लवकरच या व्हायरसवर मात मिळेल आणि

आपण पुन्हा एकदा आनंदी जीवन जगू.

बाबा: प्रथम आपल्याला घरात पुरेसे साहित्य गोळा करायचं आहे. अन्न, पाणी, औषधे... आणि मग आपण पुढचा विचार करू.

(ताई, अलेक्स आणि बाबा घरात पुरेसे साहित्य गोळा करतात. ते दारं आणि खिडक्या बंद करतात आणि लॉकडाऊन सुरू होण्याची वाट पाहतात.)

अंदाजे रात्रीचे १० वाजलेले असतात, बातम्या चालू असतात

न्यूज रिपोर्टरः नमस्कार. लॉकडाऊन लागू होऊन दोन तास उलटून गेले आहेत. अनेक शहरांमधे लोक घराबाहेर पडण्याचा प्रयत्न करत आहेत. पण पोलिस आणि लष्कराने त्यांना रोखलं आहे. काही ठिकाणी लोकांमधे आणि पोलिसांमधे झटापट झाली आहे. अजूनही किती लोकांना संसर्ग झाला आहे याची निश्चित माहिती नाही. सरकार लवकरच याबाबत अधिक माहिती देईल.

तेवढ्यातच अलेक्सला रियाचा फोन येतो. अलेक्स बेडरूममधे जातो आणि दरवाजा लावून घेतो आणि फोन उचलतो.

अलेक्स: काय रिया, फोन करण्याआधी मेसेज तरी करायचा नाही! डायरेक्ट फोन लावतेस! माझ्या घरी सर्व आहेत.

रियाः आता मी पण तुमच्या घराचा एक हिस्सा होणार आहे ना मग असं अचानक फोन लावला तर काय प्रॉब्लेम आहे?

अलेक्स: अग हो ठीक आहे, चल मग आता व्हिडिओ कॉल कर.

मग ते दोघे व्हिडिओ कॉलवर संपर्क करतात.

अलेक्स: अरे वा, एवढी नटून थटून बसली आहेस, काय आहे आता?

रियाः अरे, तुझ्यासाठी मी एवढी नटून थटून बसली आहे.

अलेक्स: माझ्यासाठी? अरे वा, तू खूप छान दिसत आहेस रिया! ही साडी खूपच सुंदर आहे.

रियाः अरे, तू मला भेटायला येऊ शकत नाहीस हे मला माहित आहे म्हणून मी तुझ्यासाठी हे सरप्राईज तयार केलं आहे.

अलेक्स: तुझ्या डोळ्याखाली काळे डाग का बर आले आहेत? आणि थोडी अस्वस्थ दिसत आहेस तू.

रियाः काही नाही रे, जरा अंग दुखत आहे आणि डोळेही दुखत आहेत.

अलेक्स: अगं, डॉक्टरकडे जायचं ना आणि काळजी घे. आराम कर.

रिया: औषधं घेतले आहेत मी. ते सर्व जाऊ दे. आज व्हॅलेंटाईन डे आहे, मग माझ्यासाठी काय स्पेशल आहे तुझ्याकडे?

अलेक्स: आज तुझ्यासाठी स्पेशल एकच गोष्ट आहे की मी आपल्या प्रेमाबद्दल माझ्या घरी सांगणार आहे. आणि त्याची सुरुवात सुद्धा मी केली आहे. मी दीदीला आपल्या दोघांबद्दल सांगितलं आहे.

रिया: खरंच! आय लव्ह यू अलेक्स. माझी निवड एकदम चांगली आहे यावर मला पुन्हा एकदा विश्वास बसला आहे.

अलेक्स: म्हणजे आधी नव्हता का?

रिया: मी असं बोलले का? म्हणूनच मी पुन्हा एकदा असा शब्द वापरला आहे.

अलेक्स: आता मी दीदीला बोलवत आहे. तिलाही तुझ्याशी बोलायचं आहे.

रिया: हा चालेल, बोलव ना. मी पण खूप एक्साइटेड आहे दीदीसोबत बोलण्यासाठी.

अलेक्स दीदीला हाक मारतो आणि व्हिडिओ कॉलमधील रियाकडे बोट दाखवून सांगतो, "दीदी, हीच आहे रिया जीच्याबद्दल मी तुला सांगितलं होतं."

दीदी: हाय रिया, तू खूप सुंदर दिसत आहेस आज. अलेक्ससाठी खास एवढं नटून बसली आहेस की काय? अलेक्स, तुझी निवड एकदम सुंदर आहे.

रिया: धन्यवाद दीदी. तुम्ही पण खूप सुंदर दिसता. अलेक्स नेहमी तुमच्याबद्दल बोलत असतो की तुम्ही त्याला खूप सपोर्ट करता.

अलेक्स: आणि भांडणही खूप करतो.

दीदी: भांडणाला सुरुवात हाच करतो. ते सर्व जाऊ दे. माझा तुम्हा दोघांनाही सपोर्ट आहे आणि तुम्हा दोघांची जोडी खूप सुंदर दिसते.

रिया: (लाजत) धन्यवाद दीदी.

दीदी: ठीक आहे, तुम्ही दोघं आता बोला. मी जरा जेवण करण्यासाठी आईला मदत करते.

असं म्हणून दीदी निघून जाते.

अलेक्स आणि रिया काही वेळ गप्पा मारतात आणि हसतात.

अलेक्सः रिया, तू खरंच खास आहेस. माझं तुझ्यावर खूप प्रेम आहे.

रियाः मलाही अलेक्स. माझंही तुझ्यावर खूप प्रेम आहे.

अलेक्स आणि रिया एकमेकांना स्क्रीनवरून मिठी मारतात.

रियाः थँक्स अलेक्स, हे माझ्यासाठी सगळ्यात मोठं सरप्राईज आहे. तेवढ्यात, तिच्या हातून त्याचा मोबाइल खाली पडतो.

अलेक्सः काय गं, काय झालं? मोबाइल कसा काय पडला?

रियाः अरे, काही नाही रे. जरा चक्कर आल्यासारखं वाटत होतं. आणि खूप भूक लागली आहे मला. आता आपला कॉल संपला की मग जेवायलाच जाणार आहे.

अलेक्सः आपण वाटल्यास नंतर बोलू. तू आधी जेवून घे जा. अशक्तपणा आलाय असं वाटतं तुला कारण तुझे डोळे पण सारखे बंद होत आहेत, तुला झोप आल्यासारखी वाटत आहे.

रियाः नाही रे, बोल तू. आता मला विचार की मी तुझ्यासाठी काय सरप्राईज आणलं आहे ते.

अलेक्सः तू शूज घेतले आहेस ना माझ्यासाठी, ते तर तू मला विचारूनच घेतलेस मग त्यात सरप्राईज काय राहिल?

रियाः ते तुझ्यासाठी मी गिफ्ट घेतल आहे. सरप्राईज वेगळेच आहे. मी तुला बोलले होते ना की तुला एक गोष्ट सांगणार आहे.

अलेक्सः हा, सांग बर तू काय सांगणार होतीस? मी पण त्याच गोष्टीचा विचार करत होतो. एक मिनिट रिया, तुझे डोळे आता अचानक एवढे लाल का बर झाले आहेत?

रियाः आता तूच बोललास ना मला झोप येत आहे म्हणून त्यामुळेच असतील. फक्त डोळ्यात बघत आहेस की इतर पण काही बघशील? मी एवढी सुंदर साडी नेसली आहे त्याची तर तू अजिबात प्रशंसा केली नाहीस आणि नवीन हेअर स्टाईल केली आहे ते पण नाही नोटीस केलं तू.

अलेक्सः अरे, तू खरंच खूप सुंदर दिसत आहेस रिया! नवीन हेअर स्टाईल खूप आवडली. तू आज खूपच स्टायलिश दिसत आहेस.

रियाः धन्यवाद अलेक्स! मला खूप आनंद झाला.

अलेक्सः अरे हा, माफ कर मला. ही तीच साडी आहे ना जी मला त्या मॉलमधे आवडली होती पण त्यावेळी माझ्याकडे तेवढे पैसे नसल्यामुळे मी तुला ती घेऊ शकलो नव्हतो.

रियाः अरे वा, तुला लक्षात आहे तर! तुला आवडलेली गोष्ट मी अशीच कसे बरे विसरेन! म्हणून आजच जाऊन मी घेऊन आले.

अलेक्सः खूप प्रेम करतेस माझ्यावर ना? आता लवकर सांग मला तुला कोणती गोष्ट सांगायची आहे ते.

रियाः ओके, कान उघडे ठेवून ऐक. मी प्रेग्नंट आहे. माझ्या पोटात आपल्या दोघांचा बाळ आहे. ही गोष्ट मला कालच कळली पण मी विचार केला की तुला व्हॅलेंटाईन डेलाच सांगेन.

अलेक्स एक ते दोन मिनिट फक्त तिच्याकडे बघत राहतो आणि विचार करत असतो आणि मग फोन कट करतो.

थोड्या वेळाने अलेक्स पुन्हा तिला व्हिडिओ कॉल करतो.

अलेक्सः सॉरी रिया, मला या गोष्टीवर कसं रिऍक्ट करायचं हे समजत नव्हतं त्यामुळे मी थोडा वेळ घेतला. त्याबद्दल मला माफ कर. मी दीदीला पण याबद्दल सांगितलं तर ती पण म्हणाली की आपण लवकरात लवकर याबद्दल निर्णय घेऊ आणि तिचा आपल्याला सपोर्ट आहे.

रियाः मग कसं वाटलं? सरप्राईज?

अलेक्सः माझ्यासाठी हे सरप्राईज नव्हे तर त्याही पलीकडची गोष्ट आहे. मला खूप आनंद झाला आहे. मी कसं सांगू तेच समजत नाहीये. तुझ्यासाठी मी कसं काय धन्यवाद करू? आपण दोघे आपल्या बाळाची काळजी घेऊ. आणि आता तू लवकर जेवायला जा कारण तुला आजपासून मी वेळापत्रक बनवून देणार त्यानुसारच तुला वागायचं.

अलेक्सः पण रिया, तू आज थोडी वेगळी दिसत आहेस. मला काही माहित नाही पण मला थोडी भीती वाटत आहे .

रियाः काय बोलतो आहेस तू? तुला का भीती वाटत आहे ? मी तर तुझ्यासमोरच आहे.

अलेक्सः एक मिनिट रिया, तुझ्या चेहऱ्यावर हे निळे निळे डाग कसे बरे आले? नाकातून रक्त येत आहे तुला जाणवत नाही का? तुला काय

होत आहे?

रिया: मला ना ताप आल्यासारखा वाटत आहे अलेक्स. मला हे रक्त वगैरे काही जाणवत नाहीये, पण उलटी सारखं वाटत आहे.

तेवढ्यातच तिला उलटी होते.

अलेक्सला अचानक आठवतं की तिने कॉल केला होता तेव्हा ती असं बोलली होती की तिला एक छोटा मुलगा चावला होता. हे आठवल्यावर मात्र अलेक्सला भीती वाटायला लागते आणि त्याच्या हृदयाची धडधड पुन्हा वाढायला सुरुवात होते. डोळ्यातून आपोआपच पाणी यायला लागतं आणि नकळत त्याचा कंठ दाटून येतो. तोंडातून शब्द फुटत नसतात.

रिया तेथेच रूममधे उलटी करून तोंड पुसून पुन्हा फोन हातात घेते आणि अलेक्सला म्हणते, "अरे घाबरू नकोस, प्रेग्नंट असल्यावर अशी उलटी होते अस मी ऐकलं होतं."

तिचा चेहरा आता निळा पडलेला असतो आणि शरीरातील शिरा उठून दिसत असतात. आणि तिला मोबाइल पण हातात धरता येत नसतो.

अलेक्सः (रडवेल्या स्वरात) रिया, मला सांग, तुला जो मुलगा त्या शॉप मधे चावला होता तो नॉर्मल होता की कसा दिसत होता?

रिया: अरे, थोडा विचित्र दिसत होता. मी तुला बोलले होते ना.

आता तिच्या बोलण्यात सुद्धा थोडा घोगरेपणा यायला सुरुवात होते.

ती पुन्हा पुढे म्हणते,"अलेक्स, हे मला काय होत आहे हे मलाच समजत नाहीये. आता मला परत उलटी होत आहे आणि हातपाय पूर्ण गळल्यासारखे वाटत आहेत. डोकंही खूप दुखत आहे. मला मदत कर ना अलेक्स."

एवढ्यात, तिचे आईबाबा तिथे येतात.

अलेक्सः (रडत रडत) काका, काकी, तिच्यापासून दूर रहा. तिला 'झेड' व्हायरसने संक्रमित केलं आहे. लगेच डॉक्टरांना फोन करा. तिच्याकडे फोन द्या बरं. हे बघ रिया, अजिबात काळजी करू नको. मी आताच येतोय तुझ्याकडे. सर्व ठीक होईल.

रिया: हा अलेक्स, लवकर ये. मी तुझी वाट बघत आहे.

अलेक्सला खूप रडायला येत असतं. तो लगेच आपल्या गाडीची चावी काढतो आणि बाहेर पडतो.

तो गाडीत बसताच त्याची दीदी त्याला थांबवते आणि विचारते, "कुठे चाललास?"

"रियाला बरं नाहीये. तिला 'झेड' व्हायरसची लागण झाली आहे , मला लगेच जावं लागेल तिची मदत करण्यासाठी," अलेक्स घाईघाईने उत्तर देतो.

"अरे पण बाहेर बंदी आहे आणि तुला बाहेर जाऊ देणार नाहीत आणि जर तिला शंभर टक्के संक्रमण झालं असेल तर मग ती स्वतःच्या नियंत्रणात नाही राहणार. ती दुसऱ्यांनाही संक्रमित करेल. मी तुझ्या भावना समजू शकते पण आपल्या कुटुंबाचाही विचार कर. मी तुला प्रत्येक वेळी सपोर्ट केला आहे. आता फक्त माझं ऐक," दीदी त्याला समजावून सांगण्याचा प्रयत्न करते.

अलेक्स दीदीकडे बघून तिला मिठी मारून रडू लागतो आणि म्हणतो, "तीने मला भेटायला बोलवलं होतं आणि तिने मला सांगितलं की ती प्रेग्नंट आहे आणि अचानक माझ्यासोबत असं का झालं ताई?"

दीदी अलेक्सला मिठी मारून त्याला आधार देते आणि म्हणते, "आता तुला शांत व्हायचं आहे आणि काय करायचं ते ठरवायचं आहे. रियाला हॉस्पिटलमधे ॲडमिट करणं गरजेचं आहे. डॉक्टरांनीच तिचं योग्य उपचार करतील."

मग थोड्या वेळाने अलेक्स रियाच्या आईला फोन करतो आणि विचारतो, "आता रियाची तब्येत कशी आहे?"

रियाची आई हळू आवाजात उत्तर देते, "आम्हाला दोघांनाही क्वारंटाईन रूममधे ठेवलं आहे. रियाला एका दुसऱ्या रूममधे ठेवलं आहे. पण ती अनकंट्रोल झाली होती. ती आम्हालाही चावण्याचा प्रयत्न करत होती आणि सारखं तुझं नाव घेत होती की तुला भेटायचं आहे म्हणून."

अलेक्स हतबल होतो आणि म्हणतो, "तुम्ही अजिबात काळजी करू नका. ती लवकरच बरी होईल. डॉक्टर तिच्यावर उपचार करतील. अजून एक गोष्ट तुम्हाला सांगायची आहे. ते म्हणजे आम्ही दोघे एकमेकांवर

प्रेम करतो."

"हो, मला माहित आहे. रियाने आज सकाळीच सांगितलं होतं," रियाची आई उत्तर देते.

हे सर्व आर्यन आणि नीलला सांगताना सर्वांना रडायला येतं आणि अलेक्स पुन्हा रडू लागतो.

आर्यन अलेक्सला मिठी मारतो आणि म्हणतो, "मी समजू शकतो अलेक्स. शांत हो तू."

नीलही अलेक्सला आधार देतो आणि म्हणतो, "हो अलेक्स. धीर धर."

अलेक्सः (रडवेल्या आवाजात) भावांनो... त्यानंतर २० दिवसांनी... अशी बातमी आली... की तो व्हायरस... म्हणजे 'झोंबी' व्हायरस आहे... आणि या व्हायरसने जर कोणाला संक्रमित केलं तर... त्याला बरं करण्याचा उपचार... अजूनपर्यंत सापडला नाही आहे...

ध्रुवः (अलेक्सचा हात धरून) शांत रहा अलेक्स. पुढे काय घडलं ते सांग.

अलेक्सः (डोळे मिटून, एका क्षणाचा विचार करून) मग... सरकारने एक निर्णय घेतला... की जेवढे पण या व्हायरसने संक्रमित झाले आहेत... त्या सर्वांना... मारून टाकायचं...

आर्यनच्या डोळांत अश्रू जमा झाले.

नीलच्या चेहऱ्यावरील दुःख सुद्धा स्पष्ट दिसत होते.

अलेक्सः (रडवेल्या स्वरात) आणि मग... ज्या संक्रमित लोकांना पकडून ठेवलं होतं... त्या सर्वांना... सरकारने एका मैदानात नेऊन... मारून टाकलं..त्यामधे... माझी रिया... आणि तिच्या पोटात असणारं... माझं बाळ पण होतं... (त्याच्या आवाजात वेदना स्पष्ट जाणवत होत्या.)

[अलेक्स जोर जोरात रडू लागतो. ध्रुव त्याला जवळ घेतो आणि त्याच्या पाठीवर हात फिरवतो. नील आणि आदित्यही अलेक्सच्या शेजारी येऊन त्याला मिठी मारतात.]

ध्रुवः (शांतपणे) अलेक्स, तुझं दुःख आम्हाला समजतंय. रिया आणि तुझ्या बाळाचा मृत्यू हा आपल्या सर्वांसाठी मोठा दुःखद प्रसंग आहे.

आर्यन: (अलेक्सच्या दुसऱ्या बाजूला बसून) आम्ही तुझ्यासोबत आहोत अलेक्स. तू एकटा नाहीस.

नील: हो अलेक्स, आम्ही तुझ्या पाठीशी आहोत.

[काही वेळ सर्व शांत बसतात. शांततेतूनही त्यांच्या दुःखाचा आवाज स्पष्टपणे ऐकू येत असतो.]

ध्रुव: (हळू आवाजात) चल अलेक्स,तुला विश्रांती घ्यायची गरज आहे.

अलेक्स: (डोळे पुसून) ठीक आहे .चल.

मग सर्वजण खाली आपल्या रूममधे जातात. तेव्हा नील म्हणतो, "अलेक्सने खूप काही सहन केलं आहे आणि तरीही तो हसमुख चेहऱ्याने वावरत असतो. आपल्याशी बोलताना कधीही आपल्याला जाणवू देत नाही की त्याच्यासोबत एवढी मोठी घटना घडली असेल."

आर्यन डोकं हलवतो आणि म्हणतो, "हो ना, खूप सहनशीलता आहे त्याच्याकडे."

आदित्य विचारतो, "पण मला एक प्रश्न पडला आहे. अलेक्सने आपल्याला त्याच्या गर्लफ्रेंडबद्दल सांगितलं, पण त्याने आपल्याला त्याला काळोखाची भीती का वाटते ते सांगितलंच नाही."

आर्यन डोकं हलवतो आणि म्हणतो, "तुला असे प्रश्न कसे बरे सुचतात? आता तो त्या मनःस्थितीमधे नाहीये की तो पुढे काही सांगू शकेल. नंतर कधीतरी विचारू ते पण वेळ बघून."

मग सर्वजण झोपायला जातात.

अलेक्स शांत बसून खिडकीकडे पाहतो. त्याच्या डोळ्यासमोर रिया येते . त्याला खूप वेदना होतात आणि तो पुन्हा रडू लागतो.

त्याला रियाची खूप आठवण येते. ती हसणं, तिचं बोलणं, तिचा स्पर्श... सगळं त्याला आठवतं.

त्याला वाटतं की तो कधीच रियाला विसरणार नाही. ती नेहमीच त्याच्या मनात आणि हृदयात राहील.असेच पुढे दोन-तीन दिवस कोणीही अलेक्सला जास्त काही बोलत नाही, पण एकदम नॉर्मल वागणूक चालू ठेवतात.

पुन्हा एकदा सर्वजण ऑफिसला जातात. ट्रेनिंग संपण्यासाठी जवळपास दहा दिवस शिल्लक असतात. त्यानंतर प्रत्येक जण त्यांना मिळालेल्या प्रोजेक्टनुसार वेगवेगळे होणार असतात.

पुन्हा सकाळी सकाळी, आज कम्युनिकेशन स्किल्सच लेक्चर असत. त्यामुळे सर्वजण ऑडिटोरियममधे जाऊन थांबतात. प्रत्येकजण खूप उत्सुक असतो की आज सर कोणती नवीन ॲक्टिविटी देणार आहेत.

तेवढ्यात प्रोफेसर ऑडिटोरियममधे प्रवेश करतात आणि हसत हसत म्हणतात, “काय म्हणताय सर्वजण, कसे आहात? जवळपास तीन दिवसानंतर आपण पुन्हा भेटत आहोत. कंपनीच्या मते कम्युनिकेशन स्किल कमी महत्त्वाचा आहे म्हणून आपले सेशन नेहमी नसतात. पण हे पण बरोबर आहे कारण तुम्हाला ट्रेनिंगसाठी वेळ कमी आहे आणि टेक्निकल गोष्टी पण खूप शिकायच्या आहेत. त्यामुळे त्यांना महत्त्व देणे आवश्यकच आहे. जाऊ दे, आपल्याला जेवढा वेळ मिळतो आहे तेवढ्या वेळात आपण आपले कम्युनिकेशन स्किल उत्कृष्ट बनवण्याचा प्रयत्न करूया. काय मग, आज थेअरी शिकायची की ॲक्टिव्हिटी करायची?”

सर्वजण उत्साहात ओरडतात, “ॲक्टिव्हिटी करायची!”

प्रोफेसर म्हणतात, “ठीक आहे तर मग आजची ॲक्टिव्हिटी थोडी वेगळी आहे. यामधे तुम्हाला फक्त कम्युनिकेशन स्किल नव्हे तर टीम मॅनेजमेंट पण शिकता येणार आहे. आज मला पाहायचं आहे की कोण टीममधे कसं काम करेल आणि टीम को-ऑर्डिनेशन तुम्ही कसं कराल. तर मग आजची ॲक्टिव्हिटी अशी आहे की गेल्या वेळी आपण दोघांचे ग्रुप बनवले होते. आता असे तीन ग्रुप एकत्र येऊन एक ग्रुप बनणार. तर मग यावेळी सहा जणांचा एक ग्रुप असणार आणि तुम्ही इथे स्टेजवर येऊन इंग्रजीत एक लघुपट सादर करायचा. लघुपट पंधरा मिनिटाचा असला पाहिजे. तसेच तो लघुपट कशावर असला पाहिजे ते मी थोडक्यात सांगतो. तुम्ही एक वस्तु बनवली आहे. त्या वस्तुची तुम्हाला जाहिरात करायची आहे. तर मग ती तुम्ही कसं कराल ते यातून दर्शवायचं आहे. तसेच वस्तु काल्पनिक असली तरी चालेल. मग तुम्ही

काहीही घेऊ शकता जसे की उडणारी झाडू, ऑटोमॅटिक जेवण बनवणारी मशीन. शेवटची अट अशी आहे की प्रत्येकाचा त्या लघु पटात सक्रिय सहभाग हवा. तुम्हाला लघुपटाची तयारी करण्यासाठी पंधरा मिनिटे मिळतील. तुम्ही आपापसात ठरवून सहा जणांचा ग्रुप बनवा. फक्त एवढेच आहे की गेल्या वेळी दोघांचे ग्रुप बनले होते तसे तीन ग्रुप एकत्र येऊन एक ग्रुप बनवायचा आहे. तुमची वेळ आता चालू झाली आहे."

सर्वजण उत्साहात गोंगाट करतात आणि आपापल्या ग्रुपमधील सदस्यांशी चर्चा करू लागतात. काहीजण हसत आहेत, काही जण विचार करत आहेत तर काही उत्सुकतेने इकडे तिकडे पाहत आहेत. तेवढ्यातच अलेक्स, नील आणि आर्यन एकमेकांकडे पाहून होकारार्थी मान डोलवतात आणि मग आपापल्या सहकाऱ्यांना घेऊन एकत्र येतात. आर्यनला थोडीशी भीती वाटत असते कारण त्याच्या ग्रुपमधे मेघना पण आलेली असते. अलेक्स आर्यनकडे बघून स्मित हसून म्हणतो, "तर मग सगळ्यांनी लक्ष द्या ,आपल्याकडे फक्त पंधरा मिनिटं आहेत. मला माहित आहे आर्यनला कथा खूप छान लिहिता येते आणि तो त्याचं दिग्दर्शनही खूप मस्त करतो. त्यामुळे आता आपण आर्यन जसं सांगेल तसं करायचं. कोणाला काही सांगायचं असेल तर सांगा."

मायरा म्हणते, "हो. आर्यन जे ठरवेल तेच करायचं. मला पण आर्यनवर पूर्ण विश्वास आहे."

मग सर्वजण तयार झाल्यावर आर्यन म्हणतो, "ठीक आहे, मी कथा लिहितो. पण त्या आधी आपण विषय ठरवूया. प्रत्येकाने दोन मिनिटांमधे विचार करून एक वस्तु सांगायची. मग त्या वस्तूच्या जाहिरातीसाठी मी कथा लिहायला सुरुवात करतो."

दरम्यान दोन मिनिट झाल्यानंतर प्रत्येक जण सुचलेला विषय सांगायला सुरु करतात.

मायरा : जादुई झोपाळा, म्हणजे त्यावर कोणी बसले आणि कितीही उंच झोका घेतला तरी पण कुणी त्याच्यावरून कधीच पडणार नाही, मला तर हा विषय खूप आवडत आहे .

अलेक्स आणि आर्यन दोघंही एकमेकांकडे अचंबित होऊन पाहतात.

अलेक्स : माझा विषय असा आहे की चमत्कारी कोड बिल्डर ,म्हणजे आपल्याला जसा प्रोग्राम हवा आहे ज्या भाषेतला हवा आहे ते फक्त त्याला सांगीतलं की त्याने त्या प्रकारे आपल्याला प्रोग्राम बनवून दिला पाहिजे.

नील : (आपले मत मांडत) हा मस्त विषय आहे पण आता मी माझा विषय सांगतो. जादुई खुर्ची,या खुर्चीवर आपण बसून ज्या ठिकाणाचा विचार करू, त्या ठिकाणी आपल्याला एका क्षणात घेऊन जाईल म्हणजे आपल्या प्रवासाचा वेळ आणि खर्च दोन्ही वाचतील.

मग मेघना म्हणते, " मला तर मायावी ड्रेस असं सुचला आहे म्हणजे ड्रेस ला एक स्थिर रंग नसणार आपल्या मनात जो येईल त्या रंगामध्ये तो स्वतःला परावर्तित करेल. म्हणजे वेगवेगळ्या रंगाचे ड्रेस घ्यायचे पैसे पण वाचतील."

"ही खूप सुंदर कल्पना आहे. मला पण ही कल्पना खूप आवडली", मायरा म्हणते.

आर्यन : 'हरी रक्षक' माझ्या मताप्रमाणे आपल्याला प्रदूषण कमी करण्याची आवश्यकता आहे. म्हणजे आता आपण पाहतो की आपल्या देशामधे वेगवेगळ्या कारखान्यांमुळे तसेच गाड्यांमुळे वायू प्रदूषण होत असतं म्हणून एक असं उपकरण की जे कारखान्यांमधे वापरता येईल आणि गाड्यांमधे पण वापरता येईल, हे उपकरण त्या प्रदूषित हवेला आत घेऊन त्याचं रूपांतर ऑक्सिजन मधे करून बाहेर सोडेल तसेच हेच उपकरण नदी, गटारे या ठिकाणी ठेवून तिथलं प्रदूषित पाणी घेऊन त्याच स्वच्छ पाणी करून देईल .म्हणजे आपल्या देशातून वायू आणि जल प्रदूषण पूर्णपणे कमी होईल, त्यामुळे रोगराई सुद्धा कमी होईल.

सर्वजण आर्यन कडे प्रशंसनीय नजरेने पाहत असतात.

मायरा : (कौतुक करत) आर्यन तुला एवढं भारी कसं सुचतं रे? मला तर ही कल्पना खूप आवडली आहे.

मेघना : हो मला पण हे उपकरण मस्त वाटत आहे.

तेवढ्यात अलेक्स आर्यनच्या बाजूला येऊन सांगतो, "अरे तू मेघनाने सुचवलेली वस्तु निश्चित कर म्हणजे ती तुझ्याकडे आकर्षित होईल".

त्यावर आर्यन बोलतो, "वाटल्यास मी एक वेळ स्तुती करतो, पण ती कल्पना एवढी पण खास नाही आहे रे ."

अलेक्स : (सुस्कारा सोडत) तुझं काय होणार नाही भावा.

आर्यन : (काव्याकडे वळून) काय ग, तुला काही सुचलं आहे का?

काव्या : तसं मला काही सुचलं नाही आहे.

आर्यन : ठीक आहे. तू अजून एक मिनिट घे. पण एक तरी कल्पना सांग.

नील : आर्यन! तुझीच कल्पना निश्चित करू. तू पटकथा लिहायला चालू कर.

अलेक्स : हो, चल. आता आपल्याकडे फक्त अकरा मिनिटे राहिले आहेत. कथा लिहून त्याचा सराव पण करायचा आहे.

आर्यन : हो. पण अजून काव्याने वस्तु नाही सांगितली आहे. ती फक्त एखादी कल्पना सांगू दे मग आपण ठरवू.

अलेक्स : (आर्यनच्या कानात कुजबुजतो) तुला नेमकं मेघनाला पटवायचं आहे की काव्याला?

आर्यन : अरे.. प्रत्येकाला संधी मिळाली पाहिजे. काव्या, तू सांग बरं तुला काही सुचल आहे का?

"व्हॅक्सिन" काव्या पुटपुटते.

"काय बोललीस? ऐकू नाही आलं" आर्यन विचारतो.

काव्या : व्हॅक्सिन, झोंबी व्हायरसवरील व्हॅक्सिन.

हे ऐकल्यावर सर्वजण थोड्यावेळासाठी शांत होतात. एकमेकांकडे बघायला सुरुवात करतात.

काव्या : आपण तुझीच कल्पना निश्चित करू.

आर्यन : (अवाक् होऊन) काव्या! तू सांगितलेली कल्पना फक्त कल्पना नाहीये तर दोन-तीन वर्षांपूर्वी जर हे आलं असतं तर किती तरी जीव वाचले असते. यापेक्षा भारी कल्पना कुठलीच असू शकत नाही.

अलेक्स : हो खूपच सुंदर कल्पना आहे. आपण यावरच लघुपट सादर करूया.

आर्यन कथा लिहितो आणि मग ते प्रत्येकजण आपापले संवाद लक्षात ठेवतात.

आर्यन : काव्या, ही कल्पना तुझी होती त्यामुळे त्याची जाहिरात करण्यासाठी पण तूच येणार.

प्रोफेसर : चला तर मग, तुमचा वेळ संपला आहे. आता प्रत्येक ग्रुपला स्टेजवर येऊन लघुपट सादर करायचा आहे.

सर्वांचे सादरीकरण झाल्यानंतर आर्यनचा ग्रुप शेवटला राहतो.

प्रोफेसर : चला आता तुम्ही या.

लघुपट :

आर्यन सूचना करतो , "आम्ही सादर करत आहोत लघुपट ज्याच नाव आहे **एक आशा**"

दृश्य 1 :

आर्यन : मेघना, अगं माझा डबा दे लवकर मला ऑफिसला जायला उशीर होतोय.

मेघना : हो मी आलेच, आम्हाला पण काम असतात. हा घ्या तुमचा डबा.

आर्यन : काय मग आज स्पेशल काय बनवल आहे?

मेघना : दुपारी डबा उघडला की तुम्हाला कळेलच.

आर्यन : आमच्यासाठी तर तुमचं ते स्मित हास्यच पुरेस आहे. या डब्याची काय गरज?

मेघना : द्या मग तो डबा इकडे, परत ठेवते किचनमधे.

"चल निघतो मी आता" असं म्हणून आर्यन दरवाजा उघडतो तेवढ्यात समोरील घराच्या दरवाज्यासमोर एक माणूस उभा असतो तो भिंतीवर आपले डोके आपटून घेत असतो. आर्यन त्याला हाक मारण्याचा प्रयत्न करतो पण प्रत्युत्तर मिळत नाही म्हणून तो त्या माणसाला जाऊन हात लावतो तेवढ्यातच तो माणूस त्याच्या हाताचा चावा घेतो(हा माणूस अलेक्स असतो).मग आर्यन पळत पळत घरात येतो आणि दरवाजा लावून घेतो.

मेघना : (रडवेल्या स्वरात) अहो काय झालं? कुणी चावलं? रक्त येत आहे. तुमचे डोळे असे काळे का होत आहेत आणि तुमचा हात! तुमच्या हाताचे बोट वाकडे झाले आहेत. काय होत आहे तुम्हाला? डॉक्टरला बोलावते थांबा.

तेवढ्यात आर्यन मेघनावर हल्ला करतो. मेघना त्याच्या पासून वाचण्यासाठी खुर्ची खाली जाऊन लपते तिथे पण आर्यन तिला हाताने बाहेर काढण्याचा प्रयत्न करत असतो. त्याचा हात तिच्यापर्यंत पोहोचत नसतो.

दृश्य 2 :

मायरा आपल्या आईस क्रीम शॉप मधे उभी असते तेवढ्यात नील धावत येतो आणि म्हणतो ताई पळ लवकर ,ती विचित्र माणसं धावत इकडे येत आहेत आणि कोणालाही चावत आहेत. हे बघ मला पण चावला तो माणूस. अचानक नीलदेखील झोंबीप्रमाणे वागायला लागतो आणि मायरा ला चावतो त्यामुळे मायरादेखील झोंबी बनते.

दृश्य 1 :

दरवाजामधून काव्या प्रवेश करते. आर्यन तिच्यावर हल्ला करायला जातो पण तेवढ्याच ती त्याला इंजेक्शन देते. आर्यन जमिनीवर पडतो आणि हळूहळू तो बरा होतो. मग ती बाहेर जाऊन अलेक्सला पण व्हॅक्सिन देते. तो सुद्धा बरा होतो.

दृश्य 2 :

काव्या नील आणि मायराला पण व्हॅक्सिन देते त्यामुळे ते दोघे सुद्धा बरे होतात.

शेवटचे दृश्य:

मग सर्वजण एकत्र येऊन काव्याचे आभार मानतात.

अलेक्स : माझे सर्व डॉक्टर्स आणि आर्मी जवानांना विनंती आहे की लवकरात लवकर हे व्हॅक्सिन सर्व संक्रमित लोकांना द्यावे त्यामुळे सर्वांचे प्राण वाचतील, म्हणूनच आम्ही सादर करत आहोत एक आशा.

सर्वजण टाळ्या वाजवायला सुरुवात करतात.

प्रोफेसर : वा अप्रतिम ! मी विचार पण केला नव्हता की असा कोणता विषय आपल्या इथे येईल. पण खरंच, जर व्हॅक्सिन तीन वर्षांपूर्वी सापडलं असतं तर आज बऱ्याच जणांच्या घरात त्यांचे सर्व नातेवाईक असते. अजून पण व्हॅक्सिन सापडलं नाही आहे पण आता तसं संक्रमण नाही आहे त्यामुळे तशी गरज नाही. परंतु भविष्यात पुन्हा अशी स्थिती उभी राहायला नको म्हणून व्हॅक्सिन लवकरात लवकर बनले पाहिजे.

एवढीच शास्त्रज्ञांकडे आपण विनंती करू शकतो. तर मग आजचा विजेता ग्रुप आहे '**एक आशा**'.

सर्वजण पुन्हा आपापल्या केबिनकडे जातात. जाताना प्रत्येक जण आर्यनच्या ग्रुपचे अभिनंदन करत असतो.

आर्यन : काव्या, तू खूप सुंदर विषय सुचवला त्याबद्दल धन्यवाद.

काव्या आर्यनकडे स्मितहास्य करून निघून जाते, जणू काही ती आर्यनला काही संकेतच देत असावी.

अलेक्स, आर्यन आणि नील कँटीनला जातात. नाश्ता घेऊन टेबलवर गप्पा मारत असतात.

अलेक्स : काय रे आर्यन, मजा आली ना आज?

आर्यन : तुझ्यामुळे मी ते जादाचे संवाद टाकले. माझी तर मेघनासमोर बोलताना बोबडीच वळली होती.

अलेक्स : (हसत हसत) मी मुद्दामच तुला आणि मेघनाला नवरा-बायको बनवलं. आता तुझी सेटिंग जवळपास लागली.

नील : तुमचा हा सीन होईपर्यंत मी पाठून बघत होतो. तू किती घाबरत होतास ते.

आर्यन : तुला माहिती आहे ती मुलगी माझ्या समोर आल्यावर ना माझ्या तोंडून शब्द फुटत नाहीत. तू तर तिला माझी बायको बनवलं तर मग असंच होणार ना.

अलेक्स : पण एक सांगू आर्यन, तू आणि काव्या एकमेकांसोबत खूप छान दिसता.

आर्यन : ती जास्त बोलत नाही रे. ती नेहमी तिच्या दोन मैत्रिणीं सोबत असते. कधी कोणाशी बोलत नाही, कोणाची मदत करायला येत नाही. मुळात तिच्यासाठी माझ्या मनात भावनाच नाहीत तर मग उगाच बळजबरीने त्या कशाला उत्पन्न करायच्या?

अलेक्स : हा भावा, तू रागवू नकोस. आता मेघना प्रभावित झाली आहे.

आर्यन : (आनंदित होऊन) आज मी खूपच खुष आहे.

नील : चल तर मग आजचा नाश्ता आर्यनकडून.

आर्यन : हो, जरूर.

ते तिघेही हसून गप्पा मारत कँटीनमधून बाहेर पडतात.

नाश्ता आटोपून तिघेही केबिनमधे येतात आणि आपलं काम करायला सुरुवात करतात. तेव्हा मायरा आर्यनला हाक मारते.

मायरा : आर्यन, आजच्या लघुपटात मला तुझी बायको बनायचं होतं.

आर्यन : असं का बरं?

मायरा : (थोडा गडबडून) कारण त्या पात्राला जास्त संवाद होते ना. आमचं काम खूप कमी होतं.

आर्यन : मग सांगायचं ना, आपण तसं केलं असतं.

मायरा : (खुश होऊन) म्हणजे तुला चाललं असतं?

आर्यन : अगं, नाटकच तर आहे ते. त्यात एवढा काय विचार करायचा? चल, आता मी माझी असाइनमेंट पूर्ण करतो.

रात्री जेवण वगैरे आटोपून आर्यन आणि बाकीचे सर्व हॉल मधे गप्पा मारत बसलेले असतात.

आदित्य : तुम्ही त्या हवेली मधे गेला होतात तेव्हा नेमकं काय झालं होतं.

नील : अलेक्स अचानक गायब झाला त्यामुळे आम्ही जाम घाबरलो होतो. आर्यन तू फोटो काढला होता ना? दाखव बघू या.

आर्यन : थांब बघतो.

आदित्य : अलेक्स तुला काळोखाची भीती का वाटते ते तू सांगितलं नाहीस.

आर्यन आदित्यकडे रागवलेल्या नजरेने पाहतो.

अलेक्स : ते मी नंतर कधीतरी सांगेन, आता नको. तसंच मला काळोखाची भीती वाटत नाही, तर कधी कधी जर काळोखात गेल्यावर मला काही गोष्टी आठवल्या तरच तसं होतं आणि त्यासाठी मी डॉक्टरकडून उपचार सुद्धा घेत आहे, गेले एक वर्ष तर मला हा त्रास झाला नव्हता.

आर्यन : अरे, चुकून माझ्याकडून व्हिडिओ बनला होता. हे बघा, यात काहीच दिसत नाहीये. फोन इकडे तिकडे हलत आहे त्यामुळे फक्त अंधारच दिसत आहे.

ध्रुव: (व्हिडिओ बारकाईने पाहतो, पाच-दहा मिनिटे तेच तेच पुन्हा पुन्हा पाहतो) हे पहा, इथे तुम्हाला काहीतरी वेगळे दिसत नाही का? या टेबलाखाली मला तर मनुष्याची प्रतिकृति दिसत आहे.

अलेक्स : (फोन घेतो) इकडे दे, मी बघतो. हो रे, मला पण हे एखादा छोटा मुलगा असल्यासारखा दिसत आहे. काहीतरी गडबड नक्कीच आहे. आपल्याला तिथे जाऊन बघायला हवं. माझ्या मनात जी शंका आहे ती जर खरी ठरली तर मग खूप मोठा प्रॉब्लेम होईल.

आर्यन : काय वाटतं तुला अलेक्स?

अलेक्स : मला वाटतं तो मुलगा झोम्बी आहे.

ध्रुव : हो, मला पण हेच वाटत आहे. कारण जर तो झोम्बी नसेल तर मग तो अशा अडचणीच्या ठिकाणी लपण्याचा प्रयत्न का करत असेल?

आर्यन : जरी तुमचं म्हणणं मान्य केलं तरीपण जर तो झोम्बी असेल तर त्याने आपल्यावर हल्ला का नाही केला?

आदित्य : अंधार होता ना, तुम्ही त्याला दिसला नसाल.

नील : भावा, तू झोम्बी व्हायरसपासून कसा वाचलास रे? काहीही बोलतोस, जरा शांत बस. मी पण आर्यनच्या मताशी सहमत आहे.

अलेक्स : जर आपण असे गृहीत धरले तरीही, एकदा खात्री करून घेणं चुकीचं नाही ना? कारण या व्हायरसने आधीच खूप मोठं नुकसान केलं आहे.

ध्रुव : हा बरोबर आहे. आपण सर्वच जाऊ आणि या शंकेचे निवारण करून येऊ.

नील : शनिवारी वगैरे जाऊ. सुट्टीही आहे, सकाळी लवकर जाऊन येऊ. आता खूप रात्र झाली आहे.

अलेक्स : नाही, आताच जाऊन येऊ. त्यात काय घाबरायचं?

आर्यन : तिथे जायला कुणीच घाबरत नाही रे. तुला पुन्हा काही झालं तर मग प्रॉब्लेम होईल. त्यापेक्षा शनिवारी सकाळी जाऊ.

अलेक्स : अरे तू काळजी नको रे करूस. त्यावेळी परिस्थिती थोडी वेगळी होती. आता तसं काही होणार नाही याची मी खात्री देतो.

आर्यन : ठीक आहे, चला तर मग जाऊया. पण आपल्या सुरक्षिततेसाठी काही साधनं घेऊन जाऊ.

अलेक्स : बॅट, हॉकी स्टिक, चाकू सर्वांनी घ्या आणि चला. तसेच नील, तू व्हिडिओ सतत चालू ठेव, म्हणजे आपण सर्व काही रेकॉर्ड करू.

पाचही जण हवेलीच्या बाहेर येऊन थांबतात. हवेलीच्या बाहेर भयानक शांतता आणि हवेमुळे सुकलेल्या पानांचा आवाज ऐकू येत असतो.

नील : पुन्हा एकदा विचार करा, नक्की आत जायचं ना?

अलेक्स : तुला आमच्यासोबत यायचं नसेल तर तू घरी जाऊ शकतोस.

आर्यन हळू हळू दरवाजा उघडतो. भयानक शांतता आणि सुकलेल्या पानांचा आवाज त्यांच्या कानावर पडतो. ते पाचही जण फ्लॅश लाईट चालू ठेवून आत प्रवेश करतात आणि इकडे तिकडे पाहू लागतात.

ध्रुव : नील.. तुझ्या बाजूला जो टेबल आहे, व्हिडियोमधे याच टेबलखाली कोणीतरी दिसत होतं. आता बघ खाली कोणी आहे का ते?

नील घाबरत घाबरत खाली पाहतो पण तीथे कोणीच नसत. "इथे तर कोणीच नाहीये. चला, आता आपल्याला खात्री पटली आहे, आपण परत जाऊया", नील म्हणतो.

आर्यन : जर तिथे खरोखर कोणी असतं तर तो एवढा वेळ तर तिथे नाही थांबणार. त्यामुळे आपल्याला पूर्ण हवेलीमधे शोध घ्यावा लागेल.

ध्रुव : बरोबर, आपण दोन गटात विभागून वेगवेगळ्या दिशांना जाऊ.

आर्यन : नाही, तसं नको. आपण सर्वांनी एकत्रच शोध घेऊया. वेळ लागला तरी चालेल.

[ते हळूहळू वरच्या मजल्यावर जाऊ लागतात आणि तिथे एका खोलीचा दरवाजा उघडतात. दरवाजा उघडताच खूप सारी वटवाघळे त्यांच्या अंगावर येतात. सर्वजण घाबरतात पण धीर देत हळूहळू पुढे जातात. वरच्या खोलीत त्यांना काहीच सापडत नाही आणि मग ते पुन्हा खाली उतरतात.

ध्रुव : इथे तर काहीच नाही आहे.

अलेक्स : हो, मला पण वाटतं ते घाईघाईत व्हिडिओ बनवला असल्यामुळे त्यात आपल्याला मनुष्य प्रतिकृती दिसली असावी. चला निघूया आपण.

आदित्य आपले पाय जोरात जमिनीवर आपटतो आणि म्हणतो, "भावांनो, हे बघा माझ्या पायाचा आवाज ऐका."

सर्वांचाच आदित्यकडे विचित्र नजरेने पाहतात. ध्रुव म्हणतो, "आदित्य, तुला कधी काय बोलायचं हे कळत नाही. तुला यावर प्रशिक्षण द्याव लागेल."

पण आदित्य हटत नाही. "नाही रे, आपल्या पावलांचा आवाज जरा लक्षपूर्वक ऐका, आवाज पोकळ येत आहे. याचा अर्थ याच्या खालीही एक मजला आहे. जसे पूर्वी जमिनीखाली सुद्धा काही खोल्या असायच्या."

अलेक्स आदित्यचे म्हणण ऐकून आश्चर्यचकित होतो व म्हणतो, "आदित्य एकदम बरोबर बोलतोय! पहिल्यांदा डोक्याचा वापर केला आहेस तू. आपल्याला आता जमिनीखालील रूमचा शोध घ्यायचा आहे. त्याचा दरवाजा कुठे आहे ते शोधूया."

नील आठवण करून देतो, "मी मघाशी जेव्हा टेबल खाली पाहिलं ना तेव्हा तिथली फळी मला तुटलेली दिसली."

सर्वजण टेबल जवळ येतात. टेबल बाजुला सरकवून ती फळी वर उचलतात. खरंच, त्याच्या खाली एक दरवाजा दिसतो आणि खाली उतरण्यासाठी पायऱ्या आहेत. पण खाली मात्र दाट अंधार असतो.

धैर्याने, अलेक्स आणि आर्यन पुढे सरसावतात. बाकीचे त्यांच्या मागे जातात. ते फ्लॅश लाईट चालू करतात पण अंधार असल्यामुळे नीट दिसत नाही. हळूहळू ते पुढे सरकतात.

तेव्हा अचानक! दोन व्यक्ती त्यांच्यावर धावून येतात आणि अलेक्सला पकडतात. त्याच्या दुसऱ्या बाजूने आणखी एकजण येऊन नीलला पकडतो.

आर्यन आणि ध्रुव घाबरून बॅटने त्या दोघांवर हल्ला करतात. आदित्य चाकू घेऊन त्यांच्यावर हल्ला करण्यास जात असतो. पण ते दोघे माफी मागतात आणि गयावया करू लागतात.

अलेक्स : कोण आहात तुम्ही? आमच्यावर हल्ला का केला? आणि तुम्ही इथे का लपून बसला आहात?

तेव्हा ते दोघे अलेक्स आणि त्याच्या मित्रांना पुढे एका खोलीत घेऊन जातात. दार उघडताच आत लाईट चालू करतात. त्यांना खोलीत

आणखी एक स्त्री दिसते.

आदित्य घाबरून ओरडतो, "अरे बापरे हे तर झोंबी आहेत! अलेक्स, तुझा संशय बरोबर होता!"

ध्रुव घाई घाईने म्हणतो, "आपण बघत काय बसलो आहोत? यांना मारून टाकू नाहीतर हे संक्रमण आणखी वाढवतील!"

आर्यन थोडा शांत होऊन विचारतो, "पण जर तुम्ही झोंबी आहात तर मग तुम्ही विचार कसा काय करू शकता? आणि तुमच्या हालचालीसुद्धा सामान्य माणसाप्रमाणेच आहेत."

त्यापैकी एक पुरुष पुढे येऊन म्हणतो, "मी सर्व सांगतो पण कृपा करून आम्हाला मारू नका. मी पीटर, ही माझी पत्नी हेला आणि हा आमचा मुलगा जॅक्सन. आम्ही झोंबी आहोत हे खरं आहे पण अजून या व्हायरसने आमच्या शरीरावर पूर्णपणे ताबा घेतलेला नाही आहे. त्यामुळे आम्ही विचार करू शकतो. हा व्हायरस आम्हाला हळूहळू संक्रमित करत आहे आणि पुढील काही महिन्यांमधे कदाचित पूर्णपणे संक्रमित करेल."

ध्रुव विचारतो, "कशामुळे अस झालं तुमच्या सोबत? कारण जवळपास तीन वर्ष रूग्ण सापडले नाहीत. मग तुम्हाला कोणी संक्रमित केलं?"

[काय चाललंय हे कुणालाही समजत नाही.]

3

म्युटेटेड व्हायरस

पीटरचा भूतकाळ :

नोवापॉइंट ,नोवेंबर २०४८ :

आम्ही तिघे - मी, माझी पत्नी आणि माझा लहान मुलगा - एका लहान, सुंदरशा घरात राहत होतो. आमचं घर नेहमीच हसणं आणि प्रेमाने भरलेलं असायचं. सकाळी लवकर उठून मी आणि माझी पत्नी नाश्ता बनवायचो, तर आमचा मुलगा उत्साहाने शाळेसाठी तयार व्हायचा.

माझी पत्नी, एक अद्भुत आई आणि पत्नी होती. ती नेहमीच घराची काळजी घेत असे आणि आमच्या दोघांसाठीही उत्तम जेवण बनवत असे. मी एका ऑफिसमधे काम करायचो आणि मी घरी आल्यावर माझा मुलगा मला दिवसभरात काय काय शिकला ते सांगायला उत्सुक असायचा.

आमच्याकडे एक मांजर होत. दिवसभर घरात इकडे तिकडे फिरून खेळायच. रात्री जेव्हा आम्ही झोपायला जायचो तेव्हा ते आमच्या पायांजवळ बसून झोपायचं. आम्ही दर रविवारी सकाळी जवळच्या उद्यानात फिरायला जायचो. तिथे माझा मुलगा इतर मुलां सोबत खेळायचा आणि आम्ही दोघे आराम करत बसून त्याला खेळताना बघायचो. संध्याकाळी आम्ही घरी परत येऊन चित्रपट पहायचो.

आम्ही एकत्र घालवलेले क्षण खूप आनंदी आणि अविस्मरणीय होते. आमचं कुटुंब म्हणजे आमच्यासाठी सर्वस्व होतं आणि आम्ही एकमेकांवर खूप प्रेम करायचो. आमच्या आनंदी जीवनात अचानक दुःखाने आक्रमण केले. आमचे लाडके मांजर, अचानक विचित्र वागायला लागला. त्याला सतत उलट्या होत होत्या आणि त्याने आम्हा तिघांनाही चावले. आम्ही खूप घाबरलो आणि ताबडतोब त्याला पशुवैद्यांकडे घेऊन गेलो. पण दोन दिवसांनंतर त्याचा मृत्यू झाला. आमचं मन दुःख आणि वेदनेने भरून गेलं. ते आमच्यासाठी फक्त पाळीव मांजर नसून आमच्या कुटुंबाचाच एक सदस्य होतं. त्याच्या मृत्युमुळे आम्हाला खूप मोठी हानी झाली. यानंतर आम्ही तिघांनीही डॉक्टरांच्या सल्ल्यानुसार इंजेक्शन घेतले होते.

डिसेंबर २०४८ :

जवळपास एक महिन्यांनंतर, आम्हा तिघांनाही ताप, मळमळ आणि डोकेदुखी सारखी लक्षणं जाणवू लागली. मला काळजी वाटू लागली. मी पुन्हा एकदा माझ्या मित्राकडे गेलो, जो डॉक्टर आहे. त्याने आम्हाला तपासले आणि सांगितले की हा व्हायरल किंवा हंगामी ताप असू शकतो. काही औषधं घेऊन तो बरा होईल. तरीही, जर आम्हाला बरं वाटत नसेल तर पुन्हा भेटायला यायला सांगीतले.

त्याने दिलेली औषधं घेऊन आम्हाला थोड्या वेळासाठी बरे वाटले, पण एका महिन्यांनंतर आम्हाला परत उलट्या होणे, डोळे लाल होणे आणि हळूहळू बोटांचा आकार बदलणे अशी लक्षणं दिसू लागली. चिंताग्रस्त होऊन, आम्ही पुन्हा मित्राकडे गेलो. तपासणी केल्यानंतर तो गोंधळात पडला.

"तुम्हाला कोणतेही गंभीर संक्रमण दिसत नाही" तो म्हणाला. "पण तुम्हाला उलट्या का होत आहेत हे मला समजत नाही. मला एक शंका आहे. तुमची परवानगी असल्यास मी तुम्हाला झोंबी डिटेक्टरने तपासू शकतो का?"

आम्ही गोंधळात होतो. "झोंबी डिटेक्टर?" मी विचारले. "तू हे काय बोलत आहेस?"

डॉक्टरने स्पष्टीकरण दिले, "हे एक नवीन तंत्रज्ञान आहे जो झोंबी व्हायरसच्या लक्षणांचा शोध घेण्यासाठी वापरला जातो. मला शंका आहे की तुम्हाला एखादा अज्ञात विषाणू झाला असेल."

माझी पत्नी घाबरून म्हणाली, "तुम्ही काय बोलताय? आम्हाला तर फक्त ताप आणि उलट्या होत आहेत. आम्हाला हा त्रास एक महिना होत आहे! झोंबी बनण्यासाठी तर एक दिवसच पुरेसा असतो, मग या टेस्टची काय आवश्यकता आहे?"

माझा मित्र शांतपणे समजावून सांगू लागला, "पीटर, तुम्ही दोघंही शांत राहा. मी तुम्हाला जे काही सांगणार आहे ते फक्त आणि फक्त आपल्या तिघांमधेच राहील. याचा उलट विचारही करू नका. वास्तविकता अशी आहे की सध्या आपल्या शहरांमधे अशा ५०० हून अधिक घटना घडल्या आहेत, ज्यामधे रुग्णांना ताप, उलट्या आणि झोंबीमधे दिसून येणारे इतर काही लक्षणे 1-2 महिने दिसून आली. जेव्हा त्यांची झोंबी डिटेक्टरद्वारे चाचणी करण्यात आली तेव्हा ती सकारात्मक आली. म्हणूनच सरकारने या रुग्णांना ताब्यात घेऊन निरीक्षणाखाली ठेवले आहे. आणि ही गोष्ट बाहेर पडू नये म्हणून त्यांनी सर्वांना सक्त ताकीद दिली आहे. तसेच जर असे रुग्ण सापडले तर ताबडतोब त्यांच्याशी संपर्क साधण्याचे आदेश दिले आहेत.

तुम्हाला माहिती आहेच की तुम्ही झोंबी डिटेक्टर चाचणी घेतल्यास तुमचा डेटा सरकारी डेटाबेसमधे जमा होईल आणि त्यांना कळेल की तुम्ही देखील या व्हायरसने संक्रमित झाला आहात. माझ्या खास मित्राच्या रुग्णालयात झोंबी डिटेक्टर आहे. तुम्हाला तिथे जाऊन सर्व नमुने द्यावे लागतील. मी त्याला सांगेन की तुमचा अहवाल आधी मला पाठवा, परंतु तो लवकरच सरकारकडेही पाठवला जाईल. समजा जर तुमची चाचणी नकारात्मक आली तर काहीच अडचण नाही. पण ती सकारात्मक आली तर आपल्याला काय करायचं यावर विचार करावा लागेल."

मग आम्ही त्याने सांगितल्यानुसार त्याच्या मित्राच्या रुग्णालयात गेलो आणि तिघांचेही नमुने दिले. तासभरानंतर, त्याने फोन करून मला ताबडतोब रुग्णालयात बोलावले. चिंताग्रस्त होत, आम्ही तिघेही

रुग्णालयात धावलो. त्याने निराश चेहऱ्याने सांगीतले, "तुमचे रिपोर्ट आले आहेत आणि मला माफ करा, पण तुम्ही तिघेही पॉजिटिव आहात." पीटर घाबरून म्हणाला, "पण आम्हाला तर कोणत्याही झोंबीने चावले नव्हते!" डॉक्टर शांतपणे समजावून सांगू लागला, "तुम्हाला हल्ली कोणत्याही प्राण्याने चावले होते का?" हेला म्हणाली, "हो! आमच्या मांजराने आम्हा तिघांनाही चावले होते आणि तो थोडा विचित्र वागत होता." त्याने निराशा व्यक्त करत म्हटले, "म्हणजे तुम्हाला संक्रमण त्या मांजराच्या चावण्यातून झालं आहे. कदाचित तो झोंबी व्हायरस बाधित असावा."

पीटर रडत म्हणाला, "म्हणजे आता आम्ही तिघेही झोंबी बनून मरणार? यावर काही उपाय नाही का? अजूनही सरकारला व्हॅक्सिन शोधण्यासाठी एवढा वेळ का लागत आहे?"

मित्र दुःखी स्वरात म्हणाला, "यावर अजून कोणताही उपाय नाही. आता तुम्हाला सरकारकडे पाठवून तिथे तुम्हाला निरीक्षणाखाली ठेवले जाईल." पीटर हताशपणे म्हणाला, "तू माझा खास मित्र आहेस ना? यातून मला बाहेर काढ. निदान उरलेले दिवस तरी आम्ही एकत्र राहू." त्याने विचार केला आणि म्हटले, "ठीक आहे, मी तुम्हाला मदत करू शकतो. आताच्या आता तू तुझ्या कुटुंबाला घेऊन सेक्टर२० ला जा. तिथे माझ्या काकाची एक जुनी हवेली आहे जिथे कोणीच येत जात नाही. त्या हवेलीत एक जमिनीखाली एक रूम आहे तिथे तुम्ही लपून राहू शकता. हा व्हायरस तुम्हाला कधी पूर्णपणे संक्रमित करेल हे मला माहित नाही, पण अंदाजे सात-आठ महिने तरी लागतील. हे तुमच्या शरीराच्या रोगप्रतिकर क्षमतेवर अवलंबून आहे. तुमचा फोन आणि इतर सर्व काही घरीच ठेवा आणि लगेचच निघून जा."

आजचा दिवस २०४९ :

पीटर : म्हणूनच आम्ही इथे आलो आणि गेले तीन महिने इथेच राहत आहोत.

ध्रुव : पण या व्हायरसच एवढं म्युटेशन कसं झालं? कारण कारण माझ्या माहितीप्रमाणे झोंबींना पूर्णपणे संक्रमित होण्यासाठी जास्तीत जास्त एक दिवस लागतो आणि तेही व्यक्तीच्या रोगप्रतिकारक

क्षमतेवर अवलंबून असतं.

पीटर : आम्हालाही काही समजत नाही आहे .

आर्यन : (काळजीपूर्वक) आपण डॉक्टरांना सांगायला हवं का? ते तुमच्या वर उपचार करण्याचा प्रयत्न करतील. असे किती दिवस लपून राहणार आणि हा त्रास सहन करणार?

हेला : ही बघा.. कृपया तुम्ही असं काहीही करू नका. जर तुम्ही कोणालाही सांगीतलं, तर ते आम्हाला ताबडतोब इथून घेऊन जातील. सध्या तरी आम्ही एकत्र राहत आहोत. तुम्हाला वाटत असेल तर, व्हायरसने आम्हाला पूर्णपणे संक्रमित केल्यानंतर तुम्ही आम्हाला मारून टाकू शकता, पण कृपया आता कोणालाही सांगू नका.

पीटर : हेला बरोबर बोलत आहे. आम्हाला काय घडत आहे हे डॉक्टरांना समजणार नाही आणि ते आम्हाला सरकारच्या ताब्यात देतील. तिथे आमच काय होईल हे पण माहित नाही.

आर्यन : (केविलवाण्या स्वरात) पण हे जगणं म्हणजे काय? दररोज मृत्यूची वाट पाहणं? आणि तुम्ही तिघेही ... तुम्ही हळूहळू बदलत आहात.

हेला : आम्हाला माहित आहे. पण आम्ही काय करू शकतो? आम्ही जगण्याचा प्रयत्न करत आहोत.

ध्रुव : पण तुम्ही असे किती दिवस सहन करणार ?

पीटर : मला माहित नाही. पण आम्ही हार नक्कीच मानणार नाही. आम्हाला व्हायरसचा सामना करण्याचा मार्ग शोधायचा आहे. कदाचित, एक दिवस आम्ही स्वतःला आणि इतर बाधितांना देखील वाचवू शकू.

आर्यन : पण तुमच्या मित्राने तुम्हाला काहीतरी उपाय सांगीतला असेलच ना?

पीटर : हो, त्याने सांगीतलं होतं की अजून पर्यंत या व्हायरसचा कोणताही उपाय सापडलेला नाही. पण डॉक्टर हिमांशु यांनी एक व्हॅक्सिन बनवलं होतं ज्यामुळे पूर्णपणे संक्रमित झालेला रुग्ण २०% बरा झाला होता.

नील : हो, आम्हीही ते बातम्यांमधे ऐकलं होतं. पण नंतर त्यांनी सांगीतलं की त्यांचा प्रयोग अयशस्वी झाला म्हणून त्यांना त्यांच्या

रिसर्च सेंटरमधून काढून टाकण्यात आले. त्यांची आता कुठेच खबर नाही.

पीटरः आम्ही आता परिस्थिती स्वीकारली आहे. तुम्ही फक्त आमच्याबद्दल कोणालाही सांगू नका, हीच आमची विनंती आहे.

अलेक्सः तुम्ही काळजी करू नका, आम्ही तुमच्याबद्दल कुणालाही सांगणार नाही.

आदित्य : मला एक प्रश्न पडला आहे की तुम्ही तीन महीने जेवलातच नाही का?

नीलः (हळूच बोलतो) याला कस बोलायचं ही आधी शिकवाव लागेल.

पीटर : (शांतपणे) तस नाही. ज्या मित्राबद्दल मी तुम्हाला सांगीतले होते ना त्याने आम्हाला सहा महिन्याचं सामान आधीच आणून दिलं आहे. त्यामुळे आम्ही स्वतःच जेवण बनवतो आणि खातो.

अलेक्स : (हताश होऊन) तुम्ही खरंच खूप कठीण परिस्थितीत आहात. आम्ही काहीच मदत करू शकत नाही हे पाहून आम्हाला खूप वाईट वाटतं आहे. काही वर्षांपूर्वी आपण सर्व अशाच परिस्थितीतून गेलो होतो. आम्ही प्रत्येक महिन्याला तुमच्याकडे येत राहू. तुम्हाला काहीही हवं असल्यास निश्चिंतपणे आम्हाला सांगा.

पीटर : धन्यवाद.

(सर्वजण हवेलीबाहेर येतात)

आर्यन : (गंभीर आवाजात) सर्वांनी एक काळजीपूर्वक लक्षात ठेवा आता आपण इथे जे काही पाहीलं ते कोणालाही सांगायचं नाही.

ध्रुव : मला एक गोष्ट समजत नाही. हा व्हायरस इतक्या मोठ्या प्रमाणात म्युटेट कसा झाला? आतापर्यंत जेवढे व्हरीयन्टस् आपण पाहीले होते ते पूर्णपणे संक्रमित होण्यासाठी जास्तीत जास्त एक दिवस घेत होते. याचा अर्थ अजूनही असे अनेक लोक असतील ज्यांना या नवीन व्हरीयन्टने संक्रमित केले असेल.

नील : त्यांनी सांगितल्याप्रमाणे, हा व्हरीयन्ट प्राण्यांमधूनही पसरत आहे. हे थोडं स्लो पॉयझन सारखं दिसत आहे, त्यामुळे त्याचा प्रभाव आठ ते नऊ महिन्यांनंतरच दिसून येईल. जर हे असेच चालू राहिले तर

पुन्हा एकदा झोंबी व्हायरसचा प्रादुर्भाव मोठ्या प्रमाणात होऊ शकतो. आपण या लोकांबद्दल पोलीसांना सांगीतलं पाहिजे म्हणजे त्यांना निरीक्षणासाठी घेऊन जातील.

आर्यन : अस आपण काहीही करणार नाही आहोत. त्यांना पाहून तूच सांग, की ते तिघेही किती आनंदाने राहत आहेत. उगाच त्यांना तिथे पाठवून काय होणार? कदाचित त्यांना तिथे मारूनही टाकले जाईल.

अलेक्स : कोणीही कोणालाही काहीच सांगू नये. आपण इथे आलोच नव्हतो. त्यांना शेवटचे काही दिवस तरी एकत्र सुखाने घालवायला द्या.

आदित्य : मला एक नाही कळत आहे की हा व्हरीयन्ट प्राण्यांमधून पसरत असेल, तर मग आपण जेव्हा त्यांच्याजवळ उभे होतो तेव्हा मला एक मच्छर चावली होती. मच्छर कशी होती ते मी बघितलं नाही पण त्या मच्छरने जर त्यांना चावलेल असेल आणि मला येऊन चावली असेल तर...

अलेक्स : तुला असे विचित्र प्रश्न येतात कुठून रे? तुझ्या मधे कुठल्या वेगळ्या प्रकारचा झोंबी व्हरीयन्ट तर नाहीये ना?

नील : त्याने विचारला प्रश्न बरोबर आहे पण.

अलेक्स : तुम्ही कधी बातम्या वगैरे बघत नाही का? मच्छर मधून जर तो व्हायरस पसरत असता तर मग आतापर्यंत सगळेजणच झोंबी झाले असते. मच्छर झोंबी जवळ नाही जात.

आदित्य : त्यांना थोडी समजतं की तो झोंबी आहे की नाही.

ध्रुव : माणूस आपल्या त्वचेद्वारे काही रसायने सोडतो. हे रसायने तुमच्या डीएनएवर अवलंबून असतात, ज्यामुळे तुमचा रक्तगट ठरतो. उदाहरणार्थ, लॅक्टिक ॲसिड - हे रसायन मच्छरांना अधिक आकर्षित करते. झोंबीच्या त्वचेमधून हे रसायन सोडले जात नाही.

आदित्य : मग त्यांना डोळे का दिले आहेत? त्यांच्या डोळ्यांना दिसत नाही की समोर कोण आहे ते?

अलेक्स : अरे, तू बायोलॉजीचा विषय पुन्हा शिकून ये म्हणजे तुला सर्व कळेल.

आर्यन : सोड रे त्याला अलेक्स. त्याला काय समजणार? त्याचे प्रश्न नेहमीच असेच विचित्र असतात. (सर्वजन हसतात.)

दुसऱ्या दिवशी :

ऑफिसमधे सर्वजण आपापले काम करत असतात, तेव्हा अलेक्स आर्यनला म्हणतो, "चल, जरा कॉफी पिऊन येऊ". मग दोघेही कॉफी प्यायला जातात तिथे अलेक्स हळू आवाजात म्हणतो, "आपण पीटर साठी काहीच नाही करू शकत का? आपल्याला माहित आहे की ते आता मरणार आहेत तरीही?"

आर्यन : मला पण वाटतं की आपण काही तरी करायला हव पण आपल्या हातात काय आहे? अजून पर्यंत व्हॅक्सिन पण सापडलं नाही. त्यामुळे यांचा एकच नियम आहे की झोंबी सापडला तर त्याला मारायचं. मला खरी भीती तर या गोष्टीची वाटते की पीटर सारखे अजून खूप जण असतील जे की लपून बसले असतील आणि जेव्हा ते झोंबी बनतील तेव्हा संक्रमण पुन्हा वाढण्याची शक्यता आहे.

अलेक्स : डॉक्टर हिमांशूला शोधायचं का आपण? बातम्यांप्रमाणे ते आपल्या शहरात दिसले होते असं ऐकलं होत. त्यांच्याकडे काहीतरी इलाज नक्कीच असेल.

आर्यन : कुठे शोधणार त्यांना? हे बघ जाऊ दे आता सर्व व्यवस्थित चालू आहे ना. आपण उगाच जास्त विचार करून फायदा नाही.

अलेक्स : (मिश्किल पणे हसत) मग तू कोणाचा जास्त विचार करत आहेस? मेघना की काव्या?

आर्यन : तू उगाच काव्या च नाव मधे का आणतोस? आपल्याला फक्त मेघना आवडते!

अलेक्सः (हसत) तुला आवडते हे मान्य आहे पण तिकडे बघ जरा नील तिच्या सोबत जास्त चिपकत आहे अस वाटत नाही का तुला. नील वर तर माझा विश्वास नाही, तो कधी मेघनाला कधी पटवेल ते तुला कळणार पण नाही.

आर्यन : अरे नील वर मला विश्वास आहे तो असं काही करणार नाही. आता मला सांग एका टीम मधे असल्यावर बोलणं तर होणारच ना. आता मी मायरासोबत बोलत असतो त्यावरून कोणी असं बोललं का की आमच्या दोघांमधे काहीतरी आहे.

तेवढ्यात काव्या आणि तिच्या दोन मैत्रिणी बाहेर येतात दिसतात. कॉफी घेऊन त्या बाजूच्या टेबलवर बसतात. काव्या आर्यन कडे बघून एक स्मित हास्य देते मग आर्यन सुद्धा हलकेच हसतो.

अलेक्स : (आर्यनकडे बघत) चल त्यांच्या सोबत जाऊन बसून थोड्या गप्पा मारू.

आर्यन : अरे त्या कोणा सोबत जास्त बोलत नाहीत. आपलं काम करतात आणि घरी जातात.

अलेक्स : म्हणून काय झाल. तू नको बोलू, मी बोलतो. तू फक्त माझ्यासोबत ये

[अस म्हणून त्यांच्या टेबलवर जातो मग त्याच्या मागोमाग आर्यन सुद्धा जाऊन बसतो.]

अलेक्स : काय काव्या त्या लघुपटानंतर डायरेक्ट आजच भेटलो. हा आर्यन तुझी खूप स्तुती करत होता की किती सुंदर विषय तू सुचवला.

अस बोलल्यावर काव्या आणि तिच्या दोन मैत्रिणी आर्यन कडे पाहू लागतात. आर्यन त्याच्या कॉफीचा कप खाली टेबलवर ठेवून अलेक्सला उद्देशून म्हणतो, "मी कधी स्तुती केली रे? काहीपण सांगतोस? अलेक्स म्हणतो, "मग तुला विषय नाही आवडला का?" काव्या आर्यन कडे पहायला लागते, आर्यन तिच्याकडे पाहून म्हणतो, "अगं तस नाही, मला विषय आवडला म्हणूनच आपण तो सादर केला ना, पण ते मी तुला तिथे बोललोच होतो, त्यानंतर मी स्तुती नाही केली(गोंधळल्यासारखा बोलत असतो),म्हणजे केली, पण जास्त प्रमाणात नाही केली."

काव्या : (हसत हसत) हो हो ठीक आहे! एवढं स्पष्टीकरण द्यायची काहीही गरज नाही, मला माहित आहे.

अलेक्स काव्याच्या मैत्रिणींकडे बघून म्हणतो, "तू मरीना आणि तुझं नाव लिली आहे ना?"

त्या दोघी जणी होकारार्थी मान डोलावतात. पुढे अलेक्स परत विचारतो, "राहता कुठे तुम्ही? म्हणजे इथे जवळपास कुठे राहता? त्या तिघीपण एकमेकांकडे बघायला लागतात. त्यांना थोडे अवघडल्यासारखं वाटत आहे हे बघून आर्यन म्हणतो, "चल अलेक्स आपण जाऊ खूप काम बाकी आहेत."

अलेक्स : मला अजून एक सांगायच आहे. काव्या तुला माहित आहे का आर्यन असं सांगत होता की तुझं हास्य खूप गोड आणि निखळ आहे.

[हे ऐकल्यावर तिच्या दोन्ही मैत्रिणी आश्चर्याने काव्याकडे पाहायला लागतात आणि आर्यन स्वतः अलेक्स कडे आश्चर्याने आणि रागवलेल्या नजरेने पाहत असतो. काव्या पण शांत आणि मंद हास्य करत आर्यन कडे पाहत असते.]

आर्यन : (गोंधळून) मी अस बोललोच नाही, तू उगाच काहीही स्वतःच्या मनाने सांगत आहेस का?

काव्या : ते तर आर्यन तू मला कधीच सांगीतलं होतंस, म्हणजे आपल्या दोघांमधे जे संभाषण झालं ते तू तुझ्या मित्रांना सांगतोस? आणि मला असं बोलला होतास की तुझी अशी क्वालिटी आहे की तू विश्वासू आहेस म्हणून.

आता मात्र अलेक्स आर्यनकडे आश्चर्य चकित नजरेने पाहत असतो आणि काव्या ला उद्देशून म्हणतो, "अगं तसं नाही आहे. त्याने मला काहीही सांगीतले नाही. मीच मस्करी करत होतो कारण तुम्ही तिघी खूप गंभीर असता ना... पण बरं झालं मला आता कळलं की आर्यन मुलींना कॉम्प्लिमेंट पण देतो." "मी चाललो माझं काम आहे" असं म्हणून आर्यन तिथून निघून जातो. अलेक्स त्याच्या मागे धावत येऊन त्याला पकडतो आणि म्हणतो, "काय रे छुपा रुस्तम निघालास तू तर, सुंदर हास्य असं कॉम्प्लिमेंट देतोस आणि आम्हाला म्हणतोस मेघना आवडते म्हणून."

आर्यन : अरे तुझा माझ्यावर विश्वास नाही का? ती माझ्या बाजूला बसली होती आणि तीच हास्य खूप गोड होतं. मला राहवलं नाही म्हणून मी तिला तसं बोललो, पण त्या बोलण्यामागे कोणती भावना नव्हती.

अलेक्स : हो रे समजलं मला, मी मस्करी करत होतो.

तेवढ्यात या दोघांना नील कोणासोबत तरी फोनवर बोलताना दिसतो आणि त्याच्या चेहऱ्यावर गंभीरतेचे भाव प्रकर्षाने दिसतात. अलेक्स म्हणतो, "हा कोणा बरोबर बोलत असेल बरं?" "सोड काहीतरी महत्त्वाचं काम असेल, नंतर विचारू आपण त्याला." असं म्हणून आर्यन अलेक्सला घेऊन केबिन मधे जातो. मग ते दोघे आपलं काम करत

असतात.

संध्याकाळी ऑफिस सुटल्यावर कार मधून घरी येत असतात. रस्त्यावरची गर्दी हळूहळू कमी होत होती. अलेक्स गाडी चालवत होता, त्याच्या बाजूला आर्यन बसला होता. कारच्या मागच्या सीटवर नील, आदित्य आणि ध्रुव होते. नील गेल्या काही तासांपासून अगदी शांत होता. त्याचा चेहरा त्याच्या मनात काय गडबड आहे हे सांगून जात होता. आर्यन आणि अलेक्स एकमेकांना नजरेतूनच संवाद साधत होते. हवेलीकडे जाताना नीलचा हा अस्वस्थपणा त्यांना काळजी करायला लावत होता.

घरी येऊन फ्रेश होतात तेवढ्यात अचानक, एक भयानक आवाज त्यांच्या कानांवर येतो. पोलीसांच्या गाड्यांचा सायरन! चौघेही एकदम खडबडून उठतात. ते सर्वजण बाहेर पडतात. डोळ्यासमोर दिसलेल्या दृश्याने त्यांचा श्वास रोखला जातो .सात-आठ पोलीसांच्या गाड्या आणि एक रुग्णवाहिका वेगाने हवेलीच्या दिशेने जात असते. त्यांच्या मनात अस्वस्थता दाटून जाते. काय झालं असावं? हवेलीच्या दिशेने धाव घेतात तेव्हा त्यांना दिसतं, हवेलीच्या आसपास पोलीसांनी कडेकोट बंदोबस्त केला आहे. कोणालाही आत जाण्याची परवानगी मिळत नाही.

थोड्याच वेळात काळ्या पोशाखातील पोलीसांचे एक पथक हवेलीच्या आत शिरते. क्षणार्धात हवेलीच्या आतून गोळ्यांचा आवाज येऊ लागतो. गोळ्यांचा आवाज ऐकून अलेक्सला चक्कर येते. आर्यन धावत जाऊन पाणी घेऊन येतो आणि ध्रुव त्याच्या चेहऱ्यावर पाणी मारतो तेव्हा शुद्धीवर येऊन अलेक्स घाबरलेल्या आवाजात विचारतो, “पीटर... त्यांना... त्यांना काय झालं?”

त्याच वेळी पोलीस हवेलीच्या बाहेर येतात. त्यांच्या मागे हात वर करून चालत येणारा पीटर आणि त्याचे कुटुंब दिसत. त्यांच्या चेहऱ्यावर भीती स्पष्ट दिसत होती.

पीटरची नजर या पाच जणांवर पडते आणि ते ओरडून म्हणतात, “मी तुमच्या वर विश्वास ठेवला होता! आम्ही तुम्हाला काही त्रासही दिला नाही, जे काही खरं होतं ते तुम्हाला सांगीतलं. तरीही तुम्ही आमच्याशी असं वागलात!” त्यांचा तो आक्रोश ऐकून आर्यन आणि

इतरांना खूप दु:ख होत. आर्यन म्हणतो, "आम्ही नाही सांगितलं!" त्याच वेळी, पीटरची पत्नी हेला रडत रडत म्हणते, "आम्ही एकत्र राहत होतो. शेवटचे काही दिवस आम्ही आनंदात घालवत होतो. तुम्ही असं केलं! लक्षात ठेवा, तुम्ही आमचा विश्वासघात केला आहे. तुम्ही आमच्या कुटुंबाला एकमेकांपासून वेगळं केलं आहे. तुमच्या सोबतही असेच होईल!" असे म्हणून ती रडायला लागते.

पोलिसांची गाडी पुढे जाते. गाडीतून बाहेर पडून एक पोलीस नीलच्या जवळ येतो आणि म्हणतो, "धन्यवाद! तुम्ही आम्हाला वेळेवर ही बातमी दिली त्याबद्दल. कारण हा रोग पसरू देण्यापेक्षा त्याला थांबवणे हाच उत्तम मार्ग आहे." हे ऐकल्यावर चौघेही नीलकडे आश्चर्य आणि रागाने पाहू लागतात. अलेक्स पुढे येऊन पोलिसांना विचारतो, "तुम्ही त्यांच्या सोबत काय करणार आहात? ते सुरक्षित राहतील ना? माझी एक विनंती आहे, कृपया त्यांना एकत्र राहू द्या." पोलीस उत्तर देतात, "त्यांना आता निरीक्षणाखाली ठेवण्यात येईल. तयार वॅक्सिनचे त्यांच्यावर प्रयोग केले जातील आणि जर प्रयोग यशस्वी झाले तर ते बरे होण्याची शक्यता आहे." असे बोलून ते निघून जातात.

आदित्य रागाने नील ला बोलतो, " तू असं का केलंस? आपलं ठरलं होत ना कुणाला सांगायचं नाही म्हणून." आर्यन नीलकडे रागाने बघून म्हणतो, "तुझ्या जागी दुसरं कोणी असता तर मी त्याच्या कानाखाली वाजवली असती. मला तुझं तोंडही दाखवू नको." असे म्हणून आर्यन निघून जातो. अलेक्स आणि बाकी दोघेही नीलकडे रागाने बघून, काहीही न बोलताच निघून जातात. पुढील दोन दिवस नील त्यांच्यासोबत बोलण्याचा प्रयत्न करत असतो, पण ते त्याचं ऐकायला तयार नसतात.

एक दिवशी रात्री जेवण झाल्यावर आर्यन, अलेक्स आणि आदित्य खाली बसलेले असतात. तेव्हा ध्रुव नीलला घेऊन येतो. नीलला पाहून तिखेही उठून जात असतात. ध्रुव म्हणतो, "अरे, त्याचं ऐकून तर घ्या. माहित आहे त्याने जे काही केलं ते चुकीचं आहे, पण त्याची बाजू मांडण्याची त्याला एक संधी तर द्या."

आर्यन : हे बघ, कारण काहीही असो. त्याने आमचा विश्वासघात केला आहे. त्याला जर पोलीसांना कळवायचंच होतं तर आम्हाला सांगून

कळवायचं होतं.

नील: मला माफ करा मित्रांनो. मी असं मुद्दामून नाही केलं. जेव्हा झोंबी व्हायरसने आपल्या देशात प्रवेश केला होता आणि संक्रमण मोठ्या प्रमाणात वाढत होते, तेव्हा आमच्या शेजारच्या मुलाला संक्रमण झालं होतं. पण तो मुलगा गयावया करू लागला की, 'माझ्याबद्दल कोणालाही सांगू नका, मी माझ्या घरातून बाहेर पडणार नाही. तुम्ही माझ्या बाबतीत जर पोलिसांना कळवलं तर ते मला मारून टाकतील.' त्याचं ते बोलणं ऐकून माणूस या नात्याने आम्ही पोलिसांना नाही कळवलं. संध्याकाळी माझे काका त्याला जेवण देण्यासाठी दरवाजावर गेले तर तो मुलगा पूर्णपणे झोंबी बनला होता आणि त्याने माझ्या काकांना चावले. आमच्या डोळ्यासमोर पोलिसांनी त्या मुलाला आणि माझ्या काकांना गोळी घालून मारले होते. आता पण तसाच प्रसंग उभा राहिला. ते जर पूर्णपणे झोंबी बनले तर चांगल्या माणसांना पण संक्रमित करतील. ते कधी ना कधी तर झोंबी बनणार आहेतच, मग त्याच्यामुळे बाकीच्यांना संकटात का टाकायचं? म्हणून मी पोलिसांना कळवलं. यात काही चुकलं असेल तर मला माफ करा.

आर्यन : ठीक आहे भावा, तू तुझ्या जागी बरोबर आहेस. पण आता परिस्थिती वेगळी होती.

अलेक्स : इथे आपण त्या खोलीला बाहेरून बंद करून आलो होतो. त्यामुळे जरी ते झोंबी बनले असते तरी आतच राहिले असते. पण तुलाही काही बोलू शकत नाही, कारण तुझ्या सोबत आधी जे घडलं आहे त्यानुसार तू वागलास. पण पीटर सोबत खूप वाईट झालं. या घटनेनंतर मी स्वतःला कधीच माफ नाही करू शकणार.

ध्रुव : पण अलेक्स, तुला चक्कर का आली होती?

अलेक्स पुढचं सांगणार तेवढ्यातच आदित्य हाक मारतो आणि म्हणतो, "अरे सर्वांनी इकडे या! बातम्यांमधे काय दाखवलं जात आहे ते बघा." सर्वजण बातम्या बघायला जातात. टीव्हीवर दाखवलं जातंय की, आताच पंतप्रधानांनी घेतलेल्या प्रेस कॉन्फरन्स नुसार आपल्याला अनेक महत्त्वाच्या गोष्टी कळल्या आहेत. तीन वर्षांपूर्वी ज्या व्हायरसने आपल्या जवळच्या लोकांचा जीव घेतला होता तोच व्हायरस आता

पुन्हा परत आला आहे. आतापर्यंत आपण सर्व आनंदाने जगत होतो सर्व काही झालेलं विसरून जगण्याचा प्रयत्न करत होतो. आता आम्ही पंतप्रधानांचे भाषण चालू करत आहोत.

पंतप्रधान : आज मी इथे काही महत्त्वाच्या मुद्द्यांवर बोलणार आहे. आज तुम्हाला काही गोष्टींपासून सावध करण्यासाठी हे आपत्कालिक प्रसारण केले आहे. आपण असं गृहीत धरलं होतं की झोंबी व्हायरस निघून गेला आहे. बरोबर ,तो तर निघून गेला होता पण आता त्याचा एक नवीन व्हेरिएंट समोर आला आहे ज्याचं नाव आहे 'झेड-बिटा'. आपण सर्व झोंबिज ना मारून टाकले होते परंतु हा व्हेरियंट प्राण्यांमधून मनुष्यामधे आला आहे. आतापर्यंत आम्ही ही गोष्ट लपवून ठेवली होती कारण आम्हाला याबद्दल खात्री नव्हती. परंतु आतापर्यंत मिळवलेल्या माहितीनुसार गेल्या एक वर्षापासून या व्हेरियंट जवळपास ७००० पेशंट सापडले आहेत. आम्ही त्यांना निरीक्षणाखाली ठेवल आहे. तुमच्या मनात खूप प्रश्न असतील की ही बातमी का लपवली गेली आणि नेमका हा व्हेरियंट आहे तरी कसा? आम्हाला या व्हेरिएंट बद्दल पुरेशी माहिती मिळाली नव्हती त्यामुळे संभ्रम होता की नेमका हा झोंबी व्हायरसचाच भाग आहे की इतर कोणता रोग आहे. आपल्याला आता डॉक्टरांकडून मिळालेल्या अहवालानुसार हे निश्चित झाल आहे की हा झोंबी व्हायरसचा एक व्हेरियंट आहे. आता पुढील माहिती आपल्याला डॉक्टर सांगतील.

डॉक्टर : धन्यवाद सर. हा व्हायरस खूप वेगळ्या प्रकारे म्युटेट झाला आहे. म्हणजे प्राण्यांमधून किंवा मनुष्यामधून पण हा व्हेरिएंट प्रसारित होऊ शकतो. यामधे त्या रुग्णाला लगेच संसर्ग होत नाही. जसं की आधीच्या व्हेरियंट्स मधे पूर्णपणे संक्रमित व्हायला जास्तीत जास्त एक दिवस लागायचा पण या व्हेरिएंट साठी काही निश्चित वेळ नाही. आतापर्यंत सापडलेल्या अहवालानुसार पूर्ण झोंबी होण्यासाठी जवळपास आठ महिने एवढा वेळ लागत आहे. यामधे रुग्णाला उलटी, ताप, डोकेदुखी अशी लक्षणे दिसून येतात. लक्षणे एकदम कमी प्रमाणात असतात त्यामुळे जर आपण कोणती औषधे घेतली तर काही दिवसांसाठी ते थांबतं आणि नंतर पुन्हा चालू होतं. पण शरीरात संक्रमण

हळूहळू वाढत असतं. अजून पर्यंत आम्हाला जेवढे पण रुग्ण मिळाले त्यांना प्राण्यांच्या चावण्यातूनच संक्रमण झाल आहे. त्यामुळे तुम्हाला तुमच्या घरी किंवा आजूबाजूला कोणताही प्राणी म्हणजे कुत्रा, मांजर किंवा इतर सस्तन प्राणी यांच्या वागण्यात काही बदल वाटत असेल तर लगेच आम्हाला कळवा. तुमच्या शेजारी किंवा कुठेही जर झोंबीचे लक्षण असणारे रुग्ण आढळल्यास त्वरित नजीकच्या पोलिस चौकीत किंवा रुग्णालयात कळवा. सर्व डॉक्टर्सना अशी विनंती आहे की तुमच्याकडे जर असे रुग्ण आले तर तुम्ही त्यांची झोंबी डिटेक्टर टेस्ट करून घ्या जेणेकरून त्यांचे रिपोर्ट सरकार ला मिळतील आणि लवकरात लवकर योग्य अॅक्शन घेणे शक्य होईल.

पंतप्रधानः आता डॉक्टरांनी सांगितल्याप्रमाणे सर्वांनी आपापल्या जबाबदारीचे पालन करा. आम्ही आता एक नवीन टीम स्थापन केली आहे जी सर्वांच्या घरी जाऊन प्रत्येक कुटुंबियांची वैद्यकीय चाचणी घेईल. सर्वांना एकच विनंती आहे की तुम्ही ही टेस्ट करून घेण्यासाठी आम्हाला सहकार्य करावे जेणेकरून या आधी जसं झालं आहे तसं पुन्हा होऊ नये. तुम्हाला जर ही लक्षणे दिसत असतील तर लगेचच डॉक्टरांना संपर्क करून झोंबी डिटेक्टर टेस्ट करून घ्यावी आम्ही आमचे उत्कृष्ट सायंटिस्ट रिसर्च करण्यासाठी ठेवले आहेत. जे या आजाराचा उपचार शोधून काढत आहेत. आपण लवकरात लवकर यावर उपचार शोधून काढू. आम्ही इथे निरीक्षणाखाली ठेवलेल्या कोणत्याही रुग्णाला मारत नाही आहोत जोपर्यंत ते पूर्णपणे झोंबी बनत नाहीत. त्यामुळे सर्वांनी सहकार्य करावे आणि घाबरू नये एवढी विनंती. धन्यवाद.

4

झोंबी राक्षस : एक प्राचीन अणकथित कथा

सकाळी :

ध्रुव खाली येतो आणि विचारतो, “काय रे, आंघोळ झाली का?”

नील : अरे काल जे काही घडलं त्यामुळे मला रात्रभर झोपच नाही लागली. त्या दिवशी पण मी खूप चुकीचा वागलो. माझ्यामुळेच एक आनंदी कुटुंब वेगळं झालं आहे याची खंत वाटत आहे.

ध्रुव : जाऊ दे रे! आता जे झालं त्याबद्दल जास्त विचार करू नको. तू जे केलं ते तुझ्या मताप्रमाणे योग्य होतं.

आर्यन : आज सुट्टी आहे. एवढ्या लवकर कोण आंघोळ करणार? आज कुठे तरी फिरायला जाऊया का?

[तेवढ्यात अलेक्स येतो.]

अलेक्स : काय रे.. कुठे फिरायला जायचं ठरत आहे? माझ्या मते तर आपण मॉलमधे जाऊ. खरेदीसुद्धा करायची आहे मला.

नील : हा आपण मॉलला जाऊ. कारण आज आमच्या ग्रुपचा प्लॅन ठरला आहे. त्यामुळे ते पण मॉलमधे येणार आहेत.

आर्यन : मग मेघनाही येणार असेल ना?

नील : हो. तीपण येणार आहे. तू मात्र खूप खुश होत आहेस ती येणार म्हणून.

अलेक्स : नील, आज काहीही करून आपण आर्यन आणि मेघनाला एकत्र फिरायला द्यायचं. ते पण फक्त दोघांना. आपण असं काहीतरी ठरवू की ज्याने फक्त ते दोघंच राहतील.

नील : हो चालेल... आपण असंच करू.

आदित्य : मॉलमधे आपण काय काय खरेदी करायचं?

"तुझ्यासाठी अक्कल खरेदी करायची आहे" असे बोलून अलेक्स हसायला लागतो आणि त्याच्यापाठोपाठ बाकीचेही हसायला लागतात. मग सर्वजण संध्याकाळच्या वेळी जवळच्या मॉलमधे जातात.

मॉलमधे प्रवेश करताच त्यांना मेघना दिसते. ती पहिल्यांदा नीलला भेटायला जाते आणि ते दोघेही गप्पा मारत असतात. हे पाहून आर्यनला खूप राग येतो. तो नजरेनेच अलेक्सला खुणावतो. अलेक्स त्याला शांत राहायला सांगतो. मग ते सर्वजण मॉलमधे फिरत असतात तेवढ्यात त्यांना काव्या आणि तिच्या मैत्रिणी दिसतात.

आदित्य : काव्या किती सुंदर दिसते ना!

ध्रुव : तिचा विचार करणं सोडून दे. तू तिच्या लेव्हलमधे बसत नाही.

नील आणि मेघना एकत्रच फिरत असतात, मग काव्या आणि तिच्या मैत्रिणीही त्यांच्यासोबत येतात आणि सर्वजण एकत्र येतात.

आर्यन : बघितलस अलेक्स? हा नील मेघना सोबतच बोलत आहे आणि त्याला माहित आहे की मला ती आवडते तरीही.

अलेक्स : जाऊ दे रे, आमचा प्लॅन ठरलेला आहे. तो प्लॅन यशस्वी झाला की मेघना फक्त तुझ्या सोबतच राहील.

काव्या आर्यनकडे बघून एक स्मित हास्य करते. आदित्य काव्याकडे बघून तिला हाक मारतो, पण ती त्याला काहीच उत्तर देत नाही. तो आजूबाजूला बघतो की कोणी बघितले तर नाही ना. तेव्हा आर्यन त्याच्याकडे बघून हसतो, आदित्यला कळतं की त्याची झालेली फजिती आर्यनने पाहीली आहे.

सर्वजण गप्पा मारत असतात. आर्यन मात्र नील कडे रागाने बघत असतो आणि नील आर्यन कडे बघणं टाळत असतो. सर्वांना उद्देशून अलेक्स म्हणतो , "आम्ही मूवीचे तिकीट काढले आहेत तेव्हा आपण सर्व आता मूवी पाहायला जाऊ फक्त एक प्रॉब्लेम आहे, तो असा की आपण बारा जण आहोत आणि आपल्याकडे फक्त **सात**तिकीट आहेत."

काव्या ची मैत्रीण मरीना बोलते, "आम्ही आमच्या तिकिट्स काढलेल्या आहेत"

अलेक्स : वा ! आता फक्त प्रॉब्लेम दोन लोकांचाच होत आहे. आपल्याकडे दोन तिकीट कमी आहेत. तुमच्या पैकी कोण हा मूवी पाहायला उत्सुक नाही. असं बोलून अलेक्स आर्यनला डोळ्याने खुणावतो.

आर्यन : मला मूवी बघण्यात जास्त रस नाही त्यामुळे मी बाहेरच थांबतो.

[अलेक्स नील कडे बघून त्याला प्लान प्रमाणे वागायला खुणावतो.]

नील : मेघना तुला पण मूवी आवडत नाही ना?

मेघना : हो मला मूवी नाही आवडत. पण तुम्ही सर्वजण पाहत आहात तर मग मला पण पाहायचा आहे. नाहीतर आपण असं करू की तुम्ही सर्वांनी मूवी पाहायला जा, मी आणि नील इथेच थांबतो. हे ऐकल्यावर आर्यन अलेक्स कडे आणि नील कडे पाहतच राहतो.

अलेक्स : नाही ग. हा मूवी नीलचा खूप आवडता मूवी आहे. त्याने तर या सर्व तिकीट काढल्या आहेत. तू थांबशील का बाहेर? म्हणजे आर्यन असेलच इथे.

नील : नाहीतर असं करू या, मेघना तू जा मूवी बघायला मी इथे थांबतो.

ऐकल्यावर आर्यन अलेक्सला हलक्या आवाजात बोलतो, "मी तुला बोललो होतो नील धोका देणार, हा गद्दार आहे"

मेघना : नाही नील असं नको करू मी थांबते इथे तू जा.

काव्या : हे बघा मला मूव्हीज मधे जास्त इंटरेस्ट नाही आहे. या दोघींनी म्हटलं म्हणून मी तयार झाले. त्यामुळे असं करा माझं तिकीट घेऊन मेघना तू जा. मी इथे थांबते.

मरीना : (रागावलेल्या चेहऱ्याने) अग पण तू इथे एकटी बाहेर काय करशील?

काव्या : मला काही पुस्तकं खरेदी करायची आहेत वाचायला.

मेघना : आर्यन आहेच ना सोबतीला.

अलेक्स : मला माफ कर आर्यन. नीलला काय करायचं ते आपण घरी जाऊन ठरवू. मी बाहेर थांबतो आणि तू माझ्या जागी मूव्ही साठी जा.

आर्यन : अरे तिथे पण नील आणि मेघना एकत्रच असणार. मग मी आत मधे जाऊन काय करू.

तेवढ्यात तिथे बाकीचे बातमीचा विषय काढतात. त्यातला एक म्हणतो, "अरे कालच्या बातम्या पाहिल्यात का? अजून पण झोंबी व्हायरस संपला नाहीय. आता तो म्युटेट झाला आहे."

नील : हो काल आमच्या इथे पण तीन लोकांना सरकारने ताब्यात घेतले.

लिली : म्हणजे नेमकं काय झालं?

नील सर्व सांगायला सुरुवात करतो आणि तो पूर्ण सांगून झाल्यानंतर मेघना म्हणते, "तू खूप चांगलं केलं नील! अशा लोकांना सरकारच्या ताब्यातच दिलं पाहिजे, यांच्यामुळेच हा व्हायरस अजून जास्त पसरतो." हे बोलणे ऐकून काव्या रागाने म्हणते, " ज्यांनी आपल्यावर विश्वास ठेवला त्यांनाच धोका देणे याला चांगलं काम म्हणत नाही", असं बोलून ती तिथून निघून जाते.

मग आर्यन म्हणतो, "तुम्ही सर्वांनी मूवीला जा. आता मुवीची वेळ होत आहे. मी काव्या ला जाऊन भेटतो."

सगळेजण मूवी ला जातात. आर्यन काव्याच्या पाठी जातो आणि हाक मारतो , "अग काव्या, राग आला आहे वाटतं खूप..." काव्या मागे वळून पाहते, ती मागे वळून पाहत असताना तिचे केस हवेमधे तरळत असतात आणि तिच ते गोड हास्य पाहून आर्यन थोड्या वेळासाठी धुंद होतो. काव्याच्या चेहऱ्यावर आधी राग असतो पण आर्यन ने हाक मारल्यानंतर लगेचच तिच्या चेहऱ्यावर एक स्मित हास्य येते आणि ती म्हणते, "नाही रे, मला फक्त वाईट वाटलं. नीलने जे केलं ते चुकीचं होतं, त्यांचा पण परिवार आहे ना. त्यांचे जे थोडेसे क्षण एकत्र राहण्याचे होते

ते पण त्याने हिरावून घेतले, तुला काय वाटतं?"

आर्यन : सर्वात पहिले तर मला हे म्हणायचं आहे की तू एवढी बोलतेस हे मला माहित नव्हतं, पहिल्यांदाच मी तुला एवढे बोलताना पाहिले. राहिली गोष्ट नीलची तर त्याला आम्ही खूप ओरडलो होतो. आम्हीच त्यांना संरक्षण देण्याच आश्वासन दिलं होतं परंतु नीलमुळे सर्व धुळीला मिळालं. परंतु नीलची त्यामधे काही चुकी नव्हती कारण त्याच्या सोबत जे आधी घडलं होतं त्याप्रमाणे त्याने प्रतिक्रिया दिली. जाऊ दे! ते आता सरकारकडे कडे सुरक्षित आहेत.

काव्या : हा..

आर्यन : मग जर तुला हरकत नसेल तर आपण इथे एकत्र फिरायचं का?

काव्या : (स्मित हास्य देऊन) जरूर. मला नवीन पुस्तकं घ्यायची आहेत. आपण बुक स्टोअरला जायचं का?

आर्यन : हो. चल ना आपण तिकडेच जाऊ.

[दोघेही स्टोअरकडे जायला निघतात आणि चालता चालता त्यांचं बोलणं चालू असतं.]

काव्या : तू मला जेव्हा पहिल्यांदा भेटला होतास तेव्हा काय बोलला होतास?

आर्यन : एवढं कोणाच्या लक्षात राहणार बरं? तुझ्या लक्षात आहे का?

काव्या : तू एक रोमांचित गोष्ट करणार आहेस असं बोलला होतास आणि त्यानंतर मला काहीतरी सांगितलं होतंस.

आर्यन : आठवलं! मी बोललो होतो की तू खूप सुंदर दिसतेस. पण खरोखरच तू सुंदर आहेस म्हणून मी तसं बोललो होतो.

काव्या : (मनातल्या मनात लाजून) खरंच मी एवढी सुंदर आहे का? कारण मला कोणी असं कधी बोललं नव्हतं. मला वाटतं तू खोटं बोलत आहेस.

आर्यन : मी कधी खोटं बोलत नाही. म्हणजे कधीतरी बोलतो पण बऱ्याचदा खरच बोलतो. तुझं स्मितहास्य सुद्धा खूप छान आहे. बाय द वे, आपण स्टोअरमधे आलो आहोत. तू तुला जे पुस्तक हवं आहे ते घे बरं. मग आपण काहीतरी खायला जाऊ कारण मला खूप भूक लागली

आहे आणि हे मूवी बघून येईपर्यंत मी वाट बघणार नाही.

काव्या तिला काही पुस्तके घेते आणि मग आर्यनची नजर तिथे असलेल्या एका पुस्तकावर जाते. त्या पुस्तकाचं नाव असतं, 'सीक्रेट ऑफ झोंबी मोन्सटर-द अनटोल्ड स्टोरी.आर्यन पुस्तक हातात घेतो आणि म्हणतो, "हे कोणतं पुस्तक आहे? मी तर याबद्दल कधीच ऐकलं नाही. याचे लेखक स्मिथ हे तर शॅडोब्रूक या गावाचे आहेत. या गावाबद्दल खूप कथा ऐकल्या आहेत. तिथे भूत वगेरे असतात अस ऐकलं होत आणि या गावाच अस्तित्व प्राचीन काळापासून आज पर्यन्त टिकून आहे"

काव्या : एवढं मला काही माहीत नाही पण हे खूप छान पुस्तक आहे. यामधे जे लिहिले आहे त्यामध्ये कदाचित सत्यता असू शकते. हे खूप छोटं पुस्तक आहे यामधे फक्त अर्धवट माहिती आहे. असं म्हणतात की स्मिथ यांनी उर्वरित भाग कुठेतरी लपवून ठेवला आहे. त्यामधे बरेच रहस्य दडलेले आहेत.

मग आर्यन ते पुस्तक घेतो आणि दोघेही परत कॅफेमधे येतात.

आर्यन : सांग मग तुला काय हवं आहे?

काव्या : मला चिकन बर्गर हवा आहे.

[आर्यन ऑर्डर देऊन येतो आणि वाट पाहत असतात.]

आर्यन : हाय काव्या , तू कम्फर्टेबल आहेस ना? म्हणजे आपण दोघंच फिरत आहोत म्हणून विचारल.

काव्या : हो रे आर्यन कीती विचार करतोस तू.

आर्यन : काय ग काव्या, तुझ्या घरी कोण कोण असतात? म्हणजे तुझं घर कुठे आहे?

काव्या : (थोडी गडबडून) माझा भाऊ, आई आणि बाबा असतात. तूला मूवी नाही आवडत का?

आर्यन : नाही आवडत जास्त. ते सर्व जाऊ दे, तू सांग आता तुला काय करायचं आहे? अजून आपल्याकडे दीड तास आहे. ते बघ समोरच गेमिंग सेक्शन आहे, तिथे जाऊयात का?

काव्या : हो. चालेल. चल जाऊया.

मग दोघेही गेम्स खेळण्यासाठी जातात आणि खूप मजा करतात. आता काव्याही खूप मोकळेपणाने वागत असते. तिथे एक छोटा खेळ असतो. तिथला संचालक आर्यनला म्हणतो, "हाय सर, वेलकम टू 'कपल फ्युचर प्रेडीक्टर' गेम. तुम्ही दोघे गर्लफ्रेंड-बॉयफ्रेंड आहात ना? तुम्ही दोघं एकत्र खूप सुंदर दिसता. तुमची जोडीही छान आहे. चला तर मग इथे तुमचं रिलेशन फ्युचर चेक करूया." आर्यन ओशाळलेल्या नजरेने काव्याकडे बघतो आणि काव्याही लाजऱ्या नजरेने त्याच्याकडे पाहते. मग आर्यन संचालकाला काही सांगणार, त्यापूर्वीच तो त्यांना गेम सीटवर बसण्यासाठी विनंती करतो. दोघेही एकमेकांना नजरेने खुणावून तिथे बसतात. गेम ऑपरेटर दोघांनाही एकमेकांचा हात पकडण्यासाठी सांगतो.

"ऍक्च्युली आम्ही फक्त मित्र..." असं आर्यन बोलणार तेवढ्यात त्याचे बोलणे तोडत तो संचालक म्हणतो, "मॅडम, मला वाटतं सर लाजत आहेत. तुम्हीच त्यांचा हात पकडा बरं. फक्त एवढा फोटो काढला की लगेच आपल्याला निष्कर्ष कळेल."

आर्यन : काव्या, जर तुला अवघडल्या सारख वाटत असेल तर मी त्यांना सांगतो, आपण खेळ सोडू या.

काव्या : जाऊ दे, आपण आता इथे बसलो आहोत ना? बघू काय आहे ते.

[दोघेही थोड्या संकोचात असेल तरही एकमेकांचा हात पकडतात. संचालक त्यांचा फोटो काढतो आणि स्क्रीनवर रिजल्ट दिसू लागते.]

"कपल फ्युचर प्रेडीकटर् गेम म्हणते की..."

"तुमचं भविष्य एकत्र खूप उज्ज्वल आहे! तुम्ही दोघेही एकमेकांसाठी बनलेले आहात. तुमचं प्रेम खूप घट्ट आणि दीर्घकालीन असेल. तुम्ही दोघेही एकमेकांना खूप आनंद देणार आणि तुमचं जीवन खूप सुखमय असेल."

आर्यन आणि काव्या दोघेही एकमेकांकडे पाहतात आणि त्यांच्या चेहऱ्यावर हसू येत.

संचालक त्यांचा फोटो काढून स्क्रीनवर त्यांना एक व्हिडिओ दाखवतो. त्या व्हिडिओमधे त्यांचं लग्न झालेल दिसत, त्यांच्या मुलांचे

फोटो आणि वृद्ध झाल्यानंतर कसे असणार असा व्हिडिओ दिसतो.

ते पाहून दोघेही हसत हसत बाहेर येतात. संचालक त्यांना फोटोची एक प्रत देतो आणि व्हिडिओ ऑनलाइन पाठवतो.

[त्यानंतर दोघे बाहेर येऊन खूप हसतात.]

काव्या : आर्यन, मी कधीच एवढी मज्जा केली नव्हती. खूप छान वाटलं मला. धन्यवाद.

आर्यन : मूवी पाहण्यापेक्षा इथे अशी मज्जा करणं खूप छान आहे ना.

काव्या : हो ना. आर्यन, एक विनंती होती. आपण जे काही मज्जा केली ते बाहेर आल्यावर त्यांना सांगू नकोस. नाहीतर उगाच ते काहीतरी वेगळा अर्थ घेतील.

आर्यन : हो ग! नाही सांगणार. अलेक्सला तरी सांगू शकतो ना?

काव्या : हो. तू सगळ्या ठिकाणी पैसे दिलेस. माझे किती झाले ते सांग.

आर्यन : सोड ग. माझ्याकडून ट्रीट असं समज. नंतर कधीतरी मी तुझ्याकडून घेईन.

[तेवढ्यात बाकी सर्व सिनेमगृहातून बाहेर येतात.]

अलेक्स : (उदास होऊन) आर्यन, माफ कर यार मला. मी मेघना सोबत वेळ मिळावा म्हणून हा प्लॅन केला होता, पण सर्व वाया गेलं.

आर्यन : (आनंदी स्वरात) जाऊ दे रे, सोड. जे होणार होतं ते झालं.

अलेक्स : म्हणजे तुम्हाला राग नाही आला? मी मूवी पाहताना तुझाच विचार करत होतो. की बाहेर आल्यानंतर तू कशी प्रतिक्रिया देशील.

आर्यन : नाही रे, राग नाही आला.

मग रात्री जेवून सर्वजण घरी जायला निघतात.

तेव्हा काव्या आर्यनला हाक मारून स्मित हास्य देऊन निरोप घेते आणि तिच्या मैत्रिणींसोबत रिक्षामधे बसते.

लिली : काय ग काव्या आज खूप खुश दिसत आहेस?

मरीना : हो ना मी पण पाहत आहे. हिच्या चेहऱ्यावर वेगळाच आनंद दिसत आहे. तू प्रेमात वगैरे तर पडली नाहीस ना ग?

काव्या : नाही ग! पण आज खूप मजा आली. एवढी मज्जा याआधी कधी केली होती हेच आठवत नाही.

मरीना : तुला माहित आहे ना या सर्व गोष्टींमधे आपल्याला नाही पडायचं आहे. आता त्याच्या सोबत बोलन थोड कमी कर. उगाच कशाला मैत्री वाढवायची.

[मग सर्वजण घरी येतात आणि अलेक्स ,आर्यन आणि बाकीचे नेहमीप्रमाणे रात्री शतपावली करायला जातात.]

अलेक्स : नील आज तू खूप चुकीचा वागला आहेस हे लक्षात ठेव. तुला सर्व सांगीतलं होतं की आर्यनला मेघना आवडते तरी पण तू तिच्या सोबतच राहिलास.

नील : अरे पण ती माझ्या सोबतच राहत होती तर मी काय करू?

अलेक्स : तू आज आम्हाला धोका दिला आहेस. तू मुद्दाम मेघनाला मूव्ही बघायला जा असं सांगितलस, मी आर्यन आणि मेघनाला बाहेर एकत्र ठेवण्याचे ठरवलं होतं. तू तर तो प्लॅन चौपट केलास.

नील : (ओशाळलेल्या नजरेने) मला वाटलं मी आर्यनला आतमधे पाठवेन.

ध्रुव : एक सांग नील तुला मेघना आवडते का?

नील : (नजर लपवत) नाही रे तसं काही नाही.

ध्रुव : आर्यन ने आधी पासून सर्व काही स्पष्ट केल होत. मित्राच्या भावनांशी खेळणे हे चांगलं नाही. कारण आज तु जसा वागला आहेस त्यावरून असंच वाटतं की तू तिला इम्प्रेस करण्याचा प्रयत्न करत होतास. तुला हे माहीत होत कि ती आर्यनला आवडते, तरीपण तू थिएटरमधे तिच्या बाजूला बसलास, मॉलमधे फिरण्यापासून खरेदीपर्यंत सर्व ठिकाणी तिच्या सोबतच फिरत होतास. जे काही असेल ते स्पष्ट सांगत जा. मित्रांमधे अशी फसवा फसवी करणे योग्य नाही.

आदित्य : असं पण असू शकतं ना की नीलने मेघनाला आपली बहीण मानलं असेल.

[नील आदित्य कडे रागाने बघतो आणि मनातल्या मनातला शिव्या घालतो.]

आर्यन : जाऊ दे.. सर्वांनी तो विषय सोडा. मला असं वाटतं की नीलला मेघना आवडते, आणि मी तुमच्या दोघांमधे फूट पाडणार नाही. मेघनासाठीच्या माझ्या भावना एवढ्या लवकर तर कमी नाही होणार पण आता पासून मी तिच्याकडे त्या नजरेने बघायचं सोडून देईन. कारण आपला मित्राला जी मुलगी आवडते तिच्यावर प्रेम करण हे माझ्या तत्वात तरी बसत नाही. आज पासून तुझा रस्ता मोकळा आहे. इथून पुढे तुझ्यावर विश्वास ठेवताना मी खूप वेळा विचार करेन. कारण दुसर्यांदा तू विश्वास तोडला आहेस.

[असं रागात बोलून आर्यन अलेक्सला घेऊन निघून जातो. नील मात्र उदास नजरेने त्या दोघांकडे पाहत असतो, त्याला खूप वाईट वाटत असतं.]

आर्यन आणि अलेक्स दोघेजण पुढे चालत असताना एका घराजवळ येतात, तिथे एक आजी बसलेल्या असतात.

[आर्यन त्या आजींना हाक मारतो.]

आजी : (कंपीत आवाजात) काय रे मुलांनो, कुठे फिरत आहात? एवढ्या रात्री फिरणं योग्य नाही. बाहेर राक्षस असतात.

अलेक्स : (चक्रावून थोड हसत हसत) काय हो आजी, आम्ही काही लहान मुलं नाही आम्हाला घाबरवायला. आता तर लहान मुलं पण घाबरत नाहीत अशा गोष्टींनी.

आजी : तुम्ही खूप शिकलेले आहात ना, त्यामुळे तुम्हाला या गोष्टींवर विश्वास नाही बसणार.

आर्यन : तुम्ही इथे एकट्याच राहता का? बाकीचे कुठे आहेत?

आजी : माझ्या परिवारामधे मुलगा, सून, नातू, माझे पती हे सर्व होते, परंतु त्या राक्षसांनी सर्वांना त्यांच्यासारखं बनवलं.

आर्यन : म्हणजे तुम्ही व्हायरस बद्दल बोलत आहात. माफ करा आम्हाला हे एकूण खूप वाईट वाटलं.

आजी : तुम्ही त्याला व्हायरस म्हणता. पण तो व्हायरस नव्हे तर एक राक्षस आहे. या आधी पण या राक्षसाने खूप जणांना मारलं होतं.

आर्यन : हो तुमचं म्हणणं मला पटत आहे की ते राक्षसांसारखे वाटतात परंतु ते एका आजारामुळे तसे झाले होते.

आजी : मला एक सांगा, तुमच्या मते जर हा एक आजार असेल तर या आजाराचं निदान का नाही सापडलं? आणि या आजाराची सुरुवात कशी झाली हे तुम्हाला अजून पर्यंत का नाही शोधता आली?

आर्यन: मग तुमच्या मते हे काय आहे ते सांगा बरं.

आजी : हजारो वर्षापूर्वी दोन राक्षस पाताळातून पृथ्वीवर आले होते. त्या राक्षसांना एक वर होता की ते ज्यांना ज्यांना चावतील ते राक्षस बनतील आणि त्यांना बुद्धी नसेल. त्या दोघांनी खूप मोठ्या प्रमाणात विध्वंस केला होता. त्यांनी खूप लोकांना राक्षस बनवले होते परंतु त्यांना कोणी तरी बंदी केल आणि त्यानंतर जे राक्षस बनले होते त्यांना पुन्हा मनुष्य बनवलं. पण अजून पर्यंत ते कोण होते हे समजलं नाही आणि राक्षसांना कुठे बंदी केल आहे ते पण माहित नाही. आता तोच राक्षस पुन्हा बाहेर आला आहे, दोन वर्षापूर्वी त्याने खूप हाहाकार माजवला परंतु सर्व राक्षसांना मारल्यामुळे त्याची ताकद कमी झाली असावी, कदाचित तो त्याच्या साथीदाराला शोधत असावा. जर तो त्याला सापडला तर आपल्याला वाचवण्या साठी आता कोणीच नसेल. आता तो शांत बसला आहे याचा अर्थ तो त्याला शोधत आहे तो पर्यंत सर्वांनी जगून घ्या कारण त्यानंतर सर्व लोक राक्षस बनतील.

अलेक्स : (मनातल्या मनात हसत) चला, आजी खूप रात्र झाली आहे. आम्ही जातो नाहीतर तो राक्षस आम्हाला पकडेल.

आर्यन : बरं चला.

रस्त्यावरून चालताना अलेक्स हसत मस्करी करत असतो. पण आर्यन शांत असतो. घरी परत आल्यावर आर्यन झोपायला जातो. पण त्याला शांत झोप येत नाही. त्याला भयानक स्वप्न पडतं. त्या स्वप्नात, तो एका घनदाट जंगलात असतो. जंगल खूप गडद आणि भयानक. आर्यनला वाटतं की त्याचा कोणीतरी पाठलाग करत आहे. तो धावत सुटतो पण त्याला कोणीही दिसत नाही. शेवटी तो एका गुहेपर्यंत पोहोचतो. गुहा खूप मोठी आहे. आर्यनला भीती वाटते, पण तरीही तो गुहेत प्रवेश करतो. गुहेत, त्याला एक दरवाजा दिसतो. त्यावर काही चिन्हे असतात. आर्यनला दरवाजा उघडायची भीती वाटते पण तो तरीही तो उघडतो. दरवाजा उघडल्यावर त्याला दोन लाल भडक डोळे दिसतात.

हे बघून आर्यन दचकतो आणि झोपेतून उठतो. त्याला समजते की हे स्वप्न होते. बाकी कोणाला न उठवता तो पुन्हा झोपायचा प्रयत्न करतो पण त्याला शांत झोप येत नसते. स्वप्नातील भयानक दृश्य त्याच्या मनातून जात नाहीत.

दुसऱ्या दिवशी ऑफिस मधे :

[आर्यनच लक्ष कामात नसून काहीतरी विचारात मग्न असतो.]

अलेक्स : (काळजीच्या स्वरात) काय रे आर्यन कसला विचार करतोयस? सकाळपासून मी तुला बघतोय, तू वेगळ्याच जगात आहेस.

आर्यन : काल तू त्या आजींचं बोलणं ऐकलंस ना?

अलेक्स : अरे, तू अजूनही तोच विषय घेऊन बसला आहेस. आता एवढ्या शास्त्रज्ञांनी या व्हायरसबद्दल बरेच सिद्धांत प्रदर्शित केले, नवीन नवीन व्हॅक्सीन शोधण्यात आले. हे युग एवढं पुढे गेलेलं असतानाही तू हजारो वर्षांपूर्वीच्या गोष्टींवर विश्वास कसा बरे ठेवतोस?

आर्यन : हे बघ! *'सीक्रेट ऑफ झोंबी मोन्सटर-द अनटोल्ड स्टोरी'* हे पुस्तक मी काल मॉलमधून विकत घेतलं होत. आणि आश्चर्याची गोष्ट म्हणजे त्या आजींनी ज्या गोष्टी सांगितल्या त्याला मिळती जुळती गोष्ट या पुस्तकात आहे. हे बघ इथे काय लिहिलं आहे ते थोडक्यात सांगतो:

हजारो वर्षापूर्वी :

त्राटीनावाच्या गावामधे एक दांपत्य राहत होत त्यांचं नाव जय आणि माया. ते नामांकित वैद्य होते, यांना दोन जुळे मुले होती, ती मुले खूप छान होती. एक मुलगा दोन मिनिटाने मोठा होता आणि दुसरा छोटा,परंतु गावामधे या दोघांनी लहानपणापासूनच बऱ्याच लोकांचा आजार बरा केला होता. त्या गावांमधे आजारपणामुळे कोणाचा मृत्यू होत नव्हता कारण हे दोघं त्वरित त्यांच्यावर औषधोपचार करत असत. हे ज्ञान त्यांना उपजतच मिळाले होते कारण त्यांचे बाबा म्हणजेच जय खूप मोठे वैद्य होते. बरेच जण अस म्हणायचे की जय मधे एक शक्ती आहे त्या शक्तीने ते सर्वांचे आजार बरे करतात. म्हणजे ती शक्ती आता या दोन मुलांना मिळाली आहे असं लोकांचं म्हणणं होतं. त्यानंतर तीन वर्षानंतर जय आणि माया यांना पुन्हा एकदा पुत्र प्राप्तीचा योग आला.

मायाला खूप त्रास होत होता, शेवटी तिने दोन जुळ्या बाळांना जन्म दिला. ही दोन्ही बालक खूपच विचित्र दिसत होती. ओठ फाटलेले होते, हातावर काही ठिकाणी मांस नव्हते, जणू काही ते राक्षसासारखेच दिसत होते. जयने सुद्धा खूप प्रयत्न केले परंतु त्या मुलांमधे काही सुधारणा दिसत नव्हती .गावातील सर्व लोकांनी एकत्र येऊन जयला सांगीतले की ही मुलं राक्षस आहेत यांना तू आताच मारून टाक. जयला ते मान्य नव्हते म्हणून त्याने त्यांना न सांगताच रात्री मुलांना घेऊन तिथून पलायन केले आणि दूर एका गुहेमधे जाऊन राहू लागला. त्याने त्या मुलांना हळूहळू वाढवण्याचा प्रयत्न केला. ती मुले त्याच्या कधी हाताला तर कधी पायाला चावायचे आणि मांस खाण्याचा प्रयत्न करायचे. जय ला कळू लागलं की यांना नेहमीच जेवण चालणार नाही म्हणून तो प्राण्यांना मारून ते मुलांना खायला द्यायचा.

एक दोन वर्षांनंतर मुले थोडी मोठी झाल्यावर त्यांनी आपल्या बाबांना म्हणजेच जयला मारून टाकले व त्यांचे मांस खाल्ले. त्यानंतर गावामधून हळूहळू बरेच लोक गायब व्हायला लागले. कोणालाच कळायचं नाही की काय झालं. असं म्हणतात त्यानंतर दोन वर्षांनी त्यांना एक शक्ति मिळाली की ते ज्यांना ज्यांना चावतील ते त्यांच्यासारखे राक्षस बनतील परंतु त्यांना बुद्धी नसेल आणि स्वतःच्या शरीरावर ताबा सुद्धा. मग त्यांनी गावांमधे हल्ला केला आणि सर्वांना राक्षस बनवले.

हळूहळू सर्व ठिकाणी राक्षसांची संख्या वाढायला लागली. ते राक्षस ज्यांना ज्यांना चावायचे ते पण राक्षस बनायचे. या राक्षसांचा स्वतःवर ताबा नसायचा आणि स्वतःला बुद्धी पण नसायची त्यामुळे त्यांना जो पण माणूस दिसायचा त्यांना ते चावायला जायचे. सर्वजण भयभीत झाले होते. आपला जीव वाचवण्या साठी सर्वजण पळत होते. बरेच लोक त्यांना मारत पण होते, त्यांचा प्रतिकार करत होते. परंतु त्या दोघांपुढे त्यांचा टिकाव लागत नव्हता.

त्यानंतर आशेचा किरण घेऊन दोघेजण आले ,या दोघांना लोक मॉन्स्टर हंटर म्हणायचे. त्यांनी खूप राक्षसांना मारले. आपल्यासोबत अनेक लोकांना घेऊन राक्षसांचा सफाया केला. शेवटी त्या दोन राक्षसांना

बंदी बनवले. त्या दोन मॉन्स्टर हंटर पैकी एकाने राक्षसांना बरं करण्याचा उपाय सुद्धा शोधला. त्याने बरेच राक्षस पुन्हा मनुष्य रूपात आले. असे म्हणतात आजही त्यांनी बनवलेले ते औषध कुठेतरी आहे. तसेच त्या राक्षसांना पातळामधे बंदी बनवून ठेवल आहे. जिथून ते कधीही बाहेर पडू शकत नाहीत. एकच गोष्ट आहे जी त्यांना बाहेर आणू शकते ती म्हणजे.....

आर्यन : अलेक्स, एवढंच या पुस्तकामधे लिहिलेलं आहे. पुस्तकाच्या शेवटी त्यांनी असं नमूद केलं आहे की हे पुस्तक एका दुसऱ्या पुस्तकाच्या प्रभावाने लिहिलेलं आहे. त्यामुळे आपल्याला मूळ पुस्तक शोधायला हवं. कारण यामधे ही कहाणी सुद्धा अर्धवटच लिहिलेली आहे.

अलेक्स : ही सर्व कथा ठीक आहे. परंतु ही कथा आहे. याचा आणि व्हायरसचा काहीही संबंध नाही. अशी कथा कोणी पण लिहू शकतो. या व्हायरसचा बऱ्याच गोष्टींबरोबर संदर्भ जोडण्यात आला, असे खूप संदर्भ आहेत. कोणता खरा म्हणायचा आणि कोणता खोटा?

आर्यन : तू म्हणतोस ते बरोबर आहे. पण मला एक स्वप्न पडलं आणि ते मला थोडं त्रासदायक वाटत आहे.

अलेक्स : काय स्वप्न पडलं तुला? सांग मला.

[आर्यन स्वप्नाचे वर्णन करतो]

अलेक्स : अरे, तू ते पुस्तक वाचलं त्यामुळे तुझ्या मनामधे एक भीतीदायक वातावरण तयार झालं. जास्त विचारू नकोस. कधी कधी स्वप्नांचा अर्थ काहीच नसतो.

[अलेक्सचं बोलणं ऐकून आर्यन शांत होतो. त्याला माहित आहे की अलेक्स बरोबर आहे. पण तरीही त्याला मनातून शंका काढून टाकता येत नाही.या दोघांचं बोलणं चालू असतानाच तिथे मायरा येते]

मायरा : काय रे तुमच्या दोघांचं काय बोलणे चालू आहे?मला पण सांगा.

अलेक्स : नाही ग असच नेहमीच बोलणं चालू होतं. हा आर्यन तुझ्याबद्दल बोलत होता.

[आर्यन अलेक्सकडे आश्चर्यचकित नजरेने बघतो.]

मायरा : (आनंदाने) काय बोलत होता माझ्याबद्दल?

अलेक्स : असं म्हणत होता की तू खूप काम करतेस. तुझ हास्य खूप सुंदर आहे,तुझं बोलणं खूप छान असतं, सतत ऐकावसं वाटतं.

" हा अलेक्स काहीही बोलतो,मी असं काही नाही बोललो मायरा.तू तुझं काम कर जा अलेक्स", असं बोलून आर्यन अलेक्सला त्याच्या सीटवर पाठवतो.

मायरा : मला माहित आहे की तू माझ्याबद्दल तस बोलला होतास, मला तू समोरूनच सांगायचं ना. मी थोडीच रागावले असते?

आर्यन : नाही ग मी तसं काही बोललोच नव्हतो. तो अलेक्स उगाच मस्करी करत होता.

मायरा : याचा अर्थ माझं बोलणं छान नसतं का? तुला ते आवडत नाही का?

आर्यन : तसं नाही गं. चल ते जाऊ दे आपण आपलं काम करायला सुरुवात करू, आधीच भरपूर उशीर झाला आहे.

मायरा : आर्यन मला सांग ना! माझ्याशी बोलायला तुला आवडत नाही का? आणि काल तू मॉलमधे काव्या सोबत होता असं मी ऐकलं.

आर्यन : हो. अग तिला मूव्हीज मधे एवढा इंटरेस्ट नव्हता आणि तिकेट्स पण कमी होते मग मी थोडं बाहेर थांबलो कारण बाकीच्यांना मूवी बघायला जायचं होतं.

अलेक्स : (मधेच येऊन) अगं हो मायरा, खरं तर आर्यन तुला बोलवण्याचा विचार करत होता परंतु आम्हीच म्हटलं की नको म्हणून. आपण फक्त मुलं मुलं जाऊया पण अचानक त्या तिघीजणी तिथे मिळाल्या.

मायरा : अय्या.. खरंच आर्यन? तू मला बोलवणार होतास? ठीक आहे जाऊ दे पुढच्या वेळी मला आधीच सांगून ठेव म्हणजे मी तयार होऊन येईन.

आर्यन : हो नक्की सांगेन. असं बोलून आर्यन रागाने अलेक्स कडे बघतो.

तेवढ्यात HR मुलगी येऊन सूचना करते की, "या शनिवारी आपल्या कंपनीमधे फ्रेशर्स पार्टी आयोजित केली आहे तेव्हा सर्वांनी

सकाळी अकरा वाजता यायचं आहे. कार्यक्रम पत्रिका तुम्हाला आज देण्यात येईल त्यानुसार सर्वांनी तयारी करून या. मी एकदा कार्यक्रम वाचून दाखवते सर्वात पहिला कार्यक्रम अकरा वाजता 'हॅप्पी आवर्स' असणार आहे तर मग या ठिकाणी आपले शिक्षक उपस्थित असतील आणि ते तुम्हाला पुढच्या वाटचाली बद्दल मार्गदर्शन करतील त्यानंतर दुपारी कॅन्टीनमधे स्वादिष्ट जेवण असणार आहे. त्यानंतर १.३० वाजता गायन स्पर्धा (हा किती वेळ चालेल ते त्यामधे येणाऱ्या स्पर्धकांवर वर अवलंबून असेल).

नंतर सोलो डान्स आणि ग्रुप डान्स.

त्यानंतर एकांकिका सादरीकरण (कुणी इच्छुक असल्यास).

संध्याकाळी ७ वाजता कपल डान्स.

कुणी सोलो डान्स, ग्रुप डान्स, नाटक, गाणे म्हणण्यासाठी इच्छुक असेल तर त्यांनी दिलेल्या नंबर वर फोन करून कळवा आणि तसंच संध्याकाळी कपल डान्स इव्हेंट होणार आहे तेव्हा जे कोणी इच्छुक असतील त्यांनी आपला पार्टनर आता पासूनच शोधून ठेवा..

तेवढ्यातच पाठून सुरज ओरडला, "सर, कपल डान्स नंतर थोडा वेळ डीजे पण लावा म्हणजे आमचा आनंद द्विगुणीत होईल"

"जरूर, आपण शेवटी डीजे नाइट करू", असं म्हणून HR निघून जाते.

मायरा : आर्यन, आपण कपल डान्स साठी पार्टनर बनायचं का?

आर्यन : अग तुझ्या सोबत डान्स करायला मला काहीच प्रॉब्लेम नाही पण मला डान्स जमत नाही त्यामुळे मी त्या कार्यक्रमामधे भागच नाही घेणार. मी बघायचं काम करेन फक्त. तू अलेक्स सोबत जाऊ शकतेस कारण अलेक्स खूप छान डान्स करतो.

मायरा : अरे मी तुला शिकवीन ना डान्स कसा करतात ते, आपण थोडी प्रॅक्टिस पण करू.

आर्यन : अग.. माझी इच्छाच नाही. तुला अलेक्स सोबत जाण्यासाठी आवडत नाही आहे का?

अलेक्स : अरे आर्यन तिला नसेल यायचं माझ्यासोबत जाऊ दे.

मायरा: (उदास चेहऱ्याने) नाही नाही तसं नाही. ठीक आहे अलेक्स आपण दोघं सहभाग घेऊयात.

[ऑफिस सुटल्यावर पुन्हा एकदा सर्व घरी येतात आणि रात्री जेवायला बसलेले असतात]

ध्रुव : काय रे अलेक्स कोणाबरोबर जाणार आहेस कपल डान्स ला?

अलेक्स : मायरा सोबत जाणार आहे मी.

आदित्य : अरे पण ती आर्यनला सोडून तुझ्या सोबत कशी काय तयार झाली?

अलेक्स : आर्यन नाही बोलला ना तिला त्यामुळे.

आदित्य : अरे आर्यन भावा तू तिला नाही का बोललास? तसं पण आता तुला मेघना सोबत भाग घ्यायला मिळणार नाही आहे माहिती आहे ना? तिच्या सोबत आधीच दुसऱ्या कूणी तरी तयारी केली आहे.

नील : (रागाने आदित्य कडे बघतो) नाही आर्यन तुला जर जायचं असेल तर मग मी कॅन्सल करतो.

अलेक्स : अरे तू आता एक बोलशील आणि तिथे गेल्यावर दुसरं काहीतरी करशील .

आर्यन : नाही रे तिच्या सोबत पण नाही जायचं मला. मी आधीच सांगितलं ना की नील आणि तिच्यामधे आता मी कधीच येणार नाही आणि मी शब्दाचा पक्का आहे. मला डान्स वगैरे नाही करायचा आहे. मग आदित्य तू कोणा सोबत जाणार आहेस?

आदित्य : (थोडसं हिरमुसून) मी तर त्या काव्या ला विचारलं होतं. पण ती नाही म्हणाली. म्हणून मी आता नेहा सोबत जाणार आहे.

अलेक्स : भावा अंथरून पाहून पाय पसरावे ही म्हण आठवली नाही का तुला?

ध्रुव : मला पण एक सोबत झाली. आर्यन आपण दोघं मस्तपैकी डान्स बघण्याचं काम करू.

रात्री जेवणानंतर अलेक्स आणि आर्यन नेहमीप्रमाणे चालायला बाहेर जातात. अलेक्स आर्यनला विचारतो, "तुला मायरा नाही आवडत का? कारण तिला तू खूप आवडतोस. ती तुझ्या मागे वेड्यासारखी लागलेली असते. आणि दिसायला पण ती ठीकठाक आहे. मग तुला

प्रॉब्लेम काय आहे?"

आर्यन : अरे तुला मी आधीच सांगितलं ना तिच्यासाठी मला तशी भावना येत नाही जशी मला मेघनासाठी येत होती. उगाच जबरदस्ती मी भावना तयार करू का? तिला थेट नाही पण म्हणू शकत नाही उगाच तिला वाईट वाटायचं

अलेक्स : काव्या बद्दल तुला काय वाटतं? ती तर आपल्या पूर्ण बॅच मधली खूप सुंदर मुलगी आहे. आणि तुझ्याबरोबर बोलते सुद्धा. एवढं तर ती दुसऱ्या कोणत्याही मुलासोबत बोलत नाही. मी एवढा सुंदर असून माझ्या सोबत सुद्धा बोलायला येत नाही.(हसत हसत बोलतो).

आर्यन : अरे तिच्या सोबत तस काही विशेष बोलणं होत नाही. आता नेहमी थोडी तिच्या सोबत बोलतो. फक्त कधीतरी योगायोगाने भेटलो तरच बोलणं होत. ती चांगली आहे पण अजून तसं काही मला वाटत नाहीये तिच्याबद्दल. जाऊ दे सध्या सिंगलच राहू नंतर बघू काय ते. अरे फ्रेशर्स पार्टीच्या अगोदर आपली परीक्षा असणार आहे हे माहिती आहे ना? आपल ट्रेनिंग पण शुक्रवारी संपत आहे, त्यानंतर आपण प्रोजेक्टवर काम करणार.

अलेक्स : अरे भावा परीक्षेसाठी साठी आपल्याला क्रड ऑपरेशन बनवायचं आहे. मला जरा फ्रंट एंड एकदा व्यवस्थित शिकव आणि परीक्षेच्या च्या वेळी तू माझ्या बाजूला बस म्हणजे तुझा कोड कॉपी करेन.

सकाळी :

ऑफिस मधे, हे पाच जण गेटवर येतात आणि मग ऑफिसमधे प्रवेश करत असतात. ऑफिसमधे झोंबी डिटेक्टर मशीन बसवलेली असते आणि नेहमी प्रत्येकाला त्या मशीन मधून चालून जावं लागतं. आदित्य पहिल्यांदा मशीन मधून पुढे जातो, तेव्हा मशीन रेड अलर्ट देते, तेव्हा सगळे सुरक्षा रक्षक येतात. आर्यन आणि बाकीचे एकदम घाबरतात आणि आदित्य कडे बघतात, आदित्य म्हणतो, "माझ्यामधे झोंबी व्हायरस नाही आहे मी एकदम व्यवस्थित आहे." गार्डस म्हणतात, "तुम्हाला आमच्या सोबत जरा यावं लागेल", मग त्याला दुसऱ्या एका मेडिकल लॅब मधे घेऊन जातात.

[बाकीचे सर्व टेन्शनमधे येतात.]

आर्यन तिथे उभ्या असणाऱ्या एका गार्डला विचारतो, "आदित्य तर एकदम ठीक आहे, मग तरीपण मशीन ने पॉझिटिव्ह असं का दाखवलं?"

गार्ड : ऍक्च्युली काल रात्रीपासून या मशीन मधे फॉल्ट आला आहे त्यामुळे काही लोकांना ही पॉझिटिव्ह दाखवते आणि काहींना व्यवस्थित काम करते, पण जोखीम नको म्हणून आम्ही त्यांना लॅब मधे नेऊन दुसऱ्या मशीनने टेस्ट करत आहोत. उद्यापर्यंत ही मशीन पण ठीक होईल. तुम्हाला काही काळजी करण्याची गरज नाही त्याला फक्त टेस्ट करून ते परत घेऊन येतील.

[तेवढ्यात आदित्य येतो.]

आदित्य : काही नाही त्या मशीन चा प्रॉब्लेम आहे, तिकडे आता टेस्ट केल्यावर रीपोर्ट निगेटिव्ह आले.

ध्रुव : (हसत हसत) तुला तिकडे मच्छर चावला होता ना रे? म्हणूनच मला वाटतं तुझ्या मधे त्याचा संक्रमण झाला असाव.

आदित्य : अरे हसताय काय तुम्ही? मी तर खूप घाबरलो होतो.

अलेक्स: तुला पण सिरियस ठिकाणी जोक करण्याची सवय आहे ना.

[मग सगळे हसायला लागतात आणि ऑफिसमधे जातात.]

पहिल्या सेशनला प्रोफेसर सांगतात, "शुक्रवारी तुमची परीक्षा होणार. तुम्हाला एक युज केस दिले जाणार आणि त्याप्रमाणे तुम्हाला एप्लीकेशन बनवून जमा करायचे आहे. तुम्हाला जवळपास अडीच तास वेळ दिला जाईल आणि तुम्हाला तुमचा मोबाईल तसेच इतर ऑनलाइन प्लॅटफॉर्म वापरता येणार नाही. जे कोणी पास होतील त्यांना पुढे प्रोजेक्ट नियुक्त केले जातील. जे नापास होतील त्यांना दहा दिवसांनी पुन्हा एकदा परीक्षा द्यावी लागेल. जे पण आता पास होतील ते सर्व एकाच अकाउंटला जाणार आहेत फक्त प्रोजेक्ट वेगवेगळे असतील आणि टेक्नॉलॉजी वेगवेगळी असेल. त्यामुळे तुम्ही सर्व एकाच ठिकाणी जाणार आहात. तुम्ही तुमची तयारी चालू करा आणि काहीही शंका असेल तर मला येऊन विचारा."

मायरा : आर्यन तू माझ्या बाजूला बसशील ना? मला तुझी मदत लागेल.

आर्यन : आपण आता जसे बसतो तसेच बसू एका बाजूला अलेक्स आणि एका बाजूला तू.

मायरा : थँक्स.. लव यू.

आर्यन : (मंद हास्य करून) अं.. काय बोललीस?

मायरा : (गोंधळून) थँक्स असं बोलले.

आर्यन : ठीक आहे.

अलेक्स : आता तू आम्हाला एक एप्लीकेशन आता बनवून दाखव कोणतीही यूज केस घेऊन.

आर्यन : चालेल.

मग आर्यन त्यांना एक ऑप्लिकेशन बनवून दाखवतो आणि शिकवतो की कसं बनवायचं ते.

मग अलेक्स, आर्यन आणि मायरा बाहेर कॉफी पिण्यासाठी येतात आणि एका टेबलवर जाऊन बसतात. तेवढ्यात तिथे काव्या आणि तिच्या दोन मैत्रिणी येतात. अलेक्स त्यांना बोलवतो. मग त्या यांच्यासोबत येऊन बसतात. काव्या आर्यन कडे बघून एक स्मितहास्य देते ,आर्यनला पाहिल्यावर तिला मनातल्या मनात एक सुखद आनंद मिळत असावा असं वाटतं. कारण तिच्या चेहऱ्यावरचे हावभाव नकळत सर्व काही सांगून जातात.

मायरा : (एकदम उत्साहात) आम्हाला आर्यनने एप्लीकेशन बनवून दाखवलं आणि शिकवलं पण. (ती आर्यन कडे एकटक बघत राहते.)

आर्यन : माझ्या कॉफीमधे साखर थोडी कमी पडली आहे .

मायरा : माझ्या कॉफीमधे साखर बरोबर आहे मी चव घेऊन पाहिली. तू असं कर ही माझी कॉफी घे आणि मला तुझी दे कारण मला कमी साखरेची कॉफी लागते.

आर्यन : धन्यवाद.

आर्यनने पिलेली कॉफी पिताना मायराच्या चेहऱ्यावर खूप आनंद असतो.

मायरा आर्यन सोबत जास्त जवळ आहे हे पाहून काव्याचा चेहरा थोडा उतरतो.

"आम्हाला अजून खूप स्टडी करायचा आहे. आम्ही जातो आता", असं म्हणून काव्या आपल्या मैत्रिणींना घेऊन निघून जाते. पण जाताना सुद्धा तिचा चेहरा पडलेला असतो. "मायरा तू जा ऑफिस मधे आम्ही जरा वॉशरूमला जाऊन येतो." असं म्हणून अलेक्स आर्यनला घेऊन बाजूला जातो. आणि विचारतो, "अरे तू मायरा ने पिलेली कॉफी का बर पिलीस?"

आर्यन : अरे त्यामधे साखर व्यवस्थित टाकलेली होती. ती बोलली ना तसं आणि मी तसं पण दुसऱ्या बाजूने पिली, तिने ज्या बाजूने पिली होती त्या बाजूने नाही पिली.

अलेक्स : अरे पण ती तुझी कॉफी पिताना...(अडखळत) जाऊ दे तुला कसं सांगू. तुझी उष्टी कॉफी पिताना, तिच्या चेहऱ्यावर वेगळाच आनंद होता. मला वाटतं तिच्या मनात तुझ्यासाठी खूप प्रबळ भावना तयार झाल्या आहेत. जर तुला तिच्याबद्दल तसं काही वाटत नसेल तर वेळेवर तिला स्पष्ट तसं सांग.

आर्यन : अरे पण मी तिला तसं काही संकेत देतच नाही आहे. जर ती स्वतःहून सर्वच गोष्टींना तिच्याप्रमाणे समजून घेत असेल तर मी तरी काय करणार?

अलेक्स : ते पण बरोबर आहे. बघू काय करायचं ते. सध्या आपण परीक्षेवर लक्ष केंद्रित करूया आणि अजून एक गोष्ट मी नोटीस केली. मायरा तुझ्यासोबत जास्त बोलत आहे हे बघितल्यावर काव्याचा चेहरा पडला होता. म्हणून ती कॉफी न पिताच निघून गेली.

आर्यन : नाही रे तसं काही नाही. त्यांना अभ्यास करायचा होता म्हणून ते निघून गेले. उगाच तू मला नको त्या गोष्टींमधे गुंतवू नकोस.

अलेक्स : भावा चल जाऊ दे! सोड तो विषय.

[काव्याने अचानक कॉफी न पिता आणल्यामुळे, मरीना आणि लिली तिला प्रश्न विचारायला सुरुवात करतात.]

लिली : काय ग काव्या काय झालं? कॉफी पिण्यासाठी बाहेर आलो आणि ती न पिताच तू आम्हाला पुन्हा आतमधे का घेऊन आलीस.

मरीना : तुला आर्यन आणि मायरा एकत्र होते हे आवडलं नाही का? तुझ्या मनात नेमकं काय आहे ते कळू दे आम्हाला.

काव्या : (थोड गोंधळून) नाही ग तसं काही नाही. मला अचानक आठवलं की आपला खूप अभ्यास बाकी आहे.

मरीना : अगं हो, मला पण त्यामधे खूप शंका आहेत. तू आर्यन सोबत बोलतेस ना, मग त्याला बोलव ना थोड्या वेळा साठी, आपल्या शंकाच निरसन करायला.

काव्या : (चेहरा खुलायला लागतो) मी त्याच्याशी असं नेहमी बोलत नाही. पण आता तुम्ही बोलत आहात तर मग चला आपण जाऊन त्याला बोलावूयात.

(काव्या, मरीना आणि लिली आर्यन जवळ जातात.)

काव्या : हाय आर्यन!

आर्यन : हाय, अगं काव्या तू इथे! बोल ना.

काव्या : (मनातून थोडं लाजून) आम्हाला ना काही शंका होत्या. तर तू येशील का आमच्या इथे थोडं समजावून सांगायला?

आर्यन : हा चालेल, चला येतो.

मायरा : मी पण येऊ का आर्यन?

(काव्याचा चेहरा पुन्हा एकदा पडतो आणि तिला राग येत आहे असं वाटतं.)

हे पाहून अलेक्स म्हणतो, "मायरा, तू नको जाऊस. आपण दोघं आर्यनने जे शिकवलं आहे ना त्याचा सराव करूया."

मायरा : हो. चालेल.

मग आर्यन त्या तिघींना एप्लीकेशन समजावून सांगतो, तसेच त्यांची शंका निरसन करून येतो. जवळपास एक तास समजावून सांगितल्यानंतर तिथून आर्यन जायला निघतो तेव्हा काव्या त्याला धन्यवाद म्हणते परंतु तिच्या नजरेतून असं जाणवत असतं की आर्यनने अजून थोडा वेळ थांबावं आणि तिच्या सोबत गप्पा माराव्या. पण आर्यनला हे काही एवढं लक्षात येत नसतं त्यामुळे तो 'ठीक आहे' अस म्हणून तिथून निघून येतो.

हे सर्व आदित्य आणि ध्रुव बघत असतात. तसेच बॅच मधले बाकीचे मुलंही बघत असतात. त्यांना आश्चर्य वाटतं की या तिघीजणी आर्यन सोबत कसं काय बोलत आहेत. तसेच काव्या सुद्धा त्याच्या सोबत

बोलत आहे. कारण ती कोणत्याही मुलाशी जास्त बोलत नसते. परंतु बॅचमधील मुलांना हे पण माहीत असतं की आर्यन जास्त अभ्यासामधे गुंतलेला असतो त्यामुळे तो या गोष्टींमधे पडणार नाही. तसं पण मायरा त्याच्या सोबत एवढी जवळीक करत असते की सर्वांना हेच वाटत असतं की मायराला आर्यन आवडतो.

आदित्य : आर्यन आणि काव्या जास्त वेळा मला एकत्र दिसत आहेत.

ध्रुव : हा तू हे एकदम बरोबर बोललास. मला पण तेच वाटतं. आज रात्री आपण त्याला विचारूच. पण तुला काही प्रॉब्लेम आहे का?

आदित्य : नाही रे मला काही प्रॉब्लेम नाही. तुला तर माहिती आहे की, मी या आधी पण एकदा प्रयत्न केला होता, पण मला तेव्हा कळलं की आपलं इथे काही चालणार नाही. पण आपल्या भावाची आणि काव्याची जोडी छान दिसते. माझा फायदा एवढाच आहे की जर भावाच आणि काव्याच्या जुळत असेल तर मग त्याच्या ओळखीवर मला मरीनावर प्रयत्न करता येईल. ती पण खूप छान दिसते.

ध्रुव : वा काय थोर विचार आहेत तुझे. मानलं तुला.

रात्री :

मस्त पैकी जेवून सर्वजण बसलेले असतात

ध्रुव : भावांनो आजची बातमी बघितली का?

नील : काय रे काय झालं? काय आहे बातमी?

ध्रुव : मॅजेस्टिक मधे एका गावामधून काही लोक अचानक गायब झाल्याची बातमी आली आहे. तसेच तिथे काही झोंबी पण सापडले. म्युटेटेड झोंबिज पण खूप प्रमाणात आहेत जे लपून बसले आहेत. ते पण हळूहळू सापडत आहेत.

आर्यन : पण आता सर्व ठिकाणाहून झोंबी मारून टाकण्यात आले होते, मग आता अचानक कसे काय सापडले?

म्युटेटेड झोंबींच ठीक आहे, झेड व्हायरसचे रुग्ण सापडणे म्हणजे थोडी भीतीदायक गोष्ट आहे.

आदित्य : भावा पण मला एक सांग, तुझं आणि काव्या चे काही चालू आहे का? नाही म्हणजे बऱ्याचदा तुम्ही एकत्र दिसत असता.

अलेक्स : का रे तुला आज अचानक हा प्रश्न कसा काय उद्भवला?

आदित्य : आज आम्ही पाहिलं तर काव्या त्याच्या सोबत बोलत होती. सहसा ती कोणा सोबत बोलत नाही ना.

आर्यन : ती काय बोलत होती ते पण ऐकायचं ना जरा. त्यांना काही शंका होत्या.

ध्रुव : पण तुम्ही दोघे एकत्र खूप छान दिसता. म्हणजे तुमची जोडी शोभून दिसते.

अलेक्स : मला पण हेच वाटतं.

आदित्य : अरे पण तुम्हाला वाटून काय फायदा? ज्याला वाटायला पाहिजे त्याला तर वाटलं पाहिजे ना. तुझ्यासाठी ती योग्य आहे. साधी आहे, सुंदर आहे.

आर्यन : ते सर्व ठीक आहे पण तुला अचानक हे सगळं का बर वाटत आहे?

ध्रुव : अरे त्यामधे त्याचाच फायदा आहे आणि याआधी तो एकदा प्रयत्न करून झालेला आहे.

[आदित्य ध्रुव ला डोळ्यांनी खुणावतो की पुढे काय बोलू नकोस.]

नील : काय रे डोळ्यांनी काय खुणवत आहेस? हा काहीतरी लपवत आहे. चल सांग आता.

आदित्य : अरे मी सुरुवातीला काव्या सोबत बोलण्याचा प्रयत्न केला होता. एकदा ती बाहेर कॅफेटेरियामधे एकटीच बसली होती. मी दोन कॉफी बनवून एक तिच्यासाठी कॉफी घेऊन गेलो होतो. तिच्या जवळ जाऊन तिला कॉफी दिली आणि फक्त हाय बोललो. पण तिने हाय बोलून, कॉफी ला नकार देत तिथून निघून गेली.

[मग सर्वजण हसायला लागले.]

अलेक्स : अरे तिला इंटरेस्ट नसेल तर मग कशाला जातोस.

आदित्य : हा तेच म्हणून मी नंतर विषय सोडून दिला.

ध्रुव: (हसत हसत) तो विषय सोडला आणि त्याने आता दुसरा पकडलाय. आर्यनला बोलण्यामागे तो स्वतःचाच फायदा बघत आहे.

आर्यन : काय रे तुझ्या मनात काय आहे ते सांग.

आदित्य : (थोडासा लाजत) काव्याची मैत्रीण आहे ना मरीना, ती मला जरा आवडते. तुझ जर काव्या सोबत काही असेल तर मग तू मला जरा मरीना सोबत ओळख वाढवण्यासाठी मदत करशील. मला तर मायरा पण आवडत होती, पण ती तर तुझ्या मागे पागल आहे.

आर्यन : ते सर्व ठीक आहे. पण अलेक्सला कोण आवडत आहे नेमक आता?

अलेक्स : (मनातल्या दुःखी भावना लपवत,खोटं हसू चेहऱ्यावर आणतो) अरे ती HR होती ना जिने आपली जॉइनिंग प्रोसेस केली होती. ती मस्त आहे यार! मला तर तीच आवडते.

आर्यन : अरे तुम्हा सर्वांना सांगतो हा जेव्हा पहिल्यांदा मला भेटला तेव्हा त्याने एकच प्रश्न विचारला होता कि ती HR किती भारी आहे ना? ही माझी गर्लफ्रेंड बनली पाहिजे. मी आपला विचार करत होतो की एकतर हा आताच मला भेटला आहे आणि काय बोलत आहे.

आदित्य : आणि नील बद्दल काय वाटलं होतं.

आर्यन : सगळ्यात पहिला मला नीलच भेटला होता. हे सर्व जाऊ दे ध्रुव तुझं सांग तुला कोण आवडते?

ध्रुव : भावांनो आपल्याला अरेंज मॅरेज करायचा त्यामुळे असल्या कुठल्या गोष्टींमधे पडायचं नाही.

आर्यन : का रे तुला असं का वाटतं?

ध्रुव : अजून तुझ्यावर तशी वेळ नाही आली आहे. तू अजून प्रेमात वगैरे पडला नाही आहे त्यामुळे तुला काही माहित नाही. प्रेम खूप वाईट असतं असं मला वाटतं.

नील : का रे? तू कधी प्रेम केल आहेस का?

ध्रुव : नाही रे. पण बघितल आहे. तुम्हाला एक उदाहरण देतो, *"तुम्हाला भुंगा माहित आहे? त्याच्याकडे एखाद्या लाकडाला पण होल पाडण्याची क्षमता असते. मोठ्या मोठ्या टनक लाकडांना पण तो होल पाडू शकतो. पण तो जेव्हा कमळामध्ये मध पिण्यासाठी जातो, सकाळपासून संध्याकाळपर्यंत तो तिथे मध पीत असतो आणि त्याला संध्याकाळ झालेली कळत पण नाही. संध्याकाळी जेव्हा त्या पाकळ्या मिटतात तेव्हा तो भुंगा त्या मऊ असणाऱ्या पाकळ्यांना होल पाडू शकत*

नाही. त्यातून बाहेर न पडल्यामुळे त्याचा तिथेच घुसमटून मृत्यू होतो."

एक लक्षात ठेवा आता आर्यन तू टेक्निकली खूप हुशार आहेस. आता समज तुझं कोणावर प्रेम झाल, मग तिच्या सोबत बोलणं वाढणार, भेटणार, फिरायला जाणार, डोक्यात तिचे विचार येणार. म्हणजे तुझी जी एनर्जी आहे ती तिथे वय जाणार. जी एनर्जी तुझ्या अभ्यासासाठी लागत होती ती तिकडे जाणार . हे झालं जर तुझं प्रेम यशस्वी झालं तर आणि दुसऱ्या बाजूला जर तुझा ब्रेक-अप झाला तर तू डिप्रेशन मधे जाणार, तुझं कामात लक्ष नाही लागणार, तिचाच विचार करत बसणार, त्यामुळे तुझी कार्यक्षमता कमी होणार. म्हणजे दोन्ही मार्गावर नुकसान तर तुझंच होणार आहे.

आदित्य : (अचंबित होऊन) अरे भाई हे केवढं ज्ञान दिल तू. एका श्वासात एवढे सगळे बोलून गेलास. कपालभाती प्राणायाम वगैरे करतोस की काय ?

[सर्व हसायला लागतात.]

अलेक्स : उगाच काहीतरी त्यांच्या डोक्यात घालू नकोस. खरं प्रेम झालं ना तर त्या प्रेमामुळे पण खूप लोक यशस्वी झालेले आहेत. काही वेळा आपण रस्ता चुकत असतो आणि आपला साथीदार आपल्याला योग्य त्या रस्त्यावर आणण्याचा प्रयत्न करतो. तू जर फक्त निगेटिव्ह उदाहरण घेऊन बसलास तर कसं होईल.

आदित्य : आता नीलच बघ. मेघनाच्या पाठी लागला त्यामुळे त्याचे इंग्रजी तरी सुधारत आहे. नाहीतर पहिलं तर तो तिला वेगळच इंग्रजी बोलायचा. त्याच इंग्रजी ऐकून मी माझं इंग्रजी विसरतो की काय असं वाटायला लागलं होतं.

[सगळे जण जोर जोराने हसायला सुरुवात करतात.]

अलेक्स : पण नीलची मजा येणार आहे भावांनो. घरी काका काकींना आधी इंग्रजी शिकावं लागेल, नाहीतर ते काहीतरी वेगळे सांगतील आणि ती काहीतरी वेगळं करून ठेवेल.

नील : (लाजत) बस रे भावांनो खूप झाला.

आर्यन : (थोडा इर्षेने) चला मला झोप आली. मी जातो झोपायला.

ध्रुव : हो चला. तसा पण उद्याचा एक दिवस आहे. परवा आपली परीक्षा आहे. शुभ रात्री.

[मग सगळेजण झोपायला जातात.]

आर्यन पण बिछान्यावर पडून विचार करत असतो. त्याला तो दिवस आठवतो जेव्हा मेघना त्याच्या सोबत बोलायला आली होती आणि ती बोलताना त्याची जी अवस्था झाली होती, ते आठवून त्याला हसायला येत. मग अचानक त्याला काव्या दिसायला लागते. तिचं ते गोड हसणं, निखळ सौंदर्य आणि मधुर आवाज. एवढ्या सगळे गुण एका मुलीमधे कसे काय असू शकतात? मग त्याला मॉलमधे घडलेला किस्सा आठवतो आणि नकळत त्याच्या हृदयाचे स्पंदने वाढायला लागतात. त्याच्या चेहऱ्यावर एक मंद हास्य यायला सुरुवात होते. तसेच पहिली झालेली एक्टीविटी त्याला आठवते आणि मी केलेली प्रशंसा.

मग त्याला अलेक्स आणि इतरांचं बोलणं आठवतं. जसं की ते म्हणतात की तुमच्या दोघांची जोडी खूप सुंदर दिसते. खरंच आमची जोडी सुंदर दिसते का? खरोखर तिच्या मनात सुद्धा तसं काही असेल का? माझ्या मनात तर काही नाही आहे पण हे उगाच काहीतरी माझ्या मनात भरून देतात. मग आर्यन तीच्या आठवणींमधे झोपी जातो.

[सकाळी पुन्हा सर्वजण ऑफिसला जायला निघतात]

नील : (हसत) काय रे आर्यन काल रात्री कसला विचार करत होतोस?

आर्यन : कसला विचार म्हणजे? कोणताही नाही.

नील : मग झोपेमधे हसत का होतास? आणि उशिला मिठी मारून का झोपला होतास?

अलेक्स : (हसत हसत) मग तुला मिठी मारून झोपेल काय?

[सर्वजण हसायला लागतात.]

नील : अरे तो नेहमी अस करत नाही म्हणून विचारलं.

आदित्य : (हसत) अरे तू काय रात्रभर त्याला बघत असतोस की काय?

ध्रुव : राहू दे रे भावांनो मस्करी बाजूला राहू दे. बोल भावा काय झालं होतं?

आर्यन : कुठे काय? काही नाही रे उगाच त्याला भास झाला असेल.

नील : हा तसं पण होऊ शकत. आज एक शेवटची उजळणी करायची आहे.

आदित्य : आर्यनला तर उजळणी करायची गरजच नाही. त्याची आधीच दोन वेळा झालेली आहे आणि आज अजून कोणी बोलवलं तर तिसऱ्यांदा होईल.

अलेक्स : हे खर आहे. बायदवे फ्रेशर्स पार्टीसाठी काही प्लॅन केला आहे का?

आदित्य : कपल डान्ससाठी तू कोणासोबत जाणार आहे?

अलेक्स : मी मायरा सोबत.

आदित्य : हा बरोबर तू सांगितलं होतं. नीलच काय फिक्स आहे. ध्रुव आणि आर्यन मग तुम्ही एका बाजूला बसून कपल डान्स बघण्याचा काम करा.

अलेक्स : मी ग्रुप डान्स करण्याचा विचार करत आहे कोणी इच्छुक आहे का?

आदित्य : मी आहे ना आणि नील पण येईल. असं करू मायरा ला पण विचारू.

अलेक्स : हा ती तर तयारच होईल.

ऑफिस मधे :

मायरा : हाय आर्यन! गुड मॉर्निंग.

आर्यन : गुड मॉर्निंग मायरा.

मायरा : जेव्हा तू मायरा म्हणतोस ना तेव्हा खूप छान वाटतं. मी तुझ्यासाठी काहीतरी आणलं आहे.

आर्यन : अरे वा. काय आणलं आहेस?

मायरा : चॉकलेट. हे घे.

आर्यन : धन्यवाद ! पण आज अचानक कसं काय ?

मायरा : असंच मला वाटलं म्हणून.

आर्यन : मला हे चॉकलेट खूप आवडतं.

मायरा : आवडण्यासारख्या अजून पण खूप गोष्टी आहेत चॉकलेट सोडल्यास.

(अलेक्स पाणी पीत असतो पण हे ऐकल्यावर त्याला ठसका लागतो.)

अलेक्स : (हसत) भावा लवकर चॉकलेट खा नाहीतर वितळून जाईल. मायरा आम्ही ग्रुप डान्स बसवत आहोत, तर मग तू आमच्या सोबत सहभागी होणार का?

मायरा : जरूर. आर्यन पण आहे का?

अलेक्स : नाही आम्हीच.

मायरा : ठीक आहे, आपण उद्या परीक्षा झाल्यावर सराव करू. मी तुमच्या रूमवर येऊ का?

अलेक्स : असं करू परीक्षा झाल्यावर आपण सर्व एकत्रच आमच्या घरी जाऊ.

मायरा : (आनंदाने) वा छान.

तेवढ्यात काव्या ऑफिस मधे प्रवेश करते. तसं तर आर्यन तिला नेहमी बघत असतो पण काल रात्री केलेल्या विचारामुळे, त्याचा आज तिच्याकडे बघण्याचा दृष्टिकोन बदलतो. नकळत पणे त्याच्या चेहऱ्यावर हास्य यायला सुरुवात होते आणि तो तिच्याकडे एकटक बघत असतो. काव्या सुद्धा प्रवेश केल्यावर सर्वप्रथम आर्यनच्या सीट कडे पाहते आणि आर्यन दिसल्यावर ती त्याला एक स्मित हास्य देते परंतु आर्यन तिच्याकडे एकटक पाहत असल्यामुळे, ती थोडसं गोंधळून जाते आणि लाजून आपल्या सीटवर जाऊन बसते. मग अचानक आर्यनला लक्षात येते की तिने आपल्याला पाहील आहे आणि त्याला थोडं अवघडल्या सारखं वाटतं.

अलेक्स : काय रे? कोणाकडे बघून हसतोयस?

आर्यन : काही नाही रे.

[नंतर आर्यन मनातल्या मनात विचार करतो,काव्याला विचारू का कपल डान्स साठी? पण ती काय म्हणेल? आधीच तिने आदित्यला नकार दिलाय. जाऊ दे.. आपल्याला डान्स तरी कुठे जमतो, तसंच मी मायराला पण नाही बोललो आहे. नंतर ती म्हणेल की तिच्या सोबत कसा काय तयार झालास?]

मायरा : काय रे आर्यन कसला विचार करत आहेस?

आर्यन : नाही ग... उद्याच्या परीक्षेचा.

मायरा : तुला काय गरज आहे विचार करायची? ते सोड हे फोटोज बघ यातला कोणता फोटो छान आला आहे ? तो मी प्रोफाइल पीक म्हणून ठेवेन.

आर्यन : तसे तर मला सर्वच फोटो छान वाटत आहेत, पण त्यातल्या त्यात हा खूपच मस्त आला आहे. ब्लॅक ड्रेस मधे तू खूप छान दिसतेस.

मायरा : (लाजून तसेच आनंदाने) थँक्स आर्यन! तू मला पहिल्यांदा अशी कॉम्प्लिमेंट दिली आहेस. हाच फोटो मी अपलोड करते.

आर्यन : मी जरा कॉफी पिऊन येतो. अलेक्स येत आहेस का?

अलेक्स : आज नाही भावा, जरा अभ्यास करतो. तू ये जाऊन.

"ठीक आहे" असं म्हणून आर्यन बाहेर निघून जातो. कॉफी मशीन मधून कॉफी घेऊन तो टेबलवर येऊन बसतो आणि मोबाईलवर सर्फिंग करत असताना त्याच लक्ष समोर जातं. काव्या सुद्धा बाहेर येत असते. ती पण कॉफी घेऊन त्याच्या दिशेने चालत येते. तिला येताना पाहून आर्यनच्या चेहऱ्यावर एक मंद हास्य येते आणि त्याच्या डोळ्यातील चमक त्याच्या हृदयात उचंबळणाऱ्या भावनांना स्पष्टपणे दाखवत असतात. मग काव्या येऊन त्याच्या सोबत बसते.

काव्या : हाय! काय रे एवढा कसला विचार करत आहेस? असं बोलून ती तिचे कानावरील केस अलगद मागे करते.

आर्यन : नाही ग. कसलाच नाही.

काव्या : मग तू असं का वागत आहेस, की जणू काही आपण डेटवरच आलो आहोत.

आर्यन : नाही गं तसं काही नाही. मी उद्याच्या परीक्षेचा विचार करत होतो. तू सांग काय म्हणतेस अभ्यास वगैरे झाला? तू काय हुशार आहेस त्यामुळे काही विचारायचा प्रश्नच नाही.

काव्या : तुमच्यापेक्षा नाही बरं.

आर्यन : हो का ! आणि फ्रेशर्स पार्टीचा काय प्लॅन आहे?

काव्या : तसं काही स्पेशल प्लॅन नाही केला आहे पण मजा करणार एवढेच.

आर्यन : (अडखळत) एक विचारू का?

काव्या : (हसत) हा विचार ना. एवढी फॉर्मलिटी कशाला?

आर्यन : तू उद्या कपल डान्स साठी कोणासोबत जाणार आहेस?

काव्या : जाणार आहे एका सोबत. तो माझ्यासाठी खूप स्पेशल आहे.

[आर्यनचा चेहरा पडतो आणि त्याचा उदासपणा स्पष्टपणे चेहऱ्यावर दिसत असतो.]

आर्यन : अरे वा मस्तच. मग एन्जॉय कर.

[काव्या त्याच्या चेहऱ्यावरची अस्वस्थता पाहते तिला पण उमजून जात की आर्यनच्या मनात पण तिच्यासाठी काहीतरी भावना आहेत.]

काव्या : (हसत) अरे मस्करी केली, कपल डान्स होईपर्यंत आम्ही थांबणारच नाही आहोत कारण आम्ही जिथे राहतो ना तिथे रात्री सात नंतर बाहेर फिरण्यासाठी परवानगी नाही आहे. त्यामुळे आम्ही इथून नेहमीप्रमाणे साडेसहालाच निघू.

आर्यन : अच्छा !

तेवढ्यात काव्याच्या नाकातून थोडंसं रक्त येतं.

आर्यन : (घाबरून) अग तुझ्या नाकातून रक्त येत आहे. चल लगेच आपण डॉक्टरकडे जाऊ.

[काव्या थोडी घाबरते, लगेच रक्त पुसते]

काव्या : (घाबरून) अरे काही नाही काल पासून सर्दी थोडी जास्त झाली होती, त्यामुळे तो प्रॉब्लेम झाला आहे, पण आता ठीक आहे मी डॉक्टरकडे जाऊन आले होते. तू काही काळजी करू नकोस.

आर्यन : ठीक आहे. काही लागलं तर सांग मला.

[ठीक आहे अस म्हणून काव्या घाई घाईत निघून जाते.]

5

राक्षसाची चाहूल

संध्याकाळी :

सर्वजण घरी परत येतात. आर्यन काव्याचा नंबर ग्रुपमधून शोधून काढतो आणि तिला फोन करतो, पण ती फोन उचलत नाही. तो तीन-चार वेळा फोन करतो पण प्रतिसाद मिळत नाही.

अलेक्स : काय रे आर्यन, कोणाला फोन लावतोयस? आणि इतका चिंतित का दिसतोयस तू?

आर्यन : काही नाही रे. चल झोपूया. उद्या परीक्षा आहे.

[सर्वजण झोपायला जातात.]

आर्यनच्या मनात एकच विचार चालू असतो - काव्या फोन का उचलत नाही? सर्व काही ठीक असेल ना? त्याला काळजी वाटायला लागते. तो पुन्हा ग्रुपमधून मरीनाचा नंबर शोधून काढतो आणि तिला दोन-तीन फोन करतो, पण तीही उत्तर देत नाही. त्याची काळजी वाढते. तो लिलीचा नंबर शोधून काढतो आणि तिलाही कॉल करतो, पण तीही उचलत नाही. तो अलेक्सच्या रूममधे जाऊन त्याला उठवून सर्व काही सांगतो.

अलेक्स : अरे, कदाचित त्यांनी फोन सायलेंटवर ठेवला असेल.

आर्यन : पण तिघींचाही फोन कसा काय सायलेंट राहू शकतो?

अलेक्स : मग काय, काही काही लोकांना सवय असते की झोपताना फोन सायलेंट करण्याची. पण तुला एवढी काळजी का बरं वाटत आहे

तिची? प्रेमात वगैरे पडला नाहीस ना?

आर्यन : नाही रे. ठीक आहे, कदाचित त्यांचा फोन सायलेंटवर असेल. असं म्हणून तोही झोपतो.

परीक्षेचा दिवस :

सकाळी आर्यनला नऊ वाजता काव्याचा फोन येतो.

काव्या : हॅलो, कोण बोलत आहे?

आर्यन : हाय, काव्या ना?

काव्या : हो पण आपण कोण? आणि तुम्ही एवढ्या रात्री फोन का बर केला? ते पण तीन चार वेळा.

आर्यन : अग मी आर्यन बोलत आहे.

काव्या : अरे तू बोलत होय. नंबर सेव नव्हता त्यामुळे समजलं नाही. आता सेव्ह करून ठेवते. पण तू एवढ्या वेळा फोन का बर केला? काही प्रॉब्लेम तर नाही ना? आणि सॉरी फोन सायलेंटवर होता त्यामुळे मला कळलं नाही.

आर्यन : ठीक आहे. आता तू कशी आहेस? तुला बरं नव्हतं ना म्हणून फोन केला होता.

काव्या : (स्मितहास्य देत) अरे हो मी ठीक आहे.

[तेवढ्यात मरीना आणि लिली सांगतात की आम्हाला कुणाचे तरी तीन ते चार मिस कॉल आले आहेत.]

आर्यन : अगं मरीना आणि लिलीला पण सांग की मी त्यांना पण फोन केला होता. तू उचलला नाही ना म्हणून त्यांना केला. आता मी ठेवतो फोन आपण ऑफिसमधेच बोलू, ऑफिसला जाण्याची तयारी करायची आहे.

[काव्या हसत हसत हो म्हणते आणि फोन ठेवते.]

त्यानंतर मरीना आणि लिली तिला विचारतात, "काय ग कोणी फोन केला होता? आणि तू एवढी खुश का दिसत आहेस?"

काव्या : अगं आर्यनने फोन केला होता. तुम्हा दोघांना पण ज्या नंबर वरून फोन आला आहे ना तो त्याचाच आहे.

मरीना : पण का?

काव्या : अगं काल माझा दूसरा डोस घ्यायचा राहिला होता. त्यामुळे थोडा प्रॉब्लेम झाला आणि त्यावेळी तो माझ्यासोबत होता. म्हणूनच त्याने काल रात्री चौकशीसाठी फोन केला पण मी उचलला नाही म्हणून त्याने तुम्हाला केला.

लिली : एवढी काळजी? तुझ्या मनात त्याच्यासाठी काही आहे का? फक्त एवढं लक्षात ठेव की तो खूप चांगला मुलगा आहे. उगाच त्याला भावनांमधे अडकवून ठेवू नकोस.

काव्या : (उदास होऊन) मी थोडी संभ्रमात आहे, मला समजत नाही आहे. पण तो जेव्हा जेव्हा समोर येतो ना तेव्हा मला खूप आनंद होतो. मनातल्या मनात सुखावल्याचा भास होतो. आता प्रत्येक दिवशी ऑफिसला जाताना एक वेगळाच उत्साह असतो. या आधी ऑफिसला जाताना तेच नेहमीच काम करायचं आणि परत यायचे असं वाटायचं. पण आता ऑफिसला जाण्यासाठी काहीतरी कारण मिळाल आहे असं वाटतं. ऑफिसमधे प्रवेश केल्या केल्या सगळ्यात पहिलं मी त्याच्या सीट कडे बघते. मला माझ्या मनात काय चाललं आहे ते स्वतःलाच कळत नाही आहे पण जे काही चालल आहे ना त्यामुळे मी खूप आनंदी आहे.

मरीना : मी एक मैत्रीण म्हणून नाही तर बहीण म्हणून तुला सल्ला देते. हे प्रेम वगैरे आपल्यासाठी नाही आहे. उगाच त्याला पण आशेवर ठेवू नकोस. आता कुठे याची सुरुवात झाली आहे तर थोडं अंतर ठेवायला सुरुवात कर जेणेकरून तुला आणि त्याला पुढे जाऊन जास्त त्रास होणार नाही.

मग आर्यन आणि बाकी सर्वजण ऑफिसला जायला निघतात. सिग्नल वर त्यांची गाडी थांबलेली असते तेवढ्यात रस्त्याच्या बाजूला एका झाडीमधे आर्यनला एक जॅकेट घालून बसलेला माणूस दिसतो, त्याचे हात खूप विचित्र असतात. तो अलेक्सला सांगणार तेवढ्यात सिग्नल सुटतो आणि गाडी पुढे जाते. पुढे जाताना आर्यनला तो माणूस एक ससा खात असल्याच दिसत. आर्यन अलेक्सला सांगणार असतो पण उगाच परीक्षेच्या वेळी काळजी नको म्हणून तो त्याला सांगत नाही.

आज बाकी सर्वजण लवकर आलेले असतात, मग हे सर्व आपल्या सीटवर जाऊन बसतात. आर्यन मागे वळून काव्या आली आहे का नाही ते पाहतो, तेव्हा काव्या सुद्धा त्याच्याकडे पाहते आणि स्मित हास्य करते.

मग परीक्षा चालू होते. सुपरवायझर सर्वांना प्रॉब्लेम स्टेटमेंट देतात , एक वेबसाइट बनवायची आहे ज्यामधे यूजर लॉगिन करू शकेल. लॉगिन केल्यावर एपीआय मधून यूजर ची डिटेल्स स्क्रीन वर दिसतील आणि यूजर त्यांना अपडेट करू शकतो. अपडेट केल्यावर ती डिटेल्स डाटाबेस मधे अपडेट झाली पाहिजेत . एपीआय साठी जावा लँगवेज वापरायची आहे, फ्रंटएंड साठी कोणतेही फ्रेमवर्क वापरू शकता. परीक्षेचा चा कालावधी अडीच तासाचा असतो.

आर्यन १ तासामधेच वेबसाइट बनवून बसलेला असतो. ध्रुव ला काही एरर येत असतात, तो हळू हळू त्यांना सोडवत असतो. अडीच तासानंतर सर्वजण कोड अपलोड करतात .परीक्षा संपल्यावर काहीजण खुश असतात तर काहीजण निराश.

अलेक्स : आर्यन, तुझ्यामुळे पूर्ण एप्लीकेशन बनवू शकलो आज.

मायरा : हो खूप सोपी होती परीक्षा. पास होईन,हे तरी नक्की आहे.

[तेवढ्यात आदित्य आणि ध्रुव तिथे येतात आणि सांगतात की त्यांना पण परीक्षा सोपी गेली.]

आर्यन : आता उरलेल्या वेळात काय करायचं ते ठरवा? दुपारी जेवायला बाहेर जाऊया का कुठेतरी? मग घरी जाऊन तुम्ही सराव करा त्यानंतर पुन्हा रात्री जेवायला बाहेर जाऊ.

ध्रुव : बरोबर बोललास. पण आता आपण जेवणाच्या जागी ना काही तरी दुसरच घेऊया. म्हणजे पिझ्झा बर्गर किंवा दुसरं काही.

[मग सगळे ठरवतात की आज आपण बाहेरच जेवायला जाऊया. मायरा पण त्यांच्या सोबत येणार असते कारण डान्सचा सराव पण करायचा असतो.]

अलेक्स : ओके चालेल मग पंधरा-वीस मिनिटानंतर आपण निघूया. चल आर्यन तो पर्यंत जरा बाहेर फिरून येऊ.

आदित्य : याच बाहेर फिरायला जाण्याच कारण मला माहित आहे. याला फक्त मुलींना बघायचं असतं आणि तो बघा नील तिकडे मेघनाला सोडायलाच मागत नाही. त्याला आधीच सांगा की आपण दुपारचा प्लॅन करत आहोत, नाहीतर तर मग तो तिला पण आपल्या सोबत घेऊन येईल आणि मग भावाचा मूड ऑफ होईल.

मायरा : कोणाचा रे?

आदित्य : कोणाचा नाही तू इग्नोर कर. आज एकदम भारी दिसत आहेस.

मायरा : आज मी आर्यन ने सांगितलेला ड्रेस घातला आहे. आज मी तुमच्या इथे येणार आहे.

अलेक्स आणि आर्यन बाहेर जातात. अलेक्सला HRला बघायचं असतं म्हणून हे दोघं HR डिपार्टमेंटच्या आजूबाजूला घिरट्या घालत असतात.

आर्यन : भावा तू ना एकदा आपल्या दोघांची पण वाट लावणार आहेस.

अलेक्स : तुला स्वतःहून गोष्ट मिळत आहे तर तू तिला सोडून दुसऱ्याच्या मागे पळत आहेस. आपण नयनसुख तरी घेऊ.

तेवढ्यात काव्या आणि तिच्या मैत्रिणी तिथे येतात,

मरीना : अरे आर्यन ,अलेक्स तुम्ही इथे काय करताय?

आर्यन : HR ला बघायला आलोय.

अलेक्स : अरे काय पण काय सांगतोस? जरा इथे काम होतं म्हणून आलो होतो.

आर्यन : नाही ग हा इथे मला HRला बघायला घेऊन येतो.

[तिघीजणी पण मग हसायला लागतात.]

अलेक्स : तुम्ही बोला तोपर्यंत मी जरा माझं काम करून येतो.

मरीना : आर्यन तू काल आम्हा तिघींना एवढे फोन का बर केले होतेस?

(काव्या मरीनाला डोळ्याने रागाने खूनवून विषय न काढण्यास सांगते.)

आर्यन : (गोंधळून) काल काव्या ची तब्येत ठीक नव्हती ना म्हणून मी तिला फोन केला होता.

लिली : एवढी काळजी वाटत होती की तू आम्हा दोघींना पण फोन केलास, ते पण तीन-चार वेळा.

आर्यन : (गोंधळून) नाही तसं नाही, काव्याने फोन नाही उचलला त्यानंतर मी झोपणार होतो, पण हा अलेक्स बोलला की आपण लिली आणि मरीनाला पण फोन करू. म्हणून मी तुम्हा दोघींना फोन केला नाही तर मी झोपणार होतो. बायदवे. काव्या आता तुझी तब्येत ठीक आहे ना? आणि परीक्षा कशी होती?

काव्या : हो आता एकदम ठीक आहे. परीक्षा तर एकदम मस्त होती. तू आमच्या शंका निरसन केल्याबद्दल धन्यवाद.

तेवढ्यात अलेक्स येतो आणि बोलतो, "फक्त थँक्स म्हणून नाही चालणार, आर्यनला तुला काहीतरी द्यावं लागेल"

काव्या : काय हवं तुला आर्यन सांग.

अलेक्स : तो जे मागेल ते देशील ना तू?

आर्यन : अरे काय बोलत आहेस. अगं मला काहीच नको. तुम्हा तिघींना परीक्षा सोपी गेली ना बस.

अलेक्स : तुझी तब्येत कशी आहे?

काव्या : हो मी एकदम ठीक आहे.

अलेक्स : अगं काय सांगू. काल रात्री हा तुझी खूप काळजी करत होता. तुला फोन लावला मग त्याने मरीना, लिलीला फोन केला पण कोणीच उचलला नाही. मग त्याने मला बारा वाजता येऊन झोपेतून उठवलं आणि सांगत होता की कुणी फोन उचलत नाही आहे. तर मग मी त्याला बोललो की ते सायलेंट वर ठेवून झोपले असतील.

[अलेक्स अजून काही बोलणार त्या आधीच आर्यन त्यांना म्हणतो की आम्हाला दुसरं काम आहे आणि अलेक्सला घेऊन निघून जातो.]

(काव्या आणि त्या दोघी हसायला सुरुवात करतात.)

लिली : त्याच्या पण मनात काहीतरी आहे एवढं नक्की. बघा आता काय करायचं ते.

आर्यन अलेक्सला एका बाजूला घेऊन येतो,

आर्यन : अरे तू काय वेडा झाला आहेस काय रे? या गोष्टी त्यांना सांगायची काय गरज होती?

अलेक्स : मी HR ला बघायला आलोय ते बर सांगितलंस त्यांना.

आर्यन : सोड ते सर्व जाऊ दे. मला एक महत्त्वाची गोष्ट तुला सांगायची आहे.

अलेक्स : हा बोल ना?

आर्यन : येताना मी एक विचित्र माणसाला जीवंत प्राण्याला खाताना बघितलं. त्याचं निरीक्षण केलं तर मला तो थोडा विचित्र वाटला, नक्कीच काहीतरी गडबड आहे.

अलेक्स : तुला असं म्हणायचं आहे का, की तो झोंबी आहे म्हणून? असू पण शकतो, मग चल आपण जाताना बघू आणि मिळाला तर त्याला तिथेच मारू नाहीतर 'झेड-टि-सी' ला कळवू.

आर्यन : नाही रे झोंबी नव्हे. जे कोणी झेड व्हायरसचा शिकार आहेत, ते कधीच कोणाला खात नाहीत फक्त त्यांना चावतात आणि रक्त पितात. पण हा त्या प्राण्याला कच्चा खात होता.

अलेक्स : तुझ्या डोक्यात काय चाललं आहे ते स्पष्ट सांग.

आर्यन : मी तुला एक स्टोरी सांगितली होती, की जय ला दोन मुलं झाली आणि ती राक्षासासारखी दिसत होती वगैरे वगैरे. मग त्यांना मॉन्स्टर हंटर्स नी बंदी केल. त्या तसंच आजी काय म्हणत होत्या की त्यातला एक राक्षस आता बाहेर आला आहे आणि त्यानेच हा झेड व्हायरस पसरवला पण तो कमकुवत झाला असल्यामुळे तो त्याच्या भावाला शोधत आहे आणि त्या पुस्तकात लिहिल्याप्रमाणे हे दोघेजण प्राण्यांना आणि माणसांना पण खात होते.

आता जर लिंक लावायची झाली तर परवाच आपण एक बातमी पाहिली होती की एका गावामधून काही माणसं अचानक गायब झाली आणि काही झेड व्हायरसचा शिकार झाली होती. जर झेड व्हायरस पूर्णपणे संपला आहे तर मग आता अचानक हे झोंबिज कसे काय बनत आहेत? तुला यात काही वेगळं वाटत नाही?

अलेक्स : तुझं बोलणं मला पटत आहे. पण त्या स्टोरीमधे मला काही तथ्य वाटत नाही. आपण असं करू इथून निघताना पहिलं त्या ठिकाणी

जाऊ जिथे तू त्याला पाहिलं होतंस.

आर्यन : फक्त बाकीच्यांना काही सुगावा लागू देऊया नको. आपण दोघेच गाडीतून उतरून तिथे जाऊ.

अलेक्स : ही बघ आताची बातमी, ज्या गावांमधे ते झोंबी सापडले होते त्या पूर्ण गावाला क्वारंटाईन करण्यात आल आहे आणि आजूबाजूच्या गावांना रेड अलर्ट दिला आहे. म्हणजे कोणाचही चेकिंग झाल्याशिवाय तेथून कोणी बाहेर पडू शकणार नाही.

आर्यन : हा हे बरोबर केल. आता पुन्हा ते सर्वांची चाचणी करतील त्यानंतरच पुन्हा त्या गावांना ग्रीन झोन म्हणून घोषित करतील. आता सरकार खूप अलर्ट आहेत त्यामुळे केसेस तर वाढणार नाहीत पण आपण आपली शंका आजच निरसन करून घेऊयात.

अलेक्स : ओके चल मग बराच वेळ झाला, ते सर्व वाट बघत असतील.

मग मायरा आणि बाकी सर्वजण अलेक्सच्या कार मधे बसून निघतात, जास्त जण असल्यामुळे थोडं अड्जस्ट करून बसतात आणि मायरा पुढे बसते. गाडी सिग्नल जवळ आलेली असताना आर्यन अलेक्सला म्हणतो, "अरे अलेक्स जरा गाडी थांबवतोस का? मला नेचर्स कॉल आला आहे."

आदित्य : ऑफिस मधून आलास ना रे, तुला तिथे नाही जाता आलं? आता आपण हॉटेलला जाणारच आहोत तिथे जा.

अलेक्स : नाही. मला पण झाली आहे. तुम्ही सर्व गाडीतच थांबा आम्ही दोघे जाऊन येतो. असं म्हणून दोघेजण आर्यनने सांगितलेल्या त्या झाडाच्या ठिकाणी जायला निघतात.

आर्यन : आरामात भावा, थेट जाऊ नको आधी व्यवस्थित बघ.

अलेक्स : इथे तर कोणीच नाही आहे. तुला कदाचित भास झाला असावा.

आर्यन : आपण इथे आजूबाजूला अजून थोड बघू काहीतरी नक्की मिळेल.

मग ते दोघेजण तिथे आजूबाजूला बघतात पण काही दिसत नाही

अलेक्स : इथे मला ससा पण दिसत नाही आणि रक्त पण कुठे दिसत नाही आहे. चल आपण निघूया, तू जास्त विचार नको करत जाऊ.

तेवढ्यात आर्यन अलेक्सला हाक मारतो, "इकडे ये, हे बघ"

झाडाच्या एका पानाखाली सशाचा तुटलेला पाय मिळतो

अलेक्स : अरे बापरे! तू जे बोलला होतास ते खरं निघाल. मी असं करतो हा अवयव एका पिशवीमधे टाकून घेतो.

आर्यन : हा घे पण घरी त्याला पण जवळ ठेवू नकोस, लांब ठेव. माहित नाही त्याच्यावर कशा प्रकारची रिएक्शन होईल. ही स्टोरी आपण पोलिसांना पण समजावून सांगू शकत नाही कारण ते यावर विश्वास पण ठेवणार नाहीत.

अलेक्स : मला पण अजून त्या स्टोरीवर विश्वास नाही आहे. पण हे काहीतरी वेगळं आहे एवढं नक्की. जर तो राक्षस जरी असता तर एवढा तरी शांत बसला नसता, एवढ्यात त्याने खूप लोकांना झोंबी बनवलं असतं.

आर्यन : तुझं म्हणणं पण बरोबर आहे. पण मला तरी असं वाटत आहे की काहीतरी भयानक घडणार आहे.

अलेक्स : तू सोड जास्त विचार नको करू आपण आता मजा करू. हा अवयव जपून ठेवू आणि त्याच निरीक्षण करू.

मग ते दोघे पण गाडीमधे येऊन बसतात आणि एका रेस्टॉरंटला जायला निघतात. अलेक्स रेस्टॉरंटच्या बाहेर गाडी थांबवतो आणि म्हणतो, "तुम्ही सर्व आत जाऊन टेबल बुक करा, मी आणि आर्यन गाडी पार्क करून येतो ".

सर्वजण गाडीतून उतरून रेस्टॉरंट मधे जातात, मग अलेक्स, आर्यन गाडी घेऊन खाली पार्किंग लॉटमधे येतात.

अलेक्स : तो अवयव व्यवस्थित ठेव. असं कर ती पिशवी इथेच कारमधे ठेवून दे.

ठीक आहे असं म्हणून आर्यन त्या पिशवीला इयरबड्सच्या बॉक्समधे ठेवून तो बॉक्स गाडीमधे ठेवून देतो आणि मग हे दोघेजण रेस्टॉरंट मधे येतात. आर्यन आणि अलेक्स एकत्र बसतात मग मायरा तिच्या जागेवरून उठून आर्यनच्या बाजूला जाऊन बसते.

मायरा : चला लवकर ऑर्डर करा, मला खूप भूक लागली आहे.

ध्रुव : आम्ही आमचा पिझ्झा ठरवला आहे, तुम्हाला काय हव आहे ते सांगा.

आर्यन : मला कोणताही व्हेज पिझ्झा चालेल फक्त चीज बर्स्ट हवा आणि त्यामधे चीज चा एक एक्स्ट्रा टाकायला सांगा.

मायरा : मला एक आईस्क्रीम पण सांगा.

अलेक्स : मला बर्गर हवा आहे. चल ऑर्डर द्यायच्या वेळ मी सांगतो तिथे कोणता हवा आहे तो.

[मग सर्वांची ऑर्डर येते आणि सर्वजण गप्पा मारत त्याचा आस्वाद घेत असतात]

मायरा : मग तुम्ही कोणतं गाण ठरवत आहात डान्स साठी?

आदित्य : तीन ते चार गाणी आम्ही ठरवली आहेत. त्यातलं एक गाण आपण निवडू किंवा त्या चार गाण्यांच कॉम्बिनेशन करू.

नील : मला तर वाटतं आपण कॉम्बिनेशन करूनच करू.

मायरा : हा बरोबर त्यामुळे आपल्याला व्हेरिएशन्स पण मिळतील.

[तेवढ्यात आर्यनच लक्ष मायराकडे जातं, तिच्या ओठांच्या खालच्या बाजूला थोडसं आईस्क्रीम लागलेल असतं. तो तिला इशारा करून दाखवतो की तिथे आईस्क्रीम लागल आहे म्हणून, पण तिला काही कळत नाही.]

आर्यन : अगं मायरा, तुझ्या ओठांना थोडस आईस्क्रीम लागल आहे.

मायरा : अरेच्चा. ते पुसशील का? कारण माझ्या हातात आईस्क्रीम आहे आणि ते हाताला पण लागल आहे. इथे टिशू पेपर पण दिसत नाही मला.

आर्यन : ठीक आहे कुठे आहे रुमाल?

मायरा : माझ्या पॅन्टच्या डाव्या खिशात.

आर्यन : तू हात धुवून ये.

मायरा : अरे असे हात घेऊन कुठे जाऊ? तस पण कोणी बघत नाही आहे आणि तसं पण खिशातून फक्त रुमाल तर काढायचा आहे.

[आर्यन काउंटरवर जाऊन टिशू पेपर घेऊन येतो, त्याने लागलेले आईस्क्रीम पुसून टाकतो. मायरा ने आदित्य ला फोटो काढायला

सांगितलेला असतो,आदित्य पण बरोबर त्याच वेळी फोटो काढून ठेवतो.]

[मग सर्वजण रूमवर येतात.]

आर्यन : तुम्ही सर्वजण खाली रूम मधे सराव करा मी वरच्या रूम मधे जाऊन आराम करतो, नंतर मधेच खाली येईन.

सर्वजण खाली प्रॅक्टिस सुरू करतात, तेव्हा ध्रुव आर्यनच्या रूममधे येतो, तो बघतो तर आर्यन एका गहन विचारांमधे बुडला असल्यासारखा वाटत असतो.

ध्रुव : (हसत) काय रे भावा. एवढा कसला विचार करत आहेस. काव्या की मायरा या दोघांमधे कोण असा तर विचार करत आहेस का?

आर्यन : तुला मी एक पुस्तक वाचायला दिलेलं होतं माहित आहे? '*सीक्रेट ऑफ झोंबी मोन्सटर-द अनटोल्ड स्टोरी*' हे पुस्तक. तू ते वाचलं होतं का?

ध्रुव : हो मी वाचल होतं. पण त्या पुस्तकामधे स्टोरीचा शेवट नाही आहे. अर्धवट आहे ते पुस्तक. पण त्याने ज्या प्रकारे झेड व्हायरसला मॉन्स्टर सोबत जोडलं ना ते प्रशंसनीय आहे. त्याचा दुसरा भाग मिळाला तर मला सांग.

आर्यन : तुला काय वाटतं? ती स्टोरी कितपत खरी असू शकते?

ध्रुव : ती स्टोरी खरी नाही एवढं तर नक्की आहे.

आर्यन : जर झेड व्हायरस हा एक आजार होता तर मग त्याचं औषध का नाही सापडल? सर्व संक्रमित लोकांना मारून टाकण्यात आल. तुला यामधे काही वेगळं वाटत नाही?

ध्रुव : बरोबर आहे की त्याचं औषध सापडलं नाही पण तो एका माणसामधून दुसऱ्या माणसाला होत होता बरोबर? मग इथे राक्षसाचा काय संबंध?

आर्यन : आपण सर्व बातम्या बघितल्या, पण याचं मूळ कुठे होतं ते तुला माहित आहे का? म्हणजे या व्हायरस ची सुरुवात नेमकी कुठून झाली याची पक्की खबर अजून पर्यंत कोणालाही मिळाली नाही. कुणी म्हणत होत की याची सुरुवात एका माणसापासूनच झाली होती, काही लोक म्हणतात की प्राण्यांमधून याची सुरुवात झाली होती. पण

प्राण्यांमधून जर म्हटलं तर आपण आताच काही दिवसांपूर्वी एक केस पाहिली होती की प्राण्यांमधून झालेलं संक्रमण माणसाला पूर्णपणे झोंबी बनवत नाही, त्याचा परिणाम हळूहळू होतो. मग अजून पर्यंत याच मूळ का नाही सापडलं?

ध्रुव : आता एका बातमीनुसार असं म्हटलं जातं की हा व्हायरस बनवला गेला होता आणि त्याचा एक्सपेरिमेंट करत असताना तो लिक झाला. त्यामुळे असे पण काही चान्सेस असू शकतात. खरी गोष्ट कोणती आहे ते आपल्याला पण माहित नाही. पण अशा एखाद्या जुन्या काल्पनिक गोष्टीवर विश्वास ठेवन मला पटत नाही.

आर्यन : आतापर्यंतच्या रिसर्च नुसार झेड व्हायरस ने जे संक्रमित झाले आहेत ते कधीही कोणाला खात नाहीत. ते फक्त समोरच्याला संक्रमित करतात. बरोबर?

ध्रुव : हो बरोबर.

आर्यन : आज ऑफिसला जाताना मी एका विचित्र व्यक्तीला ससा खाताना बघितलं. म्हणून आम्ही येताना वॉशरूमला जाण्याचा नाटक करून त्या ठिकाणी पहायला गेलो आणि आम्हाला सशाचा एक तुटलेला पाय मिळाला तो मी खाली गाडीमधे ठेवला आहे. त्यामुळे आता असा संशय उत्पन्न होतो की हा माणूस कोण असेल आणि आता अचानक झेड व्हायरस चे पेशंट कसे काय सापडायला लागले आहेत?

ध्रुव : अरे बापरे! मग आम्हाला का नाही सांगितलं?

आर्यन : अरे मायरा पण होती आणि उगाच सबळ पुरावा असल्याशिवाय बोलणं योग्य नाही वाटलं.

ध्रुव : आपल्यासारखी माणसं सुद्धा प्राण्यांना खातात पण कच्च मास कोणी खात असेल असं मला वाटत नाही आहे. अच्छा! म्हणूनच तू त्या स्टोरीचा विचार करायला लागला आहेस.

आर्यन : हो. मी असं नाही म्हणत कि ती स्टोरी बरोबरच असेल पण त्यातला काही भाग निश्चितच याच्याशी जोडलेला असावा असे मला वाटत आहे.

ध्रुव : एका सायंटिस्ट ने या व्हायरस ने संक्रमित झालेल्या माणसांना २०% बरं केल होतं असं दावा केला होता, पण नंतर तो

अचानक गायब झाला अशी बातमी आली.

आर्यन : हो माहित आहे. हिमांशू नाव होतं ना त्याचं. म्हणजे आपल्या प्रश्नांचे उत्तर हीमांशू कडूनच मिळू शकत. पण त्याला शोधणार कसं?

ध्रुव : हे बघ सध्या हा विषय सोडून दे, याच्या बद्दल जास्त विचार करू नको कारण आधीच सरकार ने भक्कम पाऊले उचललेली आहेत त्यामुळे याच संक्रमण तसं जास्त प्रमाणात वाढणार नाही एवढं तर नक्की आहे.

आर्यन : हा ते पण बरोबर बोलत आहेस तू. फक्त एक विषय आहे तो म्हणजे त्या स्टोरीमधे असं लिहिलं होतं की ते राक्षस कधी पण त्यांचे खाद्य म्हणजेच शिकार अर्धवट सोडत नव्हते याचं कारण म्हणजे जर त्यांनी एखाद्या प्राण्याला खाताना एखादा जरी अवयव सोडला तर त्यांची थोडी ताकद त्या उरलेल्या अवयवात विलीन व्हायची आणि त्यामुळे त्यांची ताकद तेवढ्या प्रमाणात कमी व्हायची. म्हणून झोंबी कधी पण त्यांच्या चावण्याने बनत नव्हता तर त्यांच्याकडून प्राण्यांच्या किंवा माणसांच्या शिल्लक राहिलेल्या अवयवातून पसरत होता. पुढे तर असं पण लिहिलं आहे की तो अवयव एक वेगळ रूप धारण करून सर्वांना संक्रमित करायला सुरुवात करतो.

ध्रुव : अच्छा म्हणजे तुला असं म्हणायचं आहे की जो अवयव तुम्ही आणला आहे त्याच्यावर जर काही परिणाम होताना दिसला तर मग आपण या कथेला खरं म्हणू शकतो.

आर्यन : बरोबर. कदाचित आपला हा सर्व भ्रम पण असेल पण सावधगिरी म्हणून आपण उद्या पुन्हा बघू.

[तेवढ्यात मायरा वरती येते]

मायरा : आर्यन, ध्रुव चला आमची प्रॅक्टिस झाली आहे आता तुम्ही एकदा बघा आणि आम्हाला सांगा काही बदल हवे असतील तर.

आर्यन : चल आलोच.

मग खाली जाऊन दोघेही त्यांचा डान्स बघतात आणि त्यांना खूप आवडतो. मग मायरा आणि अलेक्स कपल डान्सची प्रॅक्टिस करतात. नील आणि आदित्य सुद्धा त्यांच्याकडून शिकून घेतात. हे सर्व

करण्यामधे जवळपास रात्र होते मग सर्वजण पुन्हा जेवायला बाहेर जातात आणि पुन्हा घरी येतात आणि खूप वेळ गप्पा मारत असतात. त्यानंतर मायरा म्हणते, "आपण एक गेम खेळूया." ते 'ट्रूथ अँड डेअर' गेम खेळायला सुरुवात करतात. असं गप्पा मारता मारता रात्रीचे दोन वाजतात. मग अलेक्स म्हणतो की आपण मायराला तिच्या घरी सोडून येऊया खूप उशीर झाला आहे आणि उद्या इव्हेंट सुद्धा आहे.

मायरा : मी तुमच्या इथे पण थांबू शकते मला काहीच प्रॉब्लेम नाही. म्हणजे पुन्हा एकदा आपण सकाळी पण प्रॅक्टिस करू.

आर्यन : अग पण तुझं सामान इकडे कुठे आहे? तुला ड्रेस वगैरे पण बघायचं असेल ना उद्याच्या डान्स साठी.

मायरा : अरे हा बरोबर. ठीक आहे मग मला घरी सोडा.

अलेक्स : आर्यन तू सोडून येशील का रे? मला जरा आता कंटाळा आला आहे आणि थोडं सांभाळून जा खूप उशीर झाला आहे. कदाचित पाऊस येईल असं वाटत आहे.

आर्यन : ठीक आहे चालेल तुम्ही जा सर्वांनी आराम करा मी येतो तिला सोडून.

[मग आर्यन आणि मायरा कारमधून तिच्या घरी जायला निघतात. मायरा खूप आनंदात असते आणि ती रोमँटिक गाणी लावायला सुरुवात करते. पर्स मधून लिपस्टिक बाहेर काढते आणि ओठांना लावते.]

आर्यन : (हसत) अग आता घरी जाताना तू लिपस्टिक का लावत आहेस? तुम्ही मुली म्हणजे ना कधी पण मेकअप करायला सुरुवात करता.

मायरा : तुझ्यासाठी लावत आहे.

आर्यन : माझ्यासाठी म्हणजे?

मायरा : (गोंधळून) मस्करी केली.

मग ते मायराच्या घराजवळ येतात, मायरा गाडीतून उतरते आणि आर्यन पण उतरतो.

तेवढ्यात वीज चमकते आणि पाऊस पडायला सुरुवात होते. विजेचा गडगडाट ऐकून मायरा आर्यनला मिठी मारते. दोघपण पावसात भिजतात. मायरा आर्यनला घट्ट मिठी मारूनच उभी असते. आर्यन

तिला हळुवार बाजूला करत म्हणतो, “पाऊस गेला. जरासच येऊन गेला, चल मी तुला फ्लॅट पर्यंत सोडायला येतो.”

मायरा : नको आता खूप उशीर झाला आहे, तुला पण एकट परत जायचं आहे त्यामुळे तू जा. तसं पण समोरच आहे बिल्डिंग.

ओके म्हणून आर्यन गाडीमधे बसायला जातो, तेवढ्यात मायरा त्याला हाक मारते, “आर्यन एक मिनिट”

आर्यन : हा बोल ना.

मायरा : मला तुला काहीतरी सांगायचं होतं.

आता मात्र आर्यनला समजायला लागतं की ही नेमकं काय सांगणार आहे ते म्हणून तो लगेच खिशातून फोन बाहेर काढतो आणि कानाला लावून म्हणतो ,“हो हो... आलोच”.

आणि मायराला म्हणतो, “अगं अलेक्सचा फोन आला होता मला लवकर निघावं लागेल, आपण उद्या बोलूया”

मायरा : (हिरमुसलेल्या चेहऱ्याने) हा चालेल मग.

आर्यन लगेच गाडीमधे बसून निघतो. गाडी चालवताना आर्यन त्याच रस्त्याने परत येत असतो ज्या रस्त्यावर त्यांना सशाचा अवयव सापडलेला असतो. रात्री खूप काळोख असतो, रस्त्यावरचे लाईट सुद्धा बंद झालेले असतात त्यामुळे आजूबाजूच काहीही दिसत नसतं. गाडीच्या हेडलाईटने फक्त रस्ता दिसत असतो, बाजूला पाहिलं तर हलणारी झाडे. आर्यनला सकाळी घडलेली घटना आठवायला लागते, ती व्यक्ती पण त्याला आठवते. त्यामुळे त्याची भीती वाढायला सुरुवात होते. जशी जशी भीती वाढते तसा तसा गाडीचा वेग पण वाढत असतो. रस्त्यावर पण कुणीच नसते. तसेच गाडीच्या समोरच्या आरशामधे पाहिलं तर मागच्या सीटवर कोणीतरी बसलेला असल्याचा भास होतो. मग आर्यन गाणी लावतो.

अचानक समोर स्पीड ब्रेकर आल्यामुळे तो गाडीचा वेग कमी करतो आणि तिथे त्याची गाडी बंद पडते. गाडी स्टार्ट करणार तेवढ्यातच गाडीच्या समोर एक कुत्रा येतो. सरपटणारा कुत्रा आर्यननी पहिल्यांदाच पाहिलेला असतो. त्या कुत्र्याची अवस्था खूप दयनीय झालेली असते. त्याला कोणीतरी मारलेलं असावं असं वाटत असतं कारण बऱ्याच

ठिकाणाहून त्याचे लचके तोडले गेलेले असतात. आर्यन त्याला रस्त्याच्या बाजूला करण्यासाठी गाडीतून उतरणार तेवढ्यातच अचानक एक व्यक्ती तिथे येते आणि त्या कुत्र्याला हातात घेऊन पुढे जात असते. तेव्हा आर्यन गाडीचा हॉर्न वाजवतो. ती व्यक्ती पाठीमागे वळून बघते तेव्हा आर्यन खूप घाबरतो. त्या व्यक्तीचे डोळे लाल असतात. आणि मग ती व्यक्ती बाजूच्या झाडीमधे जाते.

आर्यन गाडी रस्त्याच्या बाजूला लावून , चावी काढून त्या व्यक्तीचा पाठलाग करायला लागतो. आर्यन जंगलात जातो, रक्ताच्या थेंबाचा मागोवा घेतो. पाऊस थांबलेला असतो. हवा थंड असते आणि झाडांच्या फांद्या त्याच्या चेहऱ्यावर येत असतात. हलणाऱ्या फांद्यांमुळे पानांवर तरळणारे पानी त्याच्या अंगावर पडत असते. दाट काळोख असल्याने रस्ता व्यवस्थित दिसत नसतो. त्याला अचानक एका फांदीचा आवाज ऐकू येतो आणि तो वर पाहतो. एका क्षणासाठी त्याला वाटते की त्याने झाडावर एक सावली पाहीली आहे, पण मग ती गायब होते. तो पुढे जातो. त्याच्या हृदयाची धडधड वाढायला लागते. रक्ताचे थेंब कमी होत चालेलेले असतात आणि पुढे ते जवळजवळ अदृश्य होतात. मग,आर्यन रक्त थांबलेल्या ठिकाणी पोहोचतो परंतु तिथे त्याला काही दिसत नाही. तेवढ्यातच अचानक त्याला पानांच्या सळसळण्याचा आवाज येतो. तो बाजूला वळून पाहतो तर कुणी तरी धावत गेल्याच भास होतो. आर्यनला तेवढ्यात मायरा चा फोन येतो ती विचारते, “घरी पोचलास का?”. आर्यन उत्तरतो, “नाही अजून, आता जाईन थोड्या वेळात”, अस म्हणून तो फोन ठेवतो. आधीच घाबरलेला असल्याने तो पुढे जात नाही, तिथूनच परत तो मागे फिरतो आणि परत गाडीमधे येऊन बसतो. गाडी चालू करून पुन्हा घरी येतो.

घरी येताना आर्यनला अजूनही भीती वाटत असते. तो दरवाजा उघडून आत येतो आणि लगेच दरवाजा बंद करतो. तो आत येऊन बिछान्यावर पडतो व डोळे बंद करतो. पण त्याला झोप लागत नाही. त्याला त्या व्यक्तीचे डोळे दिसत राहतात. तो खूप घाबरतो. तो झोपायचा प्रयत्न करतो पण त्याला झोप लागत नाही. तो रात्रभर जागाच राहतो. सकाळी उठून तो ही गोष्ट अलेक्सला सांगण्याचा विचार

करतो पण आज त्यांचा डान्स असल्यामुळे उगाच त्यांना टेन्शन देणे योग्य नाही असं त्याला वाटतं.

6

फ्रेशर्स पार्टी डे

सर्वजण उत्साहाने ऑफिसमधे आले. आज फ्रेशर्स पार्टी आहे आणि प्रत्येक जण उत्सुक आहे. ऑफिसमधे सजवण्याचे काम पूर्ण झाले आहे आणि वातावरण उत्सवपूर्ण दिसत आहे. सुंदर सजवलेले स्टेज, चमकणारे दिवे आणि मंद संगीत वातावरणाला अधिक आकर्षक बनवत आहे. लोक त्यांच्या मित्र आणि सहकाऱ्यांसोबत भेटून गप्पा मारत आहेत .काहीजण डान्स फ्लोअरवर डान्स प्रॅक्टिस करत आहेत. सुंदर नटलेल्या मुली इकडून तिकडून फिरताना दिसत आहेत. असं वातावरण याआधी कधी अनुभवलेल नव्हत कारण ऑफिस म्हणजे फक्त काम त्यामुळे नेहमी यायचं काम करायचं आणि परत घरी जायचं. परंतु आज या इव्हेंट मुळे जणू काही ऑफिसला एक वेगळच सुंदर रूप मिळाल आहे. प्रत्येक जण या वेगळ्या रूपाच्या प्रेमात पडला होता.

हे सर्व व्यवस्थित असताना मात्र आर्यनच्या चेहऱ्यावर काही आनंद दिसत नव्हता उलट तो खूप टेन्शनमधे असल्यासारखा वाटत होता. तेव्हा न राहून अलेक्स ने त्याला विचारल, “काय रे आर्यन एवढा चांगल वातावरण आहे आणि तू अस तोंड पाडून का बसला आहेस?”

आर्यन : (स्वतःला थोडा सावरत आणि चेहऱ्यावर खोट हास्य दाखवत) अरे मी तर आनंदी आहे पण तुमचा डान्स कसा होईल त्याबद्दल टेंशन आल आहे.

अलेक्स : (हसत) डान्स आमचा आणि टेन्शन तू जास्त घेत आहेस. मी पण आता एकदा स्टेजवर जाऊन प्रॅक्टिस करून बघतो. तसं पण आपण लवकर आलो आहोत.

[तेवढ्यात मायरा, मेघना आणि नेहा तिथे येतात]

मेघना : माझा स्वीटहार्ट कुठे आहे?

ध्रुव : (आश्चर्याने) स्वीटहार्ट?

आर्यन : अरे ती नील बद्दल विचारात असेल. मेघना तो वॉशरूम मधे गेला आहे.

ध्रुव : आम्हाला तर नील काही बोलला नाही की तुम्ही दोघं रिलेशन मधे आहात म्हणून. तो तर फक्त फ्रेंड आहोत असं सांगत होता.

मेघना : (लाजत) खर तर कालच मी त्याला प्रपोज केलं.

[अलेक्स आणि ध्रुव आर्यन कडे बघून डोळ्यांनी खुणावतात, पण आर्यन त्यांच्याकडे दुर्लक्ष करतो.] मेघना : नील तुम्हाला काही बोलला नाही का?

आदित्य : (हसत) तसं पण आम्हाला आता सवय झाली आहे. बऱ्याचदा तो आम्हाला धोका देतो.

हे ऐकून मेघनाच्या चेहऱ्यावर आलेला राग स्पष्टपणे जाणवत असतो, तेवढ्यातच मायरा म्हणते, “चला आपल्याला डान्स प्रॅक्टिस करायची आहे, अलेक्स तुम्ही पुढे जाऊन जरा स्टेज पंधरा मिनिटानंतर आपल्यासाठी राखून ठेवा म्हणजे आपल्याला स्टेजचा अंदाज येईल आणि दुसरं कोणी प्रॅक्टिस करायला येणार नाही” तेवढ्यात नील पण येतो, मग सर्वजण स्टेजच्या दिशेने जात असतात.

मायरा आर्यनच्या बाजूला येऊन प्रेमाने विचारते ,“आर्यन मी कशी दिसत आहे?”आर्यन आधीच टेन्शनमधे असतो, पण तरीही तो एक स्मित हास्य देऊन म्हणतो, “खूपच छान दिसत आहेस, आज तुला कुणीतरी प्रपोज करेल असं वाटतं” हे ऐकून मायरा लाजून हसते. तेवढ्यात ध्रुव म्हणतो, “आर्यन हे लोक तर प्रॅक्टिस करायला जाणार आहेत तोपर्यंत आपण कॅन्टीनला जाऊन नाश्ता करायचा का?”

आर्यन म्हणतो, “हो. हे एकदम बरोबर बोललास तू. चल आपण दोघं कॅन्टीनमधे जाऊ.” असं म्हणून आर्यन सर्वांना सांगतो की आम्ही

दोघे नाश्ता करायला जात आहोत तुमची प्रॅक्टिस झाली की तुम्ही पण तिकडेच या, मग तिथूनच आपण एकत्र ऑडिटोरियम मधे जाऊ.

कॅन्टीन मधे ध्रुव विचारतो, “आपण काय ऑर्डर करायचं?”. पण आर्यनच त्याच्याकडे लक्ष नसतं म्हणून ध्रुव पुन्हा एकदा विचारतो, “काय रे तुझं लक्ष कुठे आहे?”. तेव्हा गोंधळून आर्यन लगेच म्हणतो, “मी मेनू बघत होतो. तू असं कर मला एक पावभाजी घे.” मग दोघे आपापला नाष्टा घेऊन एका टेबलवर येऊन बसतात. ध्रुव न राहून आर्यनला विचारतो, “मी सकाळपासून बघतोय तुला. तू घाबरलेला दिसत आहेस, काय झालं आहे ते सांग”

मग आर्यन ध्रुव ला रात्री घडलेली पूर्ण घटना सविस्तरपणे सांगतो.

ध्रुव : अरे बापरे! हे तर खूप भयावह आहे. तुला पूर्ण खात्री आहे की त्या कुत्र्याला कुणी तरी चावलं होतं? कदाचित असं पण असू शकत की त्याचा अपघात झाला असावा आणि त्या माणसाने त्याला वाचवण्यासाठी बाजूला नेल असाव.

आर्यन : नाही रे.. मी स्पष्टपणे पाहीलं की त्या कुत्र्याचे कुणी तरी लचके तोडले होते आणि त्याला उचलून नेणारा तो माणूस सुद्धा विचित्र होता.

ध्रुव : भावा पहिलं तर अशी घटना कधी घडली तर एकटा बाहेर पडण्याचा धाडस कधी करू नको. आपण यामधे आता व्यवस्थित लक्ष घातलं पाहिजे. आता बाकीचे आले की त्यांना पण सांगू.

आर्यन : सर्वांना सांगायचं असतं तर मी सकाळीच सांगितलं नसतं का? आता त्यांचा डान्स परफॉर्मन्स होणार आहे, तर मग त्यांना थोडी मज्जा करू दे ना. नाहीतर उगाच ते पण टेन्शनमधे राहतील. आपण त्यांना रात्री घरी गेल्यावर सांगू. खरं तर तुला पण सांगायचं नव्हतं पण आता तू मला विचारल्यामुळे मी सांगितलं.

आर्यनला अलेक्सचा फोन येतो, त्यावर तो सांगतो की आपण सर्व ऑडिटोरियमच्या बाहेरच भेटू. मग ठरल्याप्रमाणे हे दोघं ऑडिटोरियमच्या बाहेर जाऊन त्यांना भेटतात आणि आत मधे जाऊन एकत्र एका ठिकाणी बसतात. अकरा वाजायला काहीच वेळ शिल्लक असतो. हळूहळू ऑडिटोरियम भरायला सुरुवात होते आणि स्टेजवर

सुद्धा मान्यवर येऊन बसलेले असतात.
पार्श्वभूमीत एक सुमधुर संगीत वाजत असते. प्रत्येक जण आपापले ग्रुप बनवून बसलेले असतात.

जवळपास सहा ते सात नवीन बॅचेस एकत्र सामील झालेले असतात त्यामुळे अंदाजे पाचशे एम्पलोयी तेथे उपस्थित असतात. यासोबतच काही सिनिअर्स सुद्धा आलेले असतात. कार्यक्रमाचे संचालक संचलन करायला सुरुवात करतात. ते कार्यक्रमाच्या उद्देशाबद्दल बोलतात आणि उपस्थितांना कार्यक्रमाबद्दल माहिती देतात. ते कार्यक्रमात सहभागी होणाऱ्यांचे, तसेच कार्यक्रम व्यवस्था पाहणाऱ्यांचे स्वागत करतात. सर्वांना कार्यक्रमाचा आनंद घेण्यास सांगतात.

उपस्थित शिक्षक आपापले मनोगत व्यक्त करतात तसेच बेस्ट एम्प्लॉयी ऑफ अवॉर्ड सुद्धा एका एम्प्लॉईला दिला जातो. त्यानंतर स्टार परफॉर्मर हा अवॉर्ड सुद्धा एकाला देण्यात येतो. तसेच टॉप टेन एम्प्लॉईज ना पण बक्षीस दिले जाते. त्यामधे आर्यनचे सुद्धा नाव असते. मग थोडक्यात त्यांना पुढे कसं काम करायचं आहे टीममधे स्वतःला कशाप्रकारे प्रेझेंट करायचं याबद्दल मार्गदर्शन केलं जातं. आणि मग हा 'हॅप्पी अवर' अशा प्रकारे संपतो. मग सर्वांना कॅन्टीनच्या दिशेने जाण्यासाठी सांगीतलं जातं. प्रत्येक जण आपापले ग्रुप करून फिरत असल्यामुळे त्यांच्याच बॅच मधले बाकीचे ग्रुप त्यांना मधे मधे भेटत असतात. काही वेळा तर भेट पण होत नसते.

कॅन्टीन मधे बुफे पद्धतीत जेवण असतं तेव्हा ध्रुव. आदित्यला एक टेबल अडवून ठेवायला सांगतो आणि तोपर्यंत बाकीचे प्लेट मधून जेवण घेऊन येतात. जेवण आटोपल्यानंतर थोड इकडे तिकडे फिरून सर्वजण पुन्हा लॉन मधे येतात. बाकीच्या सर्व इव्हेंट्स साठी त्यांनी लॉन मधेच एक मोठा स्टेज उभारून त्याच्यासमोर बसण्यासाठी जागा केलेली असते. अलेक्स आणि बाकीचे सर्व मेकअप रूम मधे जातात. आर्यन आणि ध्रुव लॉन मधे एका ठिकाणी जागा शोधून बसून राहतात.

सर्वात पहिल गायन स्पर्धा चालू होतो. एक मुलगी रोमांटिक गाण गात असते, त्या मुलीचा तो सुमधुर आवाज. त्यामुळे आजूबाजूच वातावरण एकदम प्रेममय होऊन जातं. सर्वजण तिच्या सुमधुर

गाण्यामधे मंत्रमुग्ध झालेले असतानाच आर्यनचे लक्ष त्याच्या डाव्या बाजूला जात. तिकडून त्याला तीन मुली चालत येताना अस्पष्टपणे दिसतात. पुन्हा एकदा व्यवस्थित पाहिल्यानंतर त्याला मरीना, लिली आणि त्यांच्या सोबत असणारी काव्या सुद्धा दिसते. आज ती खूप वेगळीच दिसत असते. तिने तो घातलेला पिवळ्या कलरचा टॉप. तिचे ते मोकळे केस, तसेच ते काळेभोर डोळे, तिच्या चेहऱ्यावरचे ते तेज पाहून आर्यन तिच्याकडे एकटक पाहतच राहतो.

सुंदर गाणे मागे चालू असताना आर्यनला ते गाणे त्याच्यासाठीच चालू आहे अस जाणवायला लागत आणि तो स्वतःला आणि काव्याला त्या गाण्यांमधील प्रेमयुगल समजून जागेपणीच स्वप्नामधे रममाण होतो. शेवटी ते गाणे संपते आणि टाळ्यांचा कडकडाट चालू होतो. आपल्या स्वप्नातून बाहेर येऊन गोंधळून आर्यन सुद्धा टाळ्या वाजवायला सुरुवात करतो. डाव्या बाजूला पाहतो तर काव्या तिच्या मैत्रिणीं सोबत तिथे बसलेली असते, परंतु तिचं लक्ष अजून पर्यंत आर्यन कडे गेलेलं नसतं.

गायन स्पर्धा संपल्यानंतर जवळपास साडेतीन वाजता डान्सची स्पर्धा चालू होत. आता मात्र काव्याच लक्ष आर्यन कडे जातं आणि ती तिथून उठून आर्यनच्या जवळ येते.

काव्या : अरे तू इथे आहेस आणि बाकीचे कुठे आहेत?

आर्यन : अग त्यांचा डान्स आहे ना त्यामुळे ते मेकअप रूम मधे गेले आहेत आता थोड्या वेळाने त्यांचा डान्स सुरू होईल.

काव्या : तू आम्हाला पाहिलं नाहीस का? आम्हाला पण इथे बोलवायचं ना. आपण सर्व एकत्रच बसलो असतो.

आर्यन : (गोंधळून) नाही ग. मी पाहिलंच नाही तुम्हाला.

मग काव्या मरीना आणि लिलीला हाक मारून तिथे बोलवून घेते. आर्यन आणि काव्या एकमेकांच्या बाजूलाच बसलेले असतात. तेवढ्यातच अलेक्सच्या टीमचा डान्स सुरू होतो. आर्यन आणि ध्रुव जोर जोराने ओरडून त्यांना प्रोत्साहित करत असतात मग काव्या आणि मरीना सुद्धा ओरडून त्यांना पाठिंबा देतात. मग त्यांचा डान्स संपतो आणि ते सुद्धा बाहेर येऊन आर्यन, ध्रुवला जॉईन करतात. मग बाकीचे

डान्स पाहतात.

साडेपाच वाजता डान्स कॉम्पिटिशन संपतो. मरीना आणि लिली वॉशरूमला जातात तसेच अलेक्स आपल्या टीम सोबत पुन्हा एकदा मेकअप रूम मधे जातो, त्यांना संचालकाने बोलावलेलं असतं.

"आर्यन मी पण जरा वॉशरूमला जाऊन येतो", असं म्हणून ध्रुव पण निघून जातो. आता फक्त काव्या आणि आर्यन हे दोघेच तिथे राहिलेले असतात.

काव्या : आता यानंतर कोणता कार्यक्रम आहे?

आर्यन : आता मला वाटतं सहा वाजता स्कीट चालू होईल ते जवळपास सात वाजेपर्यंत असेल. त्यानंतर कपल डान्स चालू होतील. मग तू कोणा सोबत डान्स करणार आहेस?

काव्या : मी तुला आधीच सांगितलं ना की आम्हाला साडेसहाला बस न्यायला येते त्यामुळे मी एवढ्या उशिरापर्यंत नाही थांबू शकणार.

आर्यन : जर तुला उशिरापर्यंत थांबण्याची परवानगी असती तर तू कोणासोबत डान्सला केला असतास? कारण मी असं ऐकलं होतं की तुला खूप जणांनी विचारलं होतं.

काव्या : हो खूप जणांनी विचारलं होतं पण ज्याने विचारायला पाहिजे होतं त्याने तर विचारलंच नाही.

आर्यन : तुझी कोणाकडून अपेक्षा होती?

काव्या : आता ते शोधून काढायचं काम तुझं.

[आर्यनला समजलेलं असतं की ती त्याच्याबद्दलच बोलत आहे पण तो ते दाखवून देत नाही.]

काव्या : मला ना एकांकिका नाही आवडत जास्त.

आर्यन : मग आपण असं करूयात का.. मस्तपैकी थोडं फिरून येऊया आजूबाजूला. मला भूक पण लागली आहे मग नंतर कँटीनला जाऊन काहीतरी खाऊया.

काव्या : हो चालेल मी मरीना आणि लिलीला मेसेज करून तसं सांगते.

मग दोघेही फिरत फिरत ऑफिसमधे असणाऱ्या एका वॉटर पॉण्ड जवळ येऊन बसतात. सर्वजण तिकडे एकांकिका बघायला गेले

असल्यामुळे वॉटर पॉण्ड च्या आजूबाजूला थोडेच लोक असतात. एक छान अशी जागा शोधून तिथे दोघेपण बसतात. वातावरण खूपच सुंदर असतं. तो मंद वाहणारा वारा आणि त्या मंद वाऱ्याची अचानक येणारी झुळूक शरीराला शीतस्पर्श करत असते. त्या वाऱ्यामुळे पाण्यामधे उत्पन्न होणाऱ्या छोट्या छोट्या लाटांचा आवाज सुद्धा त्या शांतमय वातावरणामधे स्वत:साठी एक जागा बनवत असतो. जणू काही रात्रभर इथेच बसून त्या वातावरणाचा अनुभव घेत राहावं असं वाटत असतं.

अशा या वातावरणामधे नकळतपणे काव्या आणि आर्यनच्या मनातील भावना उचंबळायला सुरुवात झाली असते. पहिलं कोण बोलणार? आणि काय बोलणार? यावरच गाडी अडकलेली असते. मनातून खूप काही सांगायचं असतं पण ते सांगण्याची हिंमत मात्र दोघांचीही होत नसते. आर्यन काव्या कडे बघून एक मंद हास्य करतो त्याचवेळी एक वाऱ्याची झुळूक येते आणि तिचे केस हलकेसे वाऱ्यामधे तरळतात. त्यातच तिच्या चेहऱ्यावर उमटलेल स्मितहास्य आर्यनला मनामधून एक वेगळाच आनंद देऊन जात.

या शांतमय वातावरणाला तडा देत आर्यन म्हणतो, “तू मगाशी असं बोलली होतीस की ज्याने कपल डान्स साठी विचारायला पाहिजे होतं त्याने विचारलंच नाही, मग तुला कोणाकडून अपेक्षा होती?”

हलकेच हसत काव्या म्हणते, “तुला मी सांगितलं ना की, ते तुला शोधायच आहे म्हणून? आणि ते तर मी कधीच विसरले तू एवढ्या छोट्या गोष्टी का बरं लक्षात ठेवतोस?”.

“नाही मी सहजच विचारलं”, आर्यन लागलीच उत्तर देतो.

काव्या : तुझ्याबद्दल मी असं पण ऐकलं आहे की मायरा तुला विचारत होती.

आर्यन : (हसत) नाही ग मला डान्स नाही जमत. मला वाटत तू माझी खूप माहिती गोळा करून ठेवली आहे. म्हणजे मला कोणी विचारलं वगैरे वगैरे.

काव्या : (थोडी गोंधळून) नाही रे.. मला असं कळलं. मला एक सांग तुला काय आवडतं?

आर्यन : मला मुलींचं मंद हास्य आवडतं. जसं की तुझं हास्य खूपच छान आहे. असं वाटतं की त्याकडे पाहतच राहावं.

काव्या : (हसत हसत) धन्यवाद मला कॉम्प्लिमेंट दिल्याबद्दल पण मी तुला काय आवडतं म्हणजे तुझा छंद काय आहे असं विचारत होते.

आर्यन : (डोक्याला हात लावतो आणि हसतो) अरेच्चा असं तर.. मला कविता करायला आवडते.

काव्या : मस्तच! म्हणजे कवी आहेस तर तू. मग आता एखादी कविता करू शकतोस का?

आर्यन : प्रयत्न करेन. जर कविता चांगली नसेल तर कृपया हसू नकोस.

काव्या : नाही रे नाही हसणार.

आर्यन : ठीक आहे मग ऐक, पूर्व तयारी नाही आहे पण जशी मला जमेल तसं मी प्रयत्न करतो.

ही मंद वाहणारी हवा जशी शरीराला शीतलता देते,
    तसेच तुझे गोड हास्य माझ्या हृदयाचे स्पंदने वाढवते.

जस या शांत वातावरणात मिसळून जावसं वाटतं,
    तसंच तुझं अतुलनीय सौंदर्य पहातच राहावंसं वाटतं

पाण्याने जणू काही वाऱ्यासोबत गटबंधन केले,
    म्हणूनच लाटांचा उगम झाला
    तुझ्या स्मित हास्याने सुद्धा असंच काहीसे झाले,
    आणि माझ्या मनामधे प्रेमरंग उमटला.

जसे या लाटा वाऱ्यावर विश्वास टाकून त्याला साथ देतात,
    तसंच माझ्यावर सुद्धा कोणीतरी विश्वास टाकावा
    मनमोकळेपणाने स्वच्छंदी होऊन,

माझ्याशी सुखसंवाद करावा.

खूप काही सांगायचे आहे,
पण प्रश्न असा की कसे बोलणार?
आणि मनात एक भीती सुद्धा आहे,
की त्यामुळे आपले नाते तर नाही ना दुरावणार?

काव्या : अय्या! किती सुंदर कविता बनवली तू ते पण एवढ्या कमी वेळेत. मला खूप आवडली.

आर्यन काव्याकडे एक हलकीशी नजर टाकून म्हणतो, "फक्त कविताच आवडली का? आणि कवी?"

काव्या लाजते. जवळपास एक मिनिट कोणीही काहीही बोलत नाही. तेव्हा आर्यन लगेच म्हणतो, "सॉरी माफ कर मला. मी असंच मस्करी केली. तुला वाईट तर नाही ना वाटलं?"

काव्या : नाही रे. तसं नाही.

या दोघांच्या इथे गप्पा चालू असतात त्यातच साडेसहा वाजतात. लिली आणि मरीना काव्याला शोधण्याचा प्रयत्न करतात. तिला फोन लावतात पण काव्याने फोन सायलेंटवर ठेवलेला असल्यामुळे तिला त्यांचा आलेला फोन कळत नाही. त्या आर्यनला पण फोन लावतात पण आर्यनने सुद्धा फोन सायलेंटवर केलेला असतो. मग त्या दोघी काव्याला मेसेज करून आलेल्या बसमधून निघून जातात.

आता अंदाजे सात वाजलेले असतात. काव्या आणि आर्यन खूप गप्पा मारत असतात. आर्यन तिला आपल्या कविता सांगत असतो तसेच मधे फ्लर्ट पण करत असतो. बोलता बोलता त्या दोघांची नजरेला नजर मिळते. खूप वेळ ते एकमेकांकडे पाहतच राहतात. नकळतपणे ते दोघेजण एकमेकांच्या जवळ येतात. आर्यनचा हात काव्याच्या हातावर पडतो, दोघांच्या हृदयाची स्पंदने वाढायला लागतात,अंग थंड झाल्यासारखा भास होतो, हळूहळू दोघां मधलं अंतर कमी व्हायला सुरुवात होते आणि ते एकमेकांच्या खूपच जवळ येतात. तेवढ्यातच काव्या मागे सरकते, आर्यन सुद्धा लगेच बाजूला होतो, दोघांनाही अवघडल्यासारखं वाटत असतं. तेवढ्यातच आर्यन काव्याला हाक

मारतो आणि म्हणतो, "मला तुला काहीतरी सांगायचं आहे"

काव्याला सुद्धा मनातल्या मनात समजलेलं असतं की हा काय सांगणार आहे. ती पण लाजतच म्हणते, "सांग ना" आर्यन पुढे काहीतरी बोलणार तेवढ्यातच काव्या घाबरलेल्या स्वरात म्हणते, "आर्यन किती वाजले?" आर्यन घड्याळामधे पाहतो आणि सांगतो, "सव्वा सात वाजले"

हे ऐकल्यावर काव्या खूप घाबरते आणि ती मोबाईल बाहेर काढते. मोबाईल मधे पाहते तर खूप सारे मिस कॉल व मेसेजेस असतात. तिला खूप भीती वाटायला लागते. ती बाजूला जाऊन मरीनाला फोन लावते आणि परत येते. तिला एवढ घाबरलेलं पाहून आर्यन विचारतो, "काही प्रॉब्लेम झाला आहे का?" काव्या घाबरलेल्या स्वरातच म्हणते, "माझी बस साडेसहाला येते, मरीना आणि लिली बस मधून गेल्यासुद्धा. मला आठ वाजायच्या आधी घरी पोहोचायला पाहिजे नाहीतर मग माझ्या घरी ते फोन लावून कळवतील की तुमची मुलगी उशीर येते म्हणून."

आर्यन : एवढेच ना! थांब मी येतो तुला सोडायला. आताच अलेक्सला फोन लावतो.

काव्या : तू कशाला येतोस. मला फक्त बाहेरून रिक्षा किंवा कॅब बघून दे मग मी जाईन.

आर्यन : एवढ्या रात्री तुला एकट जायला देऊ का? अजिबात नाही! मी तुला सोडायला येतो.

काव्या : नको रे आर्यन मी जाईन.

आर्यन : माझ्यावर विश्वास नाही आहे का तुझा? तसं सांग मग मी तुला रिक्षामधे बसवून देतो.

काव्या : (हळव्या नजरेने) नाही रे आर्यन तुझ्यावर माझा पूर्ण विश्वास आहे पण तिथे जर कोणी पाहिलं ना की मी एका मुलासोबत रात्री आले आहे तर उगाच चर्चा सुरू होतील आणि मग घरी कळलं तर प्रॉब्लेम होईल. तुझ्या सोबत फिरायला मला नक्कीच आवडेल पण आता जरा प्रॉब्लेम समजून घे.

आर्यन : असं करूयात का मी तुला तुझ्या हॉस्टेलच्या थोडं मागे सोडतो. तस पण तुला आठ चे आधी जायचं आहे ना? बाहेर रिक्षा

मिळताना खूप कठीण आहे. तुला अजून उशीर होईल.

[मग काव्या तयार होते. आर्यन लगेच ध्रुव ला फोन लावतो आणि सांगतो की कोणाच्या तरी गाडीची चावी आणून दे. ध्रुव लगेच बाईकची चावी घेऊन येतो.]

ध्रुव : काय रे काय झालं?

आर्यन : अरे काही नाही काव्याची बस चुकली. एवढ्या रात्री तिला रिक्षाने पाठवण्यापेक्षा मी सोडून येतो.

ध्रुव : हा चालेल. अलेक्स कुठेतरी फोनवर बोलत गेला होता त्यामुळे मी सुरजच्या गाडीची चावी आणली. गाडी पार्किंग मधे पाच नंबर स्लॉटमधे लावलेली आहे. गाडीचा नंबर तुला मेसेज केला आहे.

आर्यन : धन्यवाद भावा. फक्त सुरज ला सांगू नको की मी काव्याला सोडायला जात आहे म्हणून. काहीतरी दुसर कारण सांग.

"ठीक आहे" असं म्हणून ध्रुव निघून जातो.

मग आर्यन आणि काव्या बाईकवर बसून जातात. बाईकवरून जात असताना सुद्धा काव्या खूप टेन्शनमधे असते. ती आपल्या चेहऱ्याला स्कार्फ गुंडाळून घेते. आर्यन काव्या कडून तिचा पत्ता विचारून घेतो आणि जवळ आल्यावर एका ठिकाणी काव्या त्याला गाडी थांबवायला सांगते. ती बाईक वरून उतरते. घाईगडबडीतच त्याला ती थँक्यू म्हणते आणि चालायला सुरुवात करते. तेव्हा आर्यन तिला हाक मारतो आणि म्हणतो, "मी येऊ का?"

काव्या : नाही नको रे.. आता जवळच आहे. तसं पण मरीना खाली येणार आहे.

आर्यन : ठीक आहे. तू घरी गेल्यावर मला पहिल्यांदा फोन कर.

काव्या : हो चालेल. तू जा आता.

काव्या निघून जाते, त्यानंतर वीस मिनिटांनी त्याला फोन करते, " हॅलो आर्यन! मी आले रूममधे, आताच आवरून तुला फोन केला " आर्यन म्हणतो, "ठीक आहे चल मग मी निघतो."

"निघतो म्हणजे? तू अजून गेला नाहीस?", आश्चर्याने काव्या विचारते.

आर्यन : तू घरी गेली आहेस हे कळल्याशिवाय कसा जाऊ?.

"एवढी काळजी करतोस का माझी?" लाडाने काव्या म्हणते.

आर्यन :(हसत) हो.. चल मग मी निघतो आता आपण उद्या बोलू. ठीक आहे असं म्हणून काव्या फोन ठेवते.

आर्यन गाडी चालवत असतो पण त्याचं लक्ष अजूनही काव्या सोबत घालवलेल्या त्या क्षणांमधे अडकलेल असतं. गाडी चालवताना मधेच त्याच्या चेहऱ्यावर एक मंद हास्य सुद्धा येत असतं. त्याला प्रचंड आनंद झालेला असतो. कोणाला सांगू कोणाला नको असा झालेलं असतं. गाडी पार्किंग मधे लावून पुन्हा तो ऑफिसमधे येतो. कपल डान्स संपलेला असतो आणि डीजे डांस पार्टी चालू झालेली असते. आर्यन तिथे येऊन अलेक्सला मिठी मारतो आणि नाचायला सुरुवात करतो. बेधुंद होऊन तो नाचत असतो. आदित्य, मायरा, अलेक्स त्याच्याकडे पाहतच राहतात, अचानक हा एवढा गंभीर मुलगा नाचायला कसा काय लागला? त्यांना आश्चर्याचा धक्काच बसतो. पण ते सुद्धा त्याच्यासोबत नाचायला सुरुवात करतात. नील त्याचा व्हिडिओ बनवत असतो.

आर्यन आठवणींमधे रममान होऊन बेधुंद नाचत असतो. सर्वजण दमल्यानंतर पुन्हा शांत बसतात. अशा प्रकारे फ्रेशर पार्टीची शेवटची घोषणा करून सांगता केली जाते. सर्वजण आपल्या घरी जातात. अलेक्स आर्यन कडे पाहत असतो, त्याला समजून चुकतं की तो त्याच्याच विचारांमधे मग्न आहे. ध्रुवला मात्र आश्चर्य वाटतं कारण सकाळपासून जो मुलगा टेन्शनमधे होता तो अचानक एवढा आनंदी कसा बरे झाला? सर्वांना खूप सारे प्रश्न असतात पण दमलेले असल्यामुळे सर्वांना झोप आलेली असते म्हणून जास्त चर्चा न करता ते झोपतात.

आर्यन झोपेत पण घडलेल्या गोष्टीचा विचार करत असतो,. त्याला काव्या ला फोन लावावसा वाटत असतो. कधी एकदा सकाळ होतेय आणि कधी एकदा तिला पुन्हा भेटतो अस त्याच झालेलं असतं. तिचा चेहरा सारखा समोर येत असतो आणि शेवटी घडलेला सुंदर प्रसंग. त्या आठवणींमधेच तो झोपतो.

सकाळीच सकाळी उठल्यावर पाहतो तर काय त्याच्या बाजूला सर्वजण येऊन बसलेले असतात आणि त्याच्याकडे आश्चर्याने पाहत

असतात. आदित्य तर असा पाहत असतो की आर्यन ने काहीतरी गुन्हा केलेला आहे. आर्यन लगेच आपली चादर अंगाभोवती गुंडाळून बसतो आणि विचारतो, "काय झालं अचानक? तुम्ही सर्वजण इथे कसे काय आलात?".

आदित्य : तू तुला अचानक डीजे नाइट मधे काय झालं होतं ते सांग?

मग आर्यनला त्याने केलेला डान्स आठवतो,त्याला लाज वाटते. लस्जास्पद चेहऱ्याने तो त्यांना म्हणतो, " तिथे तुम्ही खूप मजा करत होतात, नाचत होतात ते पाहून मला पण राहवलं नाही म्हणून मी पण तुम्हाला आलो. पण खूप मज्जा आली काल" हे बोलताना नकळत पणे त्याला येणारी काव्याची आठवण त्याच्या चेहऱ्यावरील आनंद द्विगुणीत करत असते.

अलेक्स : तू दारू वगैरे पिली होतीस का?

ध्रुव : तू एकदा तुझा व्हिडिओ बघ मग तुला अंदाज येईल की तू कसा नाचत होतास ते.

नील त्याला व्हिडिओ दाखवतो आणि व्हिडिओ पाहिल्यावर आर्यनला स्वतःचीच लाज वाटायला लागते. तो जोर जोराने हसायला लागतो आणि म्हणतो, "मी नाचलो होतो, पण थोडा जास्तच उत्साहीत झालो असं वाटत आहे. हा व्हिडिओ कोणाला पाठवू नका. अजून कोणी कोणी पाहिला मला असं नाचताना?"

नील : जवळपास सर्वांनीच. बाकीचे थोडावेळ नाचायचे थांबले तुला पाहून. असं म्हणत नील हसायला लागला.

अलेक्स : जाऊ दे भावा तू मन मोकळे पणाने आनंद घेतलास ना बस. बाकीच्यांनी त्याला त्रास देऊ नका. चला आपले रूम साफ करा आणि संध्याकाळी मस्तपैकी फिरायला जाऊ.

आर्यन आणि नील पण त्यांची रूम साफ करायला घेतात, तेवढ्यात अचानक आर्यनला काव्याचा फोन येतो. फोनवरील काव्याच नाव पाहून त्याच्या चेहऱ्यावर एक स्मित हास्य येते आणि आनंदाला पार राहत नाही. तो सर्व काम बाजूला ठेवून फोन घेऊन टेरेसवर जातो. मागून नीलच्या ओरडण्याचा आवाज येत असतो, पण त्याकडे तो दुर्लक्ष करून तिथून निघून जातो.

“हॅलो, शुभ प्रभात”, आर्यन फोन उचलून बोलतो.

“हाय. तुमच्या इथे प्रभात आता होते का? आता तर सकाळ झाली आहे. अजून झोप पूर्ण झाली नाही असं वाटत आहे.” हसत हसत काव्या म्हणते.

“ नाही ग. उशिरा उठलो आज आणि साफसफाई करायला सुरू केली. तुला काल हॉस्टेलला कोणी ओरडलं तर नाही ना?” आर्यन विचारतो.

काव्या, “नाही रे. तू होतास ना म्हणून वेळेत पोचले.”

“कालचा दिवस खूप छान होता” लाजून आर्यन म्हणतो.

“अच्छा. कविता खूप छान करतोस तु ” हसत हसत ती उत्तरते.

“तुला उशीर झाला आहे हे थोडं उशिरा कळलं असतं तर फार छान झालं असतं” आर्यन बोलतो.

“म्हणजे मला कळलं नाही.” गोंधळलेला स्वरात काव्या बोलते. पण नंतर थोडा विचार करून तिला त्यांच्या मधे झालेला शेवटचा क्षण आठवतो मग ती लाजून आर्यनला म्हणते, “आपण थोडी घाई करत आहोत असं मला वाटत आहे.”

आर्यन : सॉरी. तुला वाईट तर नाही ना वाटलं? मी सहजच बोललो.

काव्या : अजिबात नाही. मग तू काल मला काहीतरी सांगणार होतास. पण नंतर उशीर झाल्यामुळे ते विचारायचं राहूनच गेलं.

आर्यनला थोडं अवघडल्या सारखं होतं म्हणून तो विषय बदलण्यासाठी असं म्हणतो, “काही नाही ग, मी विसरलो आता.. नेमकं काय विचारायचं होतं ते. मला आठवलं की नक्की विचारेन. बाय द वे तू काल खूपच सुंदर दिसत होतीस. अजून पण मला ते आठवत आहे”

काव्या : (लाजून) अच्छा! थॅंक्स. चल मग आपण नंतर बोलु आता मला थोडं काम आहे.

“ ओके बाय.”, असं बोलून आर्यन फोन ठेवतो आणि बाजूला पाहतो तर काय नील उभा असतो. तो रागाने म्हणतो, “काय रे इथे येऊन मस्त गप्पा मारतोयस आणि खाली साफसफाई कोण करणार? तू कोणाला बोललास की तू सुंदर दिसतेस म्हणून”.

“ते तुला काय करायचंय? चल सफाई करू” असं म्हणून आर्यन तिथून पळून जातो.

गर्ल्स् हॉस्टेल मधे:

इकडे काव्याने पण फोन ठेवल्या नंतर पाठी वळून पाहते तर मरीना आणि लिली उभ्या असतात.

लिली : काय ग आर्यन सोबत बोलत होतीस ना?

काव्या : (गोंधळलेल्या स्वरात) हो.

मरीना : अगं आपण याबद्दल चर्चा केली होती ना? या रिलेशनशिपच पुढे काहीही भविष्य नाही आहे मग कशाला उगाच त्याला आशा दाखवत आहेस?

काव्या : (उदास स्वराने) मला त्याच्याशी बोलायला, त्याच्यासोबत फिरायला आवडतं. काल आम्ही जे क्षण एकत्र घालवले ते मी कधीही विसरू शकत नाही. त्याच्या माझ्या आजूबाजूला असण्याने मला खूप आनंद वाटतो. मग एकाएकी हे सर्व मी कसे बंद करू? मला याचा त्रास नाही होणार का? मी काहीही मुद्दामून केलं नाही, आर्यन आहेच तेवढा चांगला की कोणीही त्याच्या प्रेमात पडेल.

लिली : ठीक आहे जर समज आर्यनला सुद्धा तू आवडत असशील, पण मग पुढे काय? त्याला सर्व काही खरं सांगण्याची हिम्मत तुझ्या मधे आहे? आणि ते सांगितल्यावर तो तुला जवळ करेल का?

काव्या : मी एवढा पुढचा विचार नाही केला आहे. आताचे माझे क्षण खूप छान जात आहेत. मला तसंच जगायचं आहे.

मरीना : हो सगळं मान्य आहे. पण त्यासाठी तू आर्यनच्या मनाशी का बर खेळत आहेस? तो खूपच साधा मुलगा आहे. त्याला नंतर तू सोडून जाणं सहन नाही होणार. त्यामुळे आतापासूनच त्याच्यापासून अंतर ठेवलं तर बरं होईल.

काव्या : तू बोलत आहेस ते मला पटत आहे. पण त्याच्याशी बोलल्याशिवाय मला नाही राहावणार.

लिली : हो आम्हाला माहित आहे. तुला त्याचा त्रास होईल पण जर त्याची काळजी असेल तर तुला तेवढा त्रास सहन करावा लागेल.

काव्या : मग काय करायचं आता?

लिली : पहिले तर असं करू तू दोन दिवस ऑफिसला येऊच नको सिक लीव टाक. आम्ही त्याला सांगू की तू गावी गेली आहेस म्हणून

आणि त्याचा फोन आला तर अजिबात उचलू नकोस. मग नंतर जेव्हा ऑफिसला येशील तेव्हा त्याच्याशी स्वतःहून बोलू नकोस. तसंच स्वतःहून फोन पण करू नकोस. जर फोन आला तर नेमकच बोलायच आणि फोन ठेवायचा. जास्त बोलायचं नाही. जवळपास एक महिन्यामधे तो विसरून जाईल.

"चालेल असंच करते", रडवेल्या चेहऱ्याने काव्या बोलते. तेवढ्यात आर्यनचा पुन्हा फोन येतो. मरीना आणि लिली तिला फोन न उचलण्याचा सल्ला देतात. पण काव्या म्हणते की ,"एकदा शेवटचं बोलते" आणि ती फोन उचलते.

काव्या : बोल ना आर्यन.

"तुझा आवाज अचानक बदलला कसा? बरं वाटत नाही आहे का?" आर्यन विचारतो.

काव्या : नाही रे मी एकदम ठीक आहे. मग सहजच कॉल केलेलास ना?

आर्यन : मला तुला एक सांगायचं होतं.

काव्या : काय बरं?.

आर्यन : परवा मायराला तिच्या घरी सोडून मी परत येत होतो तेव्हा मी एक विचित्र माणसाला पाहिल. असं म्हणून आर्यन तिला घडलेली घटना सांगतो तसेच त्याला मिळालेल्या सशाच्या पायाबद्दल पण सांगतो आणि म्हणतो, "मला अशी शंका वाटत आहे की त्याने त्या कुत्र्याला खाल्ल असाव. मग मला त्या पुस्तकाची आठवण आली जे आपण मॉलमधे घेतलं होतं, त्यामधे जी कथा होती ना तो मनुष्य मला तसाच वाटत होता."

काव्या घाबरून जोराने ओरडते, "काय? खरंच असं घडलं? पण एवढ्या रात्री तू बाहेर एकटा का बर फिरत होतास? कोणाला तरी सोबत घ्यायचं ना? त्या व्यक्तीचा पाठलाग करण्याची गरज काय होती? पुन्हा असं काही करू नकोस."

आर्यनः (हसत हसत) तुला माझी एवढी काळजी वाटते? थँक्स.

काव्या स्वतःला थोडं सावरून बोलते, "अरे ती कथा आहे फक्त, त्याचा जास्त विचार नको करूस. फक्त पुन्हा असं काही दिसलं तर

पाठलाग वगैरे करू नको डायरेक्ट पोलीसांना कळव".

आर्यन : ओके चालेल. चल मग हेच सांगायचं होतं आपण नंतर बोलु. बाय

"ओके बाय, काळजी घे" असं म्हणून काव्या फोन ठेवते.

तेवढ्यात बाजूला उभी असणारी मरीना विचारते, " काय झालं? एवढी का घाबरलीस?"

त्यावर काव्या आलेला घाम पुसत म्हणते, " झोंबी मॉन्स्टर आपल्या शहरात आला आहे."

लिली : (घाबरून) काय? मला यावर अजून विश्वास नाही बसत आहे.

काव्या : जे काही आर्यन ने सांगीतलं त्यानुसार मला तर हीच शंका येत आहे. आपल्याला बाबांना ना सांगावं लागेल.

मरीना : मला तर यामधे काही तथ्य वाटत नाही. कारण मॉन्स्टर आला असता तर एवढ्यात त्याने खूप मोठ्या प्रमाणात विध्वन्स केला असता. तरीपण आपल्याला बाबांच्या कानावर ही गोष्ट घालावी लागेल.

जेवण वगैरे सर्व आटोपल्यानंतर नेहमीप्रमाणे अलेक्स आणि बाकी सर्वजण चालायला निघतात, आदित्य विचारतो, "आता तरी आर्यन खरं खरं सांग एवढा खुश का बर होतास?"

"ठीक आहे सांगतो" असं म्हणून आर्यन त्यांना काव्या सोबत मारलेल्या गप्पा तसेच तिथून तिला घरी सोडायला जाण या सगळ्या गोष्टी सांगतो.

ध्रुव : हा बरोबर मीच त्याला बाईकची चावी आणून दिली होती.

अलेक्स : अरे वा म्हणजे अंतिम झालं तर. अभिनंदन भावा.

आर्यन : नाही रे अजून तसं काही नाही. ही तर सुरुवात आहे.

"सुरुवातीलाच बरच काही केलंस तू, मग आता पुढे काय असणार आहे?" अलेक्स हसत हसत म्हणतो. [मग सगळेच हसायला लागतात.]

ध्रुव : बरोबर आहे. भावा तू हळूहळू पुढे जा एकदम घाई पण करू नकोस.

नील : ते सर्व ठीक आहे तू तिच्यासाठी कविता केलीस ते पण ऑन द स्पॉट. एक कविता आता पण झाली पाहिजे.

आर्यन : जरूर मी प्रयत्न करेन पण विषय तर सांगा.

"या रात्रीच्या अंधारावर कविता कर" थोडं गंभीर होऊन अलेक्स म्हणतो.

ठीक आहे पण आता नाही नंतर कधीतरी. मग सर्व सहमती दर्शवून झोपायला जातात.

7

मायराचा निरोप समारंभ

सकाळी :

नेहमीप्रमाणे सर्वजण ऑफिसला येतात, आता प्रत्येकाला त्यांच ऑफिस च ठिकाण समजणार असतं. आर्यन ओडीसी मधे प्रवेश करतो आणि पहिली त्याची नजर काव्याच्या डेस्क कडे जाते. काव्या अजून आलेली नसते. आर्यन आणि अलेक्स त्यांच्या सीटवर येऊन बसतात. मायरा आणि बाकीचे टीम मेंबर्स पण आलेले असतात. आर्यन त्या सर्वांना गुड मॉर्निंग म्हणून बॅग मधून लॅपटॉप बाहेर काढतो आणि चार्जर लावत असतो. त्याला फ्रेशर्स पार्टी मधे घडलेल्या गोष्टी आठवतात. तो दरवाज्याकडे एकटक पाहत असतो. तेवढ्यातच काव्या आतमधे प्रवेश करते. तिला पाहून आर्यनच्या चेहऱ्यावर मंद हास्य उमटत. तो तिच्याकडे एकटक पाहत असतो परंतु ती आर्यनकडे पाहत सुद्धा नाही. आर्यनला वाटतं की कदाचित तिच लक्ष नसेल म्हणून तो पाठीमागे वळून पाहतो, तिथे पण ती मरीना सोबत बोलत असते. ती त्याच्याकडे दुर्लक्ष करत असल्याच त्याला जाणवत.

सर्वजण आपापसात गप्पा मारत असतानाच, मॅनेजर आतमधे येतात आणि सांगतात, “कंपनी पोर्टलला लॉगिन करून तुम्ही तुमच प्रोफाइल बघा तिथे तुमचे प्रोजेक्ट लोकेशन आणि प्रोजेक्ट डिटेल्स

अपडेट झाले आहेत. कुणाला काही शंका असेल तर मग मला येऊन भेटावे. तसेच ज्या प्रोजेक्ट मधे तुमचं सीलेक्शन झाल आहे तिथे तुम्हाला एक आठवडयानंतर जॉईन कराव लागेल. ज्यांचं दुसरं लोकेशन आहे त्यांना दोन आठवड्यांची मुदत दिली जाईल तसेच त्यांची जाण्याची व्यवस्था सुद्‌धा केली जाईल. तुमच्यापैकी बऱ्याच जणांना इथेच प्रोजेक्ट मिळाला आहे आणि काही जणांना मॅजेस्टिक मिळाल आहे".

सर्व जणांची लगबग चालू होते. प्रत्येक जण पोर्टलला लॉगिन करून प्रोफाइल चेक करत असतो परंतु आर्यन मात्र सारख सारख मागे वळून पाहत असतो. तेव्हा अचानक काव्याचे लक्ष त्याच्याकडे जातं आणि न राहून ती त्याला स्मित हास्य देते, तेव्हा कुठे आर्यनला बरं वाटतं. तेवढ्यातच मायरा त्याच्या हाताला ओढून सांगते, "हे बघ मला मॅजेस्टिक लोकेशन मिळाल आहे. तू तुझं लोकेशन बघ ना लगेच. मी देवाला प्रार्थना करत आहे की तुला पण मॅजेस्टिकच मिळावं."

"ठीक आहे. थांब मी पण बघतो" असं म्हणून आर्यन पोर्टलला लॉगिन करून प्रोफाइल ओपन करतो तर तिथे नोवापॉइंट लोकेशन असतं. ते पाहून तो म्हणतो, "म्हणजे मला इथेच प्रोजेक्ट मिळाला आहे."

हे ऐकून मायरा खूप नाराज होते. तिचा चेहरा रडवेला झालेला असतो. तेव्हा लगेच अलेक्स तिथे येतो आणि विचारतो, "मायरा काय झालं? आम्हा बऱ्याच जणांना नोवापॉइंटच लोकेशन मिळाल आहे."

मायरा : (हाताश होऊन) मग मलाच मॅजेस्टिक का?

तिथे आदित्य उभा असतो तो म्हणतो, "अग तुला नवीन शहर फिरण्याची संधी मिळत आहे तर मग तू आनंदी असायला पाहिजे. तिथे जा आणि मस्तपैकी फिरून घे. तसच एक दोन वर्षानंतर तुला स्विच करायचं आहेच ना."

मायरा : पण मला तर तुमच्या सोबतच इथे छान वाटत होतं.

बाजूला आलेला नील हसतच विचारतो, "आमच्या सोबत की कोणत्या स्पेशल व्यक्ती सोबत?"

तेव्हा आर्यन नीलकडे रागाने बघायला लागतो.

मायरा थोडी लाजून म्हणते, "नाही रे तुमच्या सर्वां सोबत.. इकडे ज्या रूममेट्स आहेत त्यांच्याशी पण खूप चांगली मैत्री झाली होती.

तेव्हा ध्रुव तिथे येतो आणि म्हणतो, "अगं तुझ्यासोबत अजून पाच जण आहेत ज्यांचं लोकेशन मॅजेस्टिक आहे."

मग थोडं गोंधळून आणि घाबरून आर्यन विचारतो, "अजून कोण कोण आहेत?"

तेव्हा ध्रुव त्या पाच जणांची नावे सांगतो. त्यामधे काव्याच नाव नसतं, हे ऐकून आर्यनला आनंद होतो. तो काव्या ला मेसेज करतो आणि विचारतो तुला कोणता प्रोजेक्ट मिळाला आहे. परंतु काव्या त्याला प्रतिसाद देत नाही. मग सर्वजण तोपर्यंत तिथे चर्चा सुरू करतात.

अलेक्स : एक मात्र बरं झालं की आपण सर्व जण इथेच आहोत त्यामुळे जिथे आपण भाड्याने ने राहत आहोत तसंच आपलं पुढे सुरू राहील.

आर्यन : हो हे तर आहेच. मायरा तुला तिकडे रूम वगैरे शोधावा लागेल. त्यामुळे जे दुसरे पाच जण आहेत त्यांच्या सोबत एकदा बोलून घे.

मायरा : तू येतोस का मला रूम शोधून द्यायला तिकडे?

आर्यन : चालेल. मी येऊ शकतो. मला काहीच प्रॉब्लेम नाही.

मायरा : (आनंदाने) अय्या! खरंच. पण राहू दे उगाच तुला त्रास नको तिकडे माझी एक मैत्रीण आहे. मी तिलाच विचारेन.

आदित्य : जर तुला मायराची एवढी काळजी वाटते तर मग तू पण मॅनेजरला सांगून मॅजेस्टिकला बदली करून घे ना.

हे ऐकल्यावर आर्यन आदित्यकडे रागाने बघतो.मग आदित्य लगेच तिथून निघून जातो.

आर्यन आणि अलेक्स कॉफी पिण्यासाठी बाहेर जातात. तेव्हा तिथे काव्या, लिली, मरीना पण असतात. अलेक्स मुद्दाम आर्यनला घेऊन त्यांच्या बाजूला जाऊन बसतो .ते दोघे येताना बघून, मरीना आणि लिली एकमेकांकडे तिरक्या नजरेने बघायला लागतात. अलेक्स विचारतो, "तुम्हाला कोणत लोकेशन मिळाल आहे?"

मरीना : आम्हाला नोवापॉइंट च मिळाल आहे. तुम्हाला?

अलेक्स : आम्हाला पण इथेच. तुम्हाला पण पुन्हा रूम शोधण्याची गरज नाही.

त्या दोघांच्या गप्पा चालू असतात. आर्यन काव्याकडे पाहत असतो परंतु ती त्याला अपेक्षित प्रतिसाद देत नसते. "जरा मला एक दुसर काम आहे, आपण नंतर बोलूयात", *असं बोलून मरीना त्या दोघींना घेऊन कॅन्टीनच्या दिशेने जाते. आर्यनला मात्र काही समजत नाही. तो अलेक्सला विचारतो,* "काव्या माझ्यासोबत बोलत का नाही आहे?"

अलेक्स : अरे तसं नाही कदाचित मरीना वगैरे आहे ना त्यामुळे जास्त बोलत नसेल. किंवा अस पण असू शकते की तुमच्यामधे थोडी जास्त जवळीक झाली होती ना त्यामुळे तिला थोडं अवघडल्यासारख वाटत असावं. तिला थोडा वेळ दे.

आर्यन : हा ते पण बरोबर आहे.

त्याच दिवशी रात्री :

काव्या, मरीना, लिली रूम मधे बसलेल्या असतात तेव्हा काव्या रागा रागातच मरीना आणि लिलीला बोलते, "मला हे असं वागायला नाही जमणार आणि तुम्ही मला उगाच रोखू नका. आज पाहिलं नाही का आर्यनला किती वाईट वाटलं ते. मला त्याचा दुःखी चेहरा पाहावत नाही . मी उद्यापासून त्याच्याशी पुन्हा नेहमीप्रमाणे वागायला सुरुवात करेन".

मरीना : भविष्याचा काही विचार केला आहेस? थोडं वास्तववादी पण हो काव्या. भावनांमधे वाहू नकोस.

काव्या : (रडलेल्या स्वरात) अगं पण हे असं वागण्याचा मलाच त्रास होत आहे. त्यापेक्षाही जास्त आर्यनला काय वाटत असेल हा विचार करून जास्त त्रास होत आहे.

[इकडे आर्यन काव्या ला फोन करतो. लिली काव्याला फोन उचलण्यापासून अडवते व तो फोन बाजूला नेऊन ठेवते.]

काव्या : त्याला वाईट वाटेल, प्लीज मला एकदा त्याच्या सोबत बोलू द्या.

मरीना : आतापासून थोड अंतर ठेवल तर त्याला पुढे जास्त त्रास होणार नाही, स्वतःसाठी नाही तर त्याच्या चांगल्या साठी थोड सहन

कर.

काव्या रडायला लागते, आणि तिथून निघून जाते.

लिली तिच्या मागे जात असते पण मरीना तिला अडवून म्हणते. “नको जाऊस.. तिला थोडा वेळ एकांत देऊया ”

इकडे आर्यनला उदास पाहून नील विचारतो , “काय रे एवढा उदास का बर आहेस?”

आर्यन : काव्या फोन नाही उचलत आहे माझा.

नील : काहीतरी काम करत असेल. उद्या करेल. पण तू एवढा तणावामधे का दिसत आहेस?

आर्यन : (चेहऱ्यावर खोट हास्य आणत) नाही रे तसं काही नाही.

नील : तू प्रेमात पडला आहेस हे तर मला माहीतच आहे, फक्त एवढं सांग की तू किती अडकला आहेस?

आर्यन : नाही रे तसं काही नाही.

नील : (हसून) तुला आठवत आहे का? आपण एकदम सुरुवातीला विमानतळावर भेटलो होतो आणि त्यानंतर हॉटेलला एकत्रच आलो होतो, तेव्हा तू मला असं बोलला होतास की जर मी प्रेमात पडत आहे असं मला जाणवलं तर मी आधीच स्वतःला त्यापासून दूर करेन. एवढं सोपं नसतं रे, *जोपर्यंत आपण समुद्र वरून बघत असतो तोपर्यंत आपण त्याचा अंदाज आपापल्या विचारानुसारच लावतो पण जेव्हा त्या पाण्यात उडी मारतो तेव्हा त्याची खोली समजते आणि तिथून बाहेर पडणं किती कठीण आहे ते पण समजतं. पण एक लक्षात ठेव पाण्यात पडल्याशिवाय पोहायला सुद्धा जमत नाही*”

आर्यन : हो रे आणि तू त्या दिवशी मला जे बोलला होतास ते पण मला व्यवस्थित आठवत आहे. *प्रेम आहे ना हे कधी ठरवून होत नाही ते आपोआप होऊन जातं आणि ते झाल्यानंतर आपल्याला कळतं की यालाच प्रेम म्हणतात.*

नील : अरे तू लगेच एवढा भावनाविवश का होतोस? फक्त एकदा फोन नाही उचलला आणि एक दिवस नाही बोलली तर एवढा विचार करण्याची काही गरज नाहीये.

तेवढ्यात तेथे अलेक्स येतो आणि म्हणतो, "आर्यन ,नील बरोबर बोलत आहे, तुला सकाळीच सांगितलं ना तिला जरा वेळ दे.एखाद्या *गोष्टीच्या जास्त मागे लागलास ना, तर ती गोष्ट तुझ्यापासून दूर जाण्याचा प्रयत्न करते.* कारण अजून तुला तिच्या मनात काय आहे हे स्पष्ट रित्या कळलं नाही आहे. तसेच या गोष्टींना एकदम हळुवारपणे हाताळायला लागतं. थोडे पेशन्स पण पाहिजेत आणि तू एवढा वेडा कसा काय रे? एवढ पण जास्त अडकू नको की त्यातून बाहेर पडायलाच होणार नाही.

आर्यन : तुम्ही दोघे जे बोलत आहात ते एकदम बरोबर आहे. मी तिला थोडा वेळ देतो. आता मी तिला स्वतःहून मेसेज पण नाही करणार की फोन पण नाही करणार. ऑफिसमधे तिला बघणार पण नाही.

अलेक्स : (रागाने) अरे तू एकदम टोकाची भूमिका कशी काय घेतो रे? उत्साहित झाला की एकदम वरच्या पातळीला नाहीतर मग एकदम खालच्या. या दोघांच्या मधे राहा.

आर्यन : नाही मी आता जसं ठरवलं आहे तसंच वागणार.

अलेक्स : ठीक आहे. ते सर्व जाऊ दे आता मला सांगा की मायरा ला काय गिफ्ट द्यायच आहे? उद्या रात्री तिला विमानतळावर सोडायला जायचं आहे.जवळपास सर्वजण येणार आहेत कारण बाकीचे पण मॅजेस्टिकला जाणार आहेत ना त्यांना सोडायला. मग आर्यन तू काय देणार आहेस तिला?

आर्यन : अजून तरी असं काही ठरवलं नाही आहे. तूच सांग आता काय द्यायचं ते?

नील : असं कर आर्यन तू तिला एखादा टॉप दे. तिच्या रूम मेट कडून मी तिची साइज वगैरे विचारून घेतो.

आर्यन : नाहीतर असं कर तिच्या मैत्रिणीलाच टॉप घेऊन ठेवायला सांग आणि मग आपण तिला पैसे देऊ . कारण त्यांना तिची आवड जास्त माहित असेल.

अलेक्स : हा हे पण बरोबर आहे.

तेवढ्यातच आर्यन चा फोन वाजतो. फोन काव्याचा असावा या विचारानेच आनंदित होऊन आर्यन घाई गडबडीने फोन खिशातून बाहेर

काढतो. परंतु नाव पाहतो तर मायराच असतं. अलेक्स आणि नील त्याच्याकडे बघून हसतात. आर्यन फोन उचलतो, "हॅलो. बोला मॅडम.. उद्या तुम्ही मॅजेस्टिकला जाणार? कसं वाटत आहे?"

मायरा : मला ना थोडी भीती आणि थोड वाईट पण वाटत आहे. कारण इथे तुम्ही सर्व जण होतात त्यामुळे खूप मजा येत होती. आता तिकडे आम्ही मोजकेच लोक असणार त्यामुळे थोडसं वाईट वाटत आहे.

"जेव्हा पण लागून सुट्टी असेल तेव्हा तू इकडे ये आम्हाला भेटायला", आर्यन उत्तर देतो.

मायरा : हा ते पण आहेच.

आर्यन : तस पण सर्वांकडे फोन आहेत त्यामुळे आपण फोनवर तर बोलू शकतो.

मायरा : (आनंदी होऊन) अच्छा, म्हणजे तुला माझ्याशी नेहमी बोलण्याची इच्छा आहे का?

आर्यन : (गोंधळून) नाही ग तसं नव्हे म्हणजे आमच्या सर्वां सोबतच संपर्कात राहशील.

मायरा : ठीक आहे ते सर्व जाऊ दे. तू उद्या मला सोडायला येणार आहेस ना?

आर्यन : हो आम्ही सर्वजण येणार आहोत. तूला उद्या दुपारी वेळ आहे का?

मायरा : तुझ्यासाठी माझ्याकडे नेहमीच वेळ असतो. काही काम होतं का?

आर्यन : अच्छा! तसं काही नाही पण तुम्हा सर्वांना एक छोटीशी ट्रीट द्यायचा विचार करत होतो.

मायरा : अय्या! किती छान. चालेल मग मला तसं कळव.

ठीक आहे असं म्हणून आर्यन फोन ठेवतो. या दोघांचं सर्व बोलणं अलेक्स आणि नील ऐकत असतात. दोघेपण त्याच्याकडे संशयी चेहर्‍याने बघून विचारतात, "तुला नेमकं कोण आवडतं रे?"

त्यावर हसतच आर्यन म्हणाला, "तुम्हाला सर्व माहिती आहे तरी पण उगाच गंमत करण्याची सवय मात्र जात नाही"

[मग दोघेपण हसायला लागतात.]

अलेक्स : उद्याकाय करायचं ते सांग?

आर्यन : असं कर आदित्य सांगा आपल्या ग्रुपला मेसेज टाकायला की उद्या आपल्याला मॅजेस्टिकला जाणाऱ्यांचं छोटसं फेअरवेल करायचं आहे. कारण आदित्य तसा सर्वांसोबत संपर्कात असतो.

अलेक्स : ध्रुव आणि आदित्य मूवी पाहत आहेत, त्यांना खाली चालायला यायचा कंटाळा असतो. जेवून झाल की थेट झोपून मूवी नाहीतर मोबाइल वर टाईमपास करत बसतात.

नील : आपल्या बॅच मधे एकता खूप मस्त आहे ,सर्व तयार पण होतील पण एका दिवसात एवढ नियोजन होणं शक्य नाही. त्यापेक्षा आपण फक्त मायराला ट्रीट देऊ.

अलेक्स: हे पण बरोबर बोलला. कारण बाकी सर्वांना त्यांच्या त्यांच्या ग्रुप मधले लोकं पार्टी देणार आहेत. त्यामुळे आपण पण मायराला गिफ्ट आणि ट्रीट देऊ.

आर्यन : हे पण एकदम बरोबर आहे. मग आता एक काम कर अलेक्स. तू मायराला मेसेज कर आणि सांग की फक्त तुलाच उद्या ट्रीट देणार आहोत म्हणून. तिला कुठे यायचं ते पण सांग.

[असं ठरवून तिघेही झोपायला जातात.]

आर्यनला मात्र झोप येत नसते. तो सतत काव्याचा विचार करत असतो आणि तिला शुभ रात्री असा मेसेज करतो. खूप वेळ वाट पहिल्यानंतर त्याला मात्र काही प्रतिसाद येत नाही. त्याच्या मनामधे विचारांची कालवा कालव होत असते, “मी काही चुकीचं वागलो का? कदाचित त्या दिवशी जास्त जवळीक झाल्यामुळे तिला वाईट वाटलं असावं. पण त्यानंतर आमच फोनवर खूप छान बोलणं झालं होतं. तेव्हा तर फोनवर ती व्यवस्थित बोलत होती. जाऊ दे जास्त विचार करून काही फायदा नाही अलेक्स जे सांगतो तेच बरोबर आहे थोडा वेळ देण आवश्यक आहे” आणि मग तिच्याच आठवणींमधे तो झोपी जातो.

दुसऱ्या दिवशी, ठरल्याप्रमाणे दुपारी सर्वजण हॉटेलमधे येतात. मायराही तिथे हजर असते. सर्वजन आनंदात गप्पा मारत जेवत असतात तसंच मायराला गिफ्ट देतात. गिफ्ट मिळाल्यावर मायरा खूप खुश होते. मग ते सर्व जण जुन्या दिवसांची आठवण करत गप्पांमधे

रमून जातात.

त्यानंतर मायरा म्हणते, "मला ना इथे थोडी खरेदी करायची होती. म्हणजे इकडचं मिठाई वगैरे आणि अजून काही पदार्थ मला मॅजेस्टिकला घेऊन जायचे होते. तुमच्यापैकी कोणी रिकामी आहे का?"

आदित्य : मी आता येताना बाईक घेऊन आलोच आहे. तर मग तू आणि आर्यन बाईकने खरडी करायला जा. आम्ही सर्व मग कारमधून घरी जातो.

मायरा चेहऱ्यावरील आनंद लपवत म्हणते, "हा मला चालेल"

आर्यन त्याच्या चेहऱ्यावरील राग लपवत आदित्यला म्हणतो, "ठीक आहे.. चालेल तसंच करतो.. आदित्य आपण संध्याकाळी भेटूयात!"

आदित्यला समजत त्याने मोठी चूक केली आहे ते. तो आर्यनला गाडीची चावी देऊन निघून जातो. मायरा आर्यन सोबत बाईक वरून फिरते आणि खरदी सुद्धा करते. तसेच ती आर्यनला एक टी-शर्ट सुद्धा घेते. मग आर्यन तिला तिच्या रूम वर सोडून आपल्या घरी येतो. परत आल्यावर पाहतो तर आदित्य घरी नसतो. तो घाबरून बाहेर गेलेला असतो.

आर्यन आदित्यला हाक मारत असतो. पण आदित्य कुठे दिसत नाही. तेवढ्यात ध्रुव तिथे येतो आणि विचारतो, "काय रे आर्यन काय झालं? एवढा गडबडीमधे आदित्यला का शोधत आहेस?"

आर्यन : काही नाही रे सहजच. बायदवे अलेक्स कुठे गेलाय?

ध्रुव : तो कार धुवायला गेला आहे कार वॉशिंग सेंटरला.

"अच्छा!" असं म्हणून आर्यन पुढे जातो. परंतु थोडा विचार करून तात्काळ मागे वळून घाबरत ध्रुव ला ओरडून विचारतो, "काय? वॉशिंग सेंटरला गेला आहे? अरे बापरे."

ध्रुव थोडा आश्चर्य चकित होऊन विचारतो, "अरे त्यात एवढ घाबरायला काय झालं तुला?" पुन्हा एकदा आर्यन घाबरलेल्या स्वरात सांगतो, "अरे त्या दिवशी आपण जो सशाचा उरलेला अवयव आणला होता तो कार मधेच होता. त्यानंतर मी पण ते पूर्णपणे विसरून गेलो. अलेक्सला लगेच फोन लाव आणि कुठे आहे ते विचार नाहीतर खूप मोठा प्रॉब्लेम होईल".

त्यानंतर दोघेही अलेक्सला फोन लावायचा प्रयत्न करतात पण तो उचलत नाही. मग ध्रुव आणि आर्यन दोघेपण वॉशिंग सेंटर ला जायला निघतात तेवढ्यातच अलेक्स खाली कार घेऊन येताना दिसतो. तो कार पार्क करून उतरतो आणि विचारतो "कुठे चाललात?"

ध्रुव : तुलाच शोधायला.

अलेक्स आश्चर्य चकित होऊन विचारतो, "का रे मला का?"

आर्यन दोघांचं पण बोलन टाळून विचारतो, "अलेक्स एक सांग आपण जो सशाचा उरलेला अवयव आणला होता तो कारमधे आहे का?"

अलेक्स : अरेच्चा! मी पण पूर्णपणे विसरलो त्याबद्दल. थांब लगेच पाहतो.

[तिघेपण गाडीमधे शोधायला सुरुवात करतात पण त्यांना तो अवयव सापडत नाही.]

ध्रुव : आर्यन तू कशाला एवढं टेन्शन घेत आहेस? धुताना ते टाकून दिलं असेल. तुझा हा सर्व भ्रम आहे कारण तू ते पुस्तक वाचल्यामुळे तुला तसं वाटत आहे.

[ठीक आहे असं म्हणून तो विषय ते सोडून देतात.]

सर्वजण मायरा आणि बाकी लोकांना निरोप देण्यासाठी विमानतळावर आलेले असतात. तेव्हा सर्वजण आपापल्या ग्रुपमधे बोलत असतात. मायरा सुद्धा सगळ्यांना बाय करते आणि प्रत्येकाला एक कार्ड देते. सर्वजण कार्ड ओपन करून बघतात त्यामधे तिने त्यांच्या सोबत घालवलेले क्षण लिहिलेले असतात. शेवटी ती आर्यनला एक कार्ड देते. आर्यन ते ओपन करून बघणार तेवढ्यात ती त्याला म्हणते की आता ओपन करू नको घरी गेल्यानंतर ओपन करून बघ. "ठीक आहे" असं म्हणून आर्यन ते आपल्या खिशात ठेवतो. गुड बाय करून सर्वजण तिथून निघून जातात. घरी आल्यावर सर्वजण आर्यनच्या बाजूला बसतात आणि म्हणतात चल ते कार्ड ओपन कर काय आहे त्यामधे बघूया.

आर्यन कार्ड ओपन करतो.

प्रिय आर्यन,

आज मी तुला हे पत्र लिहिते आहे कारण माझ्या मनात गेल्या काही दिवसांपासून अनेक भावना आहेत ज्या मी तुला व्यक्त करू इच्छिते. ट्रेनिंग दरम्यान आपण एकत्र घालवलेले क्षण मला अजूनही आठवतात. तू मला नेहमी शिकवण्यास आणि मार्गदर्शन करण्यास तयार असायचास. तुला शंका विचारण्यात आणि तुझ्याशी वादविवाद करण्यात मला खूप आनंद मिळत होता. हळूहळू, तू माझ्या आयुष्याचा एक अविभाज्य भाग बनलास.

तुझं ते निरागस हसणं आणि प्रेमळ स्वभाव मला तुझ्याकडे आकर्षित करत होता. एकत्र काम करताना मला कळलंच नाही की माझ्या मनात तुझ्यासाठी प्रेमाची भावना निर्माण झाली आहे ते. मी या भावनांमधे वाहत गेले पण कधीच माझ्या भावना व्यक्त करण्याची हिंमत झाली नाही.

आता मी मॅजेस्टिकला जात आहे. मला तुझ्यापासून दूर नाही जायचं. आर्यन, मला तू खूप आवडतोस. मी तुझ्यावर खूप प्रेम करते! तू मला उत्तर देणं गरजेचं नाही. पण जर तू मला उत्तर दिलंस तर तो दिवस माझ्या आयुष्याचा अविस्मरणीय दिवस असेल.

तुझीच,
मायरा.

सर्वजण हे पत्र वाचल्यावर अवाक होतात.

आर्यन : अलेक्स भावा आता काय करायचं? हिला जर आता नाही म्हटलं तर तिला खूप वाईट वाटेल. माझ्यासाठी ती फक्त एक चांगली मैत्रीण आहे.

अलेक्स : ठीक आहे ! काळजी करू नकोस. आता तिच्याशी बोलणं झालं तर तिला सांग की तुला अजून वेळ नाही मिळाला आहे ते पत्र वाचायला. नंतर आपण असं सांगू किती पत्र हरवल म्हणून. म्हणजे तिला पण वाईट वाटणार नाही आणि तुझ्या पण मागे लागल्यासारखं होणार नाही. इथे सर्वांनी लक्षात घ्या कोणीही ही गोष्ट बाहेर दुसऱ्याला

सांगायची नाही. नील तू पण लक्षात ठेव! सर्व जण यासाठी तयार होतात.

8

राक्षसाचे आवाहन

मायराला सोडून आल्यावर सर्वजण झोपायला जातात. आर्यन झोपला तर खरं, पण त्याला भयानक स्वप्न पडतं. त्या स्वप्नात.. तो एका अंधारात उभा आहे. शांतता आहे पण ती शांतता भयानक आहे. बाजूला एक छोटीशी नदी वाहत आहे. दुसऱ्या बाजूला एक गुहा दिसत आहे. अचानक, त्याला एका मोठ्या राक्षसाची आकृती दिसते. राक्षस शांत बसलेला आहे, पण त्याचे लाल लाल डोळे आर्यनाला भेदून टाकतात. राक्षसाच्या आजूबाजूला मेलेल्या प्राण्यांचे अवशेष पसरलेले दिसतात.

त्याच वेळी आर्यनला एक विचित्र प्राणी दिसतो. तो प्राणी खूप लहान असतो, त्याला डोळे नाहीत. त्याचे फक्त दोन पाय आणि तोंड असतं, हे एका अवयवापासून बनलेले असल्यासारखं जाणवत. प्राणी राक्षसाभोवती वावरत असतो आणि त्याला त्रास देण्याचा प्रयत्न करत असतो.

आर्यन घाबरून थरथर कापू लागतो. तो एका बाजूला उभा असतो आणि हे सर्व भयानक दृश्य त्याच्या डोळ्यांसमोर घडत असतं. अचानक, राक्षस मागे वळतो आणि आर्यनकडे पाहतो. राक्षस आर्यनकडे येण्याचा प्रयत्न करतो. त्याला पकडण्यासाठी आपले भयानक हात पसरवतो. आर्यनला अत्यंत भीती वाटते. तो ओरडतो. त्याच्या ओरड्याने अलेक्स आणि नील जागे होतात आणि ते आर्यनला झोपलेले पाहतात.

आर्यन घामाने भिजलेला, त्याचे डोळे भीतीने विस्फारून निळेशारझालेले असतात. अलेक्स आणि नील आर्यनला विचारतात काय झालं? तर आर्यन त्यांना त्या भयानक स्वप्नाबद्दल सांगतो. अलेक्स त्याच्या डोळ्यांच निरीक्षण करतो. हळूहळू ते निळेशार डोळे पुन्हा ठीक होतात.

अलेक्स आणि नील आर्यनला शांत करतात आणि त्याला सांगतात की ते फक्त स्वप्न आहे. पण आर्यनला अजूनही त्या स्वप्नाची भीती वाटते. त्याला राक्षसाचे भयानक डोळे आणि विचित्र प्राण्याची आठवण येते. आर्यनला असे वाटत होते की राक्षस खरोखर अस्तित्वात आहे आणि तो त्याला शोधण्यासाठी येणार आहे. त्याला असे वाटत होते की राक्षस त्याला पकडून खाऊन टाकेल. आर्यनला झोपायची इच्छा नसते. त्याला भीती वाटते की जर तो पुन्हा झोपला तर त्याला ते भयानक स्वप्न पुन्हा पडेल.

अलेक्स त्याला शांत करण्याचा प्रयत्न करतो, “काय झालं आर्यन? अरे तो एक भ्रम आहे कारण तू त्या दिवशी ते पुस्तक वाचलं. त्या आजींनी तुला ती कथा सांगितली आणि तू गाडी मधून येताना एक विचित्र आकृती पाहिली त्यामुळे हे सगळे स्वप्न तुला पडलं आहे.”

आर्यन अलेक्सवर रागावला, “तुझा पण माझ्यावर विश्वास नाही?”

अलेक्स शांतपणे म्हणाला, “विश्वास आहे भावा. पण तुला जे स्वप्न पडलं आहे त्याच्या आधारावर आपण काही बोलू शकत नाही. कारण जेव्हा पण तो विचित्र माणूस दिसला आहे तो फक्त तुलाच दिसला आहे. मी त्या गोष्टींवर विश्वास ठेवत आहे पण स्वप्नावर विश्वास ठेवताना मुश्कील आहे.”

आर्यनने अलेक्सला विचारतो, “मला एक सांग. आपल्याला जो सशाचा पाय मिळाला होता, तो गायब झाला बरोबर? आणि मला जे स्वप्न पडल होत त्यामधे मला एक विचित्र प्राणी दिसल्याचं मी तुला सांगितलं. तो प्राणी त्या उरलेल्या अवयवातूनच बनलेला आहे अशी मला खात्री वाटत आहे.”

अलेक्सला आर्यनची चिंता वाटू लागली. त्याला खरंच काहीतरी भयानक घडणार नाही ना? त्याने आर्यनला जवळ घेतले आणि त्याला

सांगितले, “बरं, तू काय करू इच्छितोस? आपण त्या जंगलामधे जाऊन पाहायचं का की नेमकं असं काही आहे का ते? आपल्याला एक आठवड्याची सुट्टी पण आहे.

आर्यन : हा चालेल. तिथे जाऊन आपण एकदा पाहीलं तर बरं होईल असं मला वाटतं.

अलेक्स : ठीक आहे. उद्या सकाळीच आपण थोडी तयारी करून निघूयात. जे कोणी आपल्या सोबत यायला तयार असतील त्यांना घेऊन जाऊया. आर्यन मग काव्याला आठवण्याचा प्रयत्न करतो आणि झोपतो.

सकाळी उठल्यावर अलेक्सने सर्वांना खाली बोलावले. आर्यनने स्वप्नात काय पाहीले आणि सशाचा अवयव सापडल्या बद्दल चर्चा केली. कारण ही गोष्ट नील आणि आदित्य ला माहिती नसते.

आदित्य : आम्हाला याबद्दल का नाही सांगीतलं ?

नील : मला पण हेच विचारायचा होत? आम्हाला का नाही सांगीतलं? आमच्यावर विश्वास नाही का?

आदित्य : नीलला नाही सांगीतलं ते एक वेळ ठीक आहे पण मला का नाही ?

[नील रागाने आदित्य कडे बघतो.]

ध्रुव : अरे आपण सर्व पार्टी मधे गुंग होतो आणि याचा काही ठोस पुरावा नव्हता म्हणून त्याने सांगितलं नाही.

आर्यन : माफ कर भावांनो. तुम्हाला टेंशन द्यायच नव्हतं.

नील : ठीक आहे रे.. आपण काय करायचं आता?

अलेक्सने सर्वांना विचारले, “आम्ही त्या जंगलात जाऊन बघायचं ठरवलं आहे जिथे आर्यनने त्या विचित्र व्यक्तीला कुत्र्याला घेऊन जाताना पाहिलं होतं.”

ध्रुव म्हणाला, “मला पण तेच वाटतं. आपण एकदा जाऊन पाहून आलं तर बरं होईल. कारण ज्या घटना घडल्या आहेत त्यामुळे मला पण शंका येत आहे. फक्त आपल्याला थोडी तयारी करून जाव लागेल.”

आदित्य म्हणाला, “तयारी म्हणजे? माझे सगळे कपडे मी धुवायला टाकले आहेत त्यामुळे मी जुनेच कपडे घालेन.”

अलेक्स डोक्याला हात लावून म्हणाला, "तुझे हे फालतू जोक कधी संपणार?"

आर्यन : रॉड, हॉकी स्टिक, चाकू, पेट्रोल, मॅचबॉक्स, लाकूड एवढे तरी बेसिक गोष्टी आपण घेऊन जाऊयात.

अलेक्सने विचारले, "जर कोणाला भीती वाटत असेल तर आताच सांगा. नील तुझं काय मत आहे?" नील म्हणाला, "मला असं वाटतंय की स्वप्नावर विश्वास ठेवून आपण तिथे जाणं चुकीचं आहे. पण आर्यनची शंका दूर करायची असेल तर आपण तिथे जाऊ." सर्वांनी सामान गोळा करायला सुरुवात केली. अलेक्सने आर्यनला विचारले, "तुझ्या मनात काय चाललंय?"

आर्यन म्हणाला, "काव्याची आठवण येत आहे."

तेवढ्यात आर्यनला काव्याचा फोन येतो. अलेक्स त्याला मिश्किल हास्य देऊन निघून जातो. आर्यन फोन उचलतो, "हॅलो काव्या".

"हाय आर्यन" काव्या गहिवरून बोलते.

[थोडावेळ शांतता...]

"माझं काही चुकलं का?" आर्यन विचारतो.

"नाही रे" काव्या म्हणते. "माझच चुकलं. मी तुझा फोन नाही उचलला. कस व्यक्त व्हायचं ते मला कळत नव्हतं आणि थोडी संभ्रमात पण होते . मला थोडा वेळ हवा होता."

"काहीच प्रॉब्लेम नाही" आर्यन म्हणतो. "आज फोन केलास ना, बस मी खुश झालो. मग कशी आहेस?"

"मी एकदम मस्त" काव्या म्हणते. "तू सांग तू कसा आहेस?"

"काही वेळे पूर्वी मी ठीक नव्हतो पण आता तुझा फोन आला ना, आता मस्त आहे" आर्यन म्हणतो.

"अच्छा!" काव्या म्हणते, "बाय द वे.. त्या दिवशी तू काहीतरी मला सांगणार होतास."

"हो," आर्यन म्हणतो. "पण तुला बरं एवढ आधीच लक्षात राहिल आहे."

"मी कसं बरं विसरेन?" काव्या लाजत बोलते.

आर्यन : असं फोनवर नाही सांगणार मी. आपण जेव्हा भेटू ना तेव्हाच सांगेन.

तेवढ्यात त्याला नील हाक मारतो, "आर्यन, रॉड भेटत नाहीये आणि अलेक्स विचारतोय आपण कधी निघायचं? थोड उशिरा, सूर्य मावळल्यावर निघूया असं म्हणतोय. म्हणजे दिवसा तिथे आपल्याला काही भेटणार नाही म्हणून."

हे बोलणं काव्या ऐकते आणि विचारते, "कुठे चालला आहात?"

तिला टेन्शन येऊ नये म्हणून आर्यन सांगतो, "नाही, इथेच जरा आम्ही फिरायला जात आहोत"

"नक्की ना?" काव्या विचारते. "कारण तुमच्या बोलण्यावरून तर तसं वाटत नाही आहे."

"हो ग" आर्यन म्हणतो, "तू उगाच टेन्शन नको घेऊ".

"ठीक आहे मग आपण नंतर बोलू. फक्त एक काम करशील का" काव्या म्हणते.

आर्यन विचारतो, "सांग ना"

काव्या म्हणते, "मला ना तुझं लाईव्ह लोकेशन पाठवून ठेव."

आर्यन तिला लाईव्ह लोकेशन पाठवून फोन ठेवून अलेक्स व नीलजवळ जातो.

आर्यन म्हणतो, "आपण अंदाजे सहा वाजता निघूया. टॉर्च पण रेडी ठेवा."

संध्याकाळी सर्वजण तयार होऊन एकत्र येतात. अलेक्स गाडी चालू करतो आणि ते आर्यन ने सांगितलेल्या ठिकाणी पोहोचतात. तिथून डायरेक्ट रोड नसल्यामुळे, ते बाजूला असलेल्या मातीच्या रस्त्यावरून गाडी पुढे घेऊन जातात. हळूहळू अंधार पडत जातो आणि अलेक्स हेडलाईट चालू करतो. आदित्य, वातावरण अधिक भयानक बनवण्यासाठी, हॉरर गाणी लावतो.

जंगलात प्रवेश करताच, अंधार दाट होत जातो आणि हॉरर गाण्यांच भयानक धून वातावरण अधिक भयानक बनवतात. आर्यन गाणी बंद करतो आणि सर्वांना आपापले लोकेशन ग्रुपवर शेअर करण्यास सांगतो. पुढे थोडं अंतर गेल्यावर मातीचा रस्ता संपतो. अलेक्स गाडी थांबवून

म्हणतो, "इथून पुढे आपल्याला पायीच जावं लागेल. गाडी इथून पुढे जाणार नाही. चला, गाडी इथेच लावून सामान घेऊया."

आर्यन ग्रुपवर आपलं करंट लोकेशन शेअर करतो आणि सर्वांना सांगतो की जर पुढे काही प्रॉब्लेम आला तर सर्वांनी याच लोकेशनवर परत यायचं. सर्वांनी आणलेले सामान आणि टॉर्च वगैरे घेतले. आर्यन ध्रुवला पेट्रोल त्याच्याकडेच ठेवायला सांगतो. ध्रुव सर्वांना सावधगिरी बाळगण्याचा सल्ला देतो, "पायाखाली बघून चला कारण इथे साप वगैरेही असू शकतात. आपण सर्वांनी शूज घातले असले तरीही थोडं लक्ष द्या."

"चला निघूया," असे म्हणून सर्व जण पुढे चालायला सुरुवात करतात.

जंगलात प्रत्येक पाऊल टाकताना सुकलेल्या पानांचा आवाज येत असतो. झाडांच्या फांद्या अंधारात भयानक आकार धारण करत असतात. प्रत्येक क्षणी त्यांना असे वाटत असते की कोणीतरी त्यांच्या मागे आहे. मधेच आदित्य नीलला हात लावून घाबरवतो आणि म्हणतो, "बघ तिकडे कोणीतरी आहे!"

अलेक्स : मस्करी करू नका. इथे जंगली प्राणी पण असतात.

नील : मला आल्यापासून येथे एकही प्राणी दिसला नाही. आश्चर्याची गोष्ट आहे.

पुढे गेल्यावर तीन फाटे दिसतात. अलेक्स म्हणतो, "इथून आपण दोन ग्रुप बनवून वेगवेगळे जाऊया."

आर्यन : नको. आपण एकत्रच जाऊया.

"ओके आहे", असे म्हणत ते पहिल्या फाट्यातून प्रवेश करतात.

पुढे पुढे जायला लागल्यावर त्यांना एक नदी लागते, एक छोटीशी नदी असते. नदीची लांबी खूप कमी असते. आर्यन घाबरून म्हणतो, "मला स्वप्नामधे जी नदी दिसली होती ती अशीच होती." आता मात्र सर्वजण घाबरायला लागतात आणि सतर्क होतात. आपापले रॉड हातात गच्च पकडून चालत असतात. गोलाकार बनवून चालत असतात म्हणजे कुठल्याही बाजूने कोणी आल तर लक्षात येईल. जसे जसे पुढे जातात, तसे ते एका मोकळ्या मैदानात येतात. तेवढ्यात आर्यनच लक्ष

बाजूच्या गुहेवर जात. आर्यन अलेक्सला हात लावून सांगतो, "हीच ती गुहा आहे जी मला स्वप्नात दिसली होती." आता मात्र सर्वांची भीती वाढलेली असते.

अलेक्स म्हणतो, "अजून तू स्वप्नामधे काय पाहिलं होतं?" आर्यन म्हणतो, "मी एका झाडाजवळ उभा होतो आणि तिथे समोर जो दगड दिसत आहे तिथे तो राक्षस बसला होता आणि आजूबाजूला प्राण्यांचे अवशेष सुद्धा होते. पण आता तरी इथे सर्व सामसूम दिसत आहे"

आदित्य : मला एक सांग तूला असे स्वप्न का पडतात? माझी तर घाबरून वाट लागली आहे.

अलेक्स : आपण गुहेमधे जाऊन बघायचं का?

तेवढ्यातच जवळपास झाडांच्या पानांमधे हालचाल जाणवते. चंद्राचा प्रकाश पडत असल्यामुळे, त्या मैदानात जवळपास सर्व काही पुसट दिसत असते. आजूबाजूला काहीतरी धावत असल्याचा आवाज आला. पण तो आवाज पावलांचा नसून एखाद्या प्राण्याच्या धावण्याचा आवाज असल्याची जाणीव होती.

सर्वजण एका लाइनमधे उभे राहतात आणि आजूबाजूला निरीक्षण करतात. तेवढ्यातच समोरून एका प्राण्याची सावली दिसते. जसा जसा तो प्राणी पुढे येतो तशी तशी त्याची सावली वाढत जाते. अंधार असल्यामुळे त्या प्राण्याला ते ओळखू शकत नाहीत. मग त्याच्यावर टॉर्च मारतात, त्यानंतर त्यांच्या लक्षात येते की हा तर कोल्हा आहे. अलेक्स त्याच व्यवस्थित निरीक्षण करतो आणि म्हणतो, "सर्वांनी सावध व्हा, हा कोल्हा झोंबी बनला आहे."

सर्वजण ओरडतात, "अरे बापरे!"

तेवढ्यात पाठीमागून अजून एक छोटी सावली दिसते. पालापाचोळ्याचा आवाज येत असतो. पाठी वळून बघतात तर एक विचित्र छोटा प्राणी ज्याला अंगच नाही आहे. त्याला बघून आर्यन म्हणतो, "हाच आहे तो ज्याच्याबद्दल मी स्वप्नामधे पाहिलं होतं." आता मात्र घाबरून नील म्हणतो, "याचा अर्थ तू स्वप्नामधे जो राक्षस बघितला होतास तो पण खरा असणार आणि जर तो इथे असेल तर मग आपलं काही खरं नाही. उजव्या आणि डाव्या बाजूने पण दोन कोल्हे

येतात. आता मात्र चारही बाजूंनी घेरलं गेल्यामुळे सर्वांची भीतीने गाळण उडते.

अलेक्स: मी या समोरच्या कोल्ह्याला बघतो. आर्यन तू उजव्या दिशेच्या , ध्रुव तू डाव्या दिशेच्या कोल्ह्याला सांभाळ. नील आणि आदित्य तुम्ही त्या छोट्या प्राण्यावर लक्ष द्या. सर्वांनी एक लक्षात ठेवा की कोणीही आपल्याला चावता कामा नये. जर चावला तर तो तुमच्यासाठी शेवटचा दिवस असणार. त्या छोट्या प्राण्याला लवकरात लवकर मारून तुम्ही आम्हाला मदत करायला या.

आर्यन : ठीक आहे. ध्रुव सर्वांच्या काठीवर बांधलेल्या मशालीवर पेट्रोल टाक.

आणि मग सर्वजण मशाल पेटवतात. ते बघून ते प्राणी थोडसं मागे सरकतात. मग ते सर्व प्राणी त्यांच्यावर हल्ला करतात. नील आणि आदित्य धाडसाने त्या छोट्या प्राण्यावर हल्ला करतात. त्याला मारण्यासाठी लाठी आणि रॉडचा वापर करतात.

अलेक्स आणि आर्यन कोल्ह्यांशी भिडतात. अलेक्स एका कोल्ह्याला मारण्यासाठी पुढे जातो, पण दुसरा कोल्हा त्याच्यावर हल्ला करण्यासाठी झेप घेतो. अलेक्स त्याला चकमा देतो, पण तो कोल्हा आर्यनवर पाठून हल्ला करण्यासाठी सरकतो. आर्यन रॉडने सराईतपणे समोरच्या कोल्ह्यासोबत झटापट करत असतो. अलेक्स आर्यनला हाक देतो आणि सांगतो, "बाजूला हो, तुझ्यावर हल्ला होत आहे." आर्यन लगेच खाली वाकून चकमा देतो. दोन्ही कोल्हे एकत्र येतात. आर्यन आणि अलेक्स पण एकत्र येतात.

तिकडे ध्रुवने एक पेट्रोलचे गोल राऊंड बनवून तिथे आग लावून एका कोल्ह्याला अडकवलेला असतो. ध्रुव पण अलेक्स आणि आर्यनसोबत येतो. नील आणि आदित्य पण त्या प्राण्याला मारण्यात यशस्वी होतात आणि त्याला जाळून टाकतात.

आता सर्वजण दोन गटात उभे राहतात. अलेक्स आणि आर्यन चाकू बाहेर काढतात आणि मशाल त्या दोघांच्या हातात देतात. ध्रुव ला ते सांगतात, "तू रॉडने त्यांच्यावर हल्ला कर." दोन्ही कोल्हे अंगावर धावत येतात तेव्हा आर्यन एका कोल्ह्याच्या अंगावर उडी मारतो आणि चाकू

त्याच्या डोळ्यात घालून त्याचा डोळा फोडतो. कोल्हा त्याला अंग झाडून उडवतो, त्यामुळे दगडावर आपटून आर्यनच्या पाठीला मार बसतो.

तिकडे अलेक्सच्या अंगावर कोल्हा धावून येतो आणि अलेक्स खाली पडतो, पण तो रॉड त्याच्या तोंडात अडकवून ठेवतो. तो अलेक्सवर पंजा मारणार तेवढ्यात ध्रुव दुसऱ्या रॉडने त्याच्यावर हल्ला करतो आणि नील त्याच्यावर मशाल टाकतो. मग दुसऱ्या बॉटलमधील पेट्रोल त्या कोल्ह्याच्या अंगावर ओतून त्याला आग लावतात. तसाच जो कोल्हा रिंगणामधे ध्रुवने अडकवून ठेवलेला होता, त्याच्या अंगावर पण पेट्रोल टाकून जाळून टाकतात आणि तिसरा, त्याचे डोळे फुटलेले असतात, त्याला पण जाळतात.

आर्यन आणि अलेक्स धडपडत उठतात. आर्यनला जरा लागलेल असत. अलेक्सला पण थोडी दुखापत झालेली असते. आर्यन म्हणतो, "सर्वजण ठीक आहेत ना? प्रत्येकाने एकदा चेक करा, कोणाला प्राण्यांनी चावलं किंवा ओरबाडलं नाही ना?" सर्वजण म्हणतात, "नाही आम्ही सर्वजण ठीक आहोत".

नील : अलेक्स, आर्यन तुम्हाला जास्त लागल आहे असं वाटत आहे. लवकरात लवकर येथून बाहेर पडूया.

अलेक्स : हो बरोबर चला पटकन निघूया कारण इथे पुढे काय होईल सांगता येत नाही.

ते सर्वजण निघून जाण्यासाठी पाठी फिरणार तेवढ्यातच, त्यांना पाला पाचोळ्याचा जोराचा आवाज ऐकू आला. पाठीमागे वळून बघतात तर काय, दहा ते बारा कोल्ह्यांचा झुंड उभा असतो आणि काय भयानक दृश्य, सर्व कोल्हे झोंबी बनलेले असतात! आता मात्र सर्वजण आशा सोडून देतात. ध्रुव हताशपणे म्हणतो, "आपल्याकडे जे पेट्रोल होते ते पण संपले आहे. आता फक्त एकच बॉटल शिल्लक आहे."

आर्यन आपली पाठ सावरत रॉड हातात घेऊन उभा राहतो आणि ध्रुवला म्हणतो, "ती बॉटल माझ्या हातात दे."ध्रुव पेट्रोलची बॉटल आर्यनला देतो. अलेक्स हताशपणे विचारतो, "डोक्यात काय चालू आहे आर्यन? काय करणार आहेस? कारण या सर्वांचा सामना एकत्र करणे शक्य नाही. मला वाटतं आपला हा शेवटचा दिवस असणार आहे. तरी

पण घाबरून जाऊ नका. आपण या सर्वांना मारून टाकू." असं म्हणून अलेक्स आपला हात सावरतो आणि रॉड हातात घेतो.

आर्यन बॉटलमधील अर्ध्या पेट्रोलने समोर एक आडवी लाईन मारतो आणि आग लावतो. कोल्हे पुढे येण्याचा प्रयत्न करत नाहीत. आर्यन सर्वांना सांगतो, "तुम्ही सर्वजण माझ्यामुळे इथे आला आहात. आता मी सांगतो ते करा, सर्वांनी इथून निघून जा. इथे यांना कस सांभाळायचं ते मी बघतो." सर्वजण आर्यनकडे पाहायला लागतात आणि म्हणतात, "आम्ही नाही जाणार. जे काही होणार आहे ते आपल्या सर्वांचे एकत्र होऊ दे."

आर्यन अलेक्सला सांगतो, "भावनांमध्ये येऊन निर्णय घेऊ नका. अलेक्स तुला माहिती आहे आता इकडची गोष्ट बाहेर कळणं महत्त्वाचं आहे. माझी काळजी करू नका, यांना कसा सांभाळायचा ते माझ्यावर सोडा."

अलेक्स म्हणतो, "असं करूया, तुम्ही तिघांनी जा, मी आणि आर्यन थांबतो."

आर्यन यावर रागाने उत्तर देतो, "तुम्हा सर्वांना माझी शपथ आहे. लवकर जा, ती आग विझायच्या अगोदर निघून जा." सर्वजण रडवेला स्वरात त्याला म्हणतात, "नाही." अलेक्स आर्यनला मिठी मारतो आणि ते चौघेजण निघून जातात.

आर्यन एकटाच उभा राहतो, त्याच्यासमोर ज्वलंत आगीची रेषा आणि त्याच्या समोर भयानक झोंबी कोल्ह्यांचा झुंड. त्याच्या डोळ्यांत दृढनिश्चय आणि त्याच्या हातात रॉड...

तो लढायला तयार आहे...

आपल्या मित्रांसाठी...

आर्यन एकटा त्या सर्व कोल्हांसमोर उभा असतो. हळूहळू आग विझायला सुरुवात झाली. त्याच्या डोळ्यासमोर अंधार दाटत होता. थोड्या वेळाने आर्यनच्या पाठीवर एक हात पडला. पाठी वळून बघतो तर ते चौघे जण परत आलेले असतात!

"आम्ही तुला सोडून जाणार नाही" अलेक्स ठामपणे म्हणाला.

"जे काही होईल ते सर्वांचं होईल" नील हताशपणे म्हणाला.

ते सर्व जण रॉड घेऊन सज्ज होते. अलेक्सने उरलेल्या पेट्रोलने अजून एक लाईन मारून त्याला आग लावून दिली. "मी लग्न न करताच मरणार आहे" आदित्य हळू आवाजात म्हणाला.

"आम्ही पण" अलेक्स हळू आवाजात उत्तर देतो.

ध्रुव हसत हसत म्हणतो, "निदान नीलने गर्लफ्रेंड तरी बनवली. आर्यनच, प्रेम अर्धवट राहिलं."

आर्यनलाही समजत होतं की हा त्याचा शेवटचा दिवस आहे. त्याने मोबाईल काढून काव्याला मेसेज करून ठेवतो 'तू मला खूप आवडतेस. जेव्हा पण तू माझ्यासोबत असतेस तेव्हा मला खूप आनंद होतो. आता कदाचित आपली भेट पुन्हा होणार नाही म्हणून मी हा एक शेवटचा मेसेज तुला करत आहे. आय लव यू.'

सर्वजण एकमेकांच्या डोळ्यात डोळे घालून एकदा बघतात. तेव्हा आर्यन हळू आवाजात म्हणतो, "तुम्ही लोक गेला असतात कारण मी यांना तो पर्यंत थांबून धरलं असतं आणि मला खाई पर्यंत ते तुमच्या इथे आले नसते"

हळूहळू आग विझायला सुरुवात होते आणि ते पुढे येतात. आग पूर्णपणे विझल्यावर कोल्हे त्यांच्यावर हल्ला करायला येतात तेवढ्यातच पाठून माणसांच्या ओरडण्याचा आवाज येतो आणि एक माणूस फायर गन घेऊन येतो आणि फायर करतो. त्या आगीच्या प्रचंड प्रवाहापुढे कोल्ह्यांचा टिकाव लागत नाही. या लोकांना तिथे पाहून हे सर्वजण आश्चर्य चकित होतात.

पाठमागून काव्या पण येते आणि आर्यनला मिठी मारते आणि त्याच्या छातीवर हाताने जोर जोराने बुक्के मारते आणि रडत रडत विचारते, "मला न सांगता इथे का आलास?" आर्यन आणि बाकीचे पण आश्चर्य चकित होतात. काव्या इथे कशी काय आली आणि हे बाकीचे लोक कोण आहेत? काव्या सोबत आलेले लोक म्हणतात, "चला, लवकर निघूया इथून." मग सर्वजण मागे पळायला सुरुवात करतात. तेव्हा आर्यन एकदा मागे वळतो आणि त्याला त्या जळणाऱ्या प्राण्यांमागे एक प्रतिकृती पुढे येताना दिसते. धावत असताना आर्यन पुन्हा एकदा मागे वळून पाहतो तर त्याला त्या राक्षसाचे लाल डोळे दिसतात.

मग सर्वजण कार जवळ येऊन कारमधे बसून निघून जातात. निघण्यापूर्वी आर्यन एकदा तिला विचारतो, "तुला कसं काय कळलं मी इथे आहे ते?"

काव्या हसत हसत म्हणते, "तू मला लाईव्ह लोकेशन पाठवत होतास ना? आणि तुझ्या बोलण्यावरून मला शंका आली होती. बाकी सर्व आपण नंतर चर्चा करू. आता इथून पहिले बाहेर पडणं महत्त्वाचं आहे. आणि तुला खूप लागलं आहे का रे?"

आर्यन म्हणतो, "ठीक आहे. आपण नंतरच बोलू. जास्त नाही लागलं. तू जा आधी."

मग काव्या पण त्यांनी आणलेल्या गाडीमधून निघून जाते.

सर्वजण शांत बसले होते. पण त्यांच्या चेहऱ्यावर भीती आणि थकवा स्पष्ट दिसत होता. मागे अनुभवलेले भयानक दृश्य आताही त्यांच्या डोळ्यासमोर होते. अलेक्स हळू आवाजात विचारतो, "आर्यन, तू ठीक आहेस ना?" आर्यन डोळे झाडून स्वतःला सावरतो आणि म्हणतो, "आता ठीक आहे. पण ते... ते राक्षस... मी अजूनही त्याचा विचार करतोय." ध्रुव हताशपणे म्हणतो, "ते काय होते? झोंबी कोल्हे?" आदित्य थरथरत्या स्वरात म्हणतो, "मला वाटलं होतं आम्ही इथंच संपणार आहोत." आर्यन गंभीर होऊन म्हणतो, "मलाही असंच वाटलं होतं. पण आता आपण सुरक्षित आहोत." ध्रुव आश्चर्य व्यक्त करतो, "आणि काव्या? ती इथे कशी आली? अलेक्स विचार करत म्हणतो, "मग ते शिकारी कोण होते?" आर्यन खांदे उडवून दाखवतो आणि म्हणतो, "मला माहित नाही. पण त्यांच्यामुळेच आपण जिवंत आहोत." आदित्य आशा व्यक्त करतो, "आता आपण काय करणार आहोत?"

आर्यन हळूवार स्वरात म्हणतो, "आधी या जंगलापासून लांब जायला हव. मग पोलिसांना संपर्क करून हे सर्व सांगायला हव. तेच या समस्येवर उपाय शोधू शकतात." ते सर्व गाडीतून परत घरी येतात, तिकडे काव्या सुद्धा हॉस्टेल ला जाऊन आर्यन ला फोन करते.

काव्या : (काळजीने) आर्यन, तू ठीक आहेस ना? मला तुझी खूप काळजी वाटत होती.

आर्यन : हो काव्या.. मी ठीक आहे. तू कशी आहेस?

काव्या : मी ठीक आहे. पण मला तुझ्याबद्दल खूप काळजी वाटत होती.

आर्यन : (व्यत्यय आणत) तू काळजी करू नकोस. आता मी सुरक्षित आहे.

काव्या : पण तू मला सांगणार नाहीस का तू त्या जंगलात का गेलास?

आर्यन : ते नंतर बोलूया. आता खूप उशीर झाला आहे. तू लवकर होस्टेलला जा.

काव्या : मी आले पण रूम वर. पण तू पहिल जाऊन औषधोपचार कर आणि आराम कर.

आर्यन : हा ठीक आहे, फक्त एवढंच सांग ते बाकीचे लोक कोण होते?

काव्या (गोंधळून) : ते रेस्क्यू टीमचे लोक होते. मी एका एजन्सीला सूचित केलं होतं. तेव्हा ती टीम माझ्या सोबत आली.

आर्यन : (आश्चर्यचकित होत) तू एजन्सीला कसं सूचित केलंस?

काव्या : तू मला लाईव्ह लोकेशन पाठवत होतास ना? मग मला शंका आली आणि मी एका एजन्सीला कॉल केला.

आर्यन : (थोडासा हसून) तू खरंच खूप हुशार आहेस.

आर्यन आणि अलेक्स घरी येऊन औषधोपचार घेऊन झोपतात. बाकीचे सर्व त्यांच्या बाजूला बसले होते आणि त्यांची चर्चा चालू होती. सगळेजण घाबरलेले होते.

आर्यनला पडलेले स्वप्न कसे काय खरं ठरल? आणि आज जर काव्या आली नसती तर काय झालं असतं? असे अनेक प्रश्न त्यांच्या मनात होते. आदित्य हळू आवाजात म्हणतो, 'आर्यनला ते स्वप्न कसं काय आलं? ते सगळं खरं ठरलं...'

आणि मग हळूहळू बाकीचे सर्व पण झोपतात.

पुढील सकाळ :

अलेक्स बेड वरच हात ताणून आळस देतो आणि विचारतो , "काय आर्यन, कसं वाटतय? बरा आहेस ना?" आर्यन उठून आंघोळ करून बसलेला असतो, तो म्हणतो, "हो, बरा आहे. तू कसा आहेस?"

अलेक्स : मीही बरा आहे. काय मग, काल मजा आली ना भरपूर? बऱ्याच दिवसानंतर हात साफ झाले.

आदित्य : तुझे हात साफ झाले आणि आमचं काहीतरी वेगळंच साफ झालं होतं.

नील : हो.. आदित्य तू खरं बोलला. अरे! तो विचित्र प्राणी एवढा खतरनाक होता की त्याला मारता मारता आमचे नाकी नऊ आले.

ध्रुव : काय तुम्हाला त्या एवढ्या छोट्या प्राण्याला मारायला एवढा वेळ लागला?

[मग सर्वजण हसायला लागतात.]

आर्यन : (हसत) अलेक्स, तुला तर अंधाराची भीती वाटते ना? मग काल तुला भीती का बरं नाही वाटली?

अलेक्स : (हसत) अरे हे माझ्या लक्षातच नाही आलं. काल माझ्या ध्यानातच नव्हतं की आजूबाजूला अंधार आहे.

आर्यन: (कुतूहलाने) आणि तू अजून पर्यंत सांगीतलं पण नाहीसं की तुला अंधाराची भीती का वाटते ते.

अलेक्स : (गंभीर होत) नंतर कधीतरी सांगेन रे.

तेवढ्यातच आदित्य म्हणतो, "पण आर्यन.. तुला जे स्वप्न पडलं ते खरं कसं काय झालं?"

"बरोबर प्रश्न विचारलास" नील म्हणतो.

आर्यन : मलाच माहित नाही. पण काहीतरी नक्कीच आहे. याचा अर्थ त्या पुस्तकामधे जे काही लिहिलं आहे ते खरं आहे. याचा अर्थ दुसरा जो राक्षस आहे तो अजून बाहेर नाही आला आहे.

अलेक्स : याचा शोध घेतला पाहिजे.

आदित्य : ते सर्व ठीक आहे. पण काव्याने येऊन आर्यनला मिठी मारली आणि रडत होती. आता तर सर्व एकदम क्लिअर आहे.

नील : बरोबर बोललास.

तेवढ्यातच आर्यन घाबरून अचानक फोन हातात घेतो आणि मेसेज चेक करून विस्फारलेल्या डोळ्यांनी सर्वांना सांगतो, "अरेच्चा, मोठी गडबड झाली!"

अलेक्स : काय झालं?

आर्यन : अरे.. मी काव्याला काल रात्री मेसेज पाठवला. मला वाटलं आपण सर्व मरणार, म्हणून म्हटलं तिला माझ्या मनातल्या भावना सांगतो. आणि तिला सर्व काही मेसेजमधे लिहून पाठवलं.

[सर्वजण हसायला लागतात.]

अलेक्स : (हसत) वा.. एक गोष्ट तर चांगली झाली!

[तेवढ्यातच आर्यनचा फोन वाजतो. तो फोन पाहतो तर काव्याचा असतो.]

अलेक्स : फोन उचल आर्यन. तुला पॉझिटिव्ह उत्तर मिळेल असं मला वाटतं.

आर्यन : (घाबरलेल्या आवाजात) हॅलो काव्या?

काव्या : (हसते) हॅलो आर्यन! तू ठीक आहेस ना?

आर्यन : (हसतो) हो. तू कशी आहेस?

काव्या : मी ठीक आहे. तू मला काल रात्री काय मेसेज पाठवलास?

आर्यन : (घाबरून) काय मेसेज?

काव्या : (हसते) तू मला विसरलास का? तू मला काल रात्री एक मोठा मेसेज पाठवला होतास.

आर्यन : (आठवून) अरे हो.. मला आठवलं.

काव्या : (गंभीर होत) तू मला ते सगळं प्रत्यक्ष येऊन सांगणार ना?

आर्यन : (घाबरून) प्रत्यक्ष?

काव्या : हो, प्रत्यक्ष. तू मला मेसेजमधे जे काही सांगितलंस ते मला प्रत्यक्ष येऊन सांग. मग मी त्याबद्दल विचार करेन.

आर्यन : (हसतो) ठीक आहे. मी लवकरच येतो.

लगेचच काव्या विचारते, "आर्यन, तू अशा जंगलात का गेलास? मला खूप काळजी वाटत होती."

आर्यन : (काळजी लपवण्याचा प्रयत्न करत) अरे हो.. मी तुला सांगितलं होतं ना. मी मॉन्स्टर बघितल्यामुळे तिथे गेलो होतो. आता काळजी करू नकोस, सगळं ठीक झालं.

काव्या : (अविश्वास दाखवत) फक्त मॉन्स्टर? तू काहीतरी लपवत आहेस का? मला सगळं सत्य सांग.

आर्यन : (बचाव करत) खरंच काव्या! मी तुला सगळं सांगतो पण फोनवर नाही. मी लवकरच तुला भेटायला येतो आणि मग सगळं सांगेन. आता तुला काळजी करण्याची गरज नाही. मी सुरक्षित आहे.

काव्या : (राजी न होता) पण आर्यन...

आर्यन : खरंच काळजी करू नको. मी ठीक आहे..

काव्या : ठीक आहे, मी वाट पाहते.

फोन बंद होतो.

काव्या आर्यनच्या मेसेजची आठवण करून मनोमन हसत असते. तिला त्याच्या भावना आणि प्रेम समजून येत होतं. तिला आनंद झाला होता की आर्यनने तिला त्याच्या मनात काय आहे ते सांगण्याचा प्रयत्न केला. तिला त्याला भेटण्याची उत्सुकता होती.

९

हिमांशु : पहिली भेट

काव्यासोबत फोन वर बोलून झाल्यानंतर सर्वजण आर्यन जवळ येतात आणि मग अलेक्स बोलतो, “आपण असं करू आर्यन. तू तिला सरप्राईज दे. तिला न सांगता तिच्या हॉस्टेलला जाऊ आणि मग तू तिला प्रपोज कर.”

आर्यन : वेडा वगैरे झाला आहेस काय? त्यांच्या हॉस्टेलमधे खूप स्ट्रिक्ट नियम आहेत.

अलेक्स : अरे.. याच गोष्टी तर आठवणी बनवतात. काही वर्षानंतर तूही हसून ही आठवण बाकीच्यांना सांगशील.

आर्यन : मला नाही वाटत. ती रागावली तर?

अलेक्स : अरे. थोडी रिस्क घे. तू तिच्यावर किती प्रेम करतोस हे तिला दाखवण्याची ही चांगली संधी आहे.

आर्यन : मला थोडा विचार करायला वेळ हवा.

अलेक्स : ठीक आहे, पण जास्त विचार करू नकोस. तू तिला प्रपोज केलच पाहिजे.

आर्यन : ठीक आहे, मी विचार करतो. ते सर्व ठीक आहे पण तू एक निरीक्षण केलं?

अलेक्स : काय रे?

आर्यन : झोंबिज कधी पण कोणा एकाच ऐकत नाहीत. पण मी त्या जंगलात काहीतरी वेगळच पाहिलं. जे कोल्हे झोंबी बनले होते ते

जणू काही कुणा एकाच्या सांगण्यावरून हल्ला करत होते. मी तिथे त्या राक्षसाला पण पाहीलं जेव्हा आपण परत येत होतो तेव्हा.

अलेक्स : (वैतागून) अरे.. तू पण ना. आता विषय काव्याचा चालू होता आणि अचानक तू कालचा विषय काढलास. मला वाटल आता काव्य बद्दल काहीतरी सिरियस गोष्ट सांगशील. तुझी ही सवय ना बंद कर. खूप वेळा फसायला होत.

आर्यन : सॉरी भावा. पण ही माझी सवयच आहे एका वेळी अनेक विचार चालू असतात माझ्या डोक्यात.

अलेक्स : पहिलं तर तू तुझ अतिविचार करन बंद कर.

आर्यन : हो भावा करतो. पण मी जे सांगीतलं ते तुला पटत आहे का?

अलेक्स : कुणाबद्दल विचारत आहेस? काव्या की झोंबी ?

आर्यन : मस्करी खूप झाली, जंगलात जे काही घडल त्याबद्दल.

अलेक्स : हो. मला पण हीच शंका आली. ते सर्व ग्रुप मधे हल्ला करायला आले म्हणजे जणू कुणी एक व्यक्ति त्यांना कंट्रोल करत आहे.

आर्यन : काय चाललं आहे काही कळत नाही. पण मला वाटतं की यामागे काहीतरी मोठं रहस्य आहे.

अलेक्स : तू बरोबर आहेस. आपण याचा शोध घेणं गरजेचं आहे. आणि याच उत्तर आपल्याला हिमांशू देऊ शकतील अस मला वाटत.

आर्यन : हा बरोबर.

अलेक्स : (ठरल्याप्रमाणे) आर्यन, आज रात्री आपण सर्वांनी काव्याला प्रपोज करायचं आहे.

आर्यन : (आश्चर्याने) सर्वांनी? म्हणजे काय?

ध्रुव : (हसत) अरे राजा.. त्याला आर्यनने असं म्हणायचं आहे.

नील : (हसत) हो. आणि मी चॉकलेट आणि केक घरी ठेवला आहे.

आर्यन : (घाबरून) बापरे! तुम्ही तर पूर्ण तयारी केली आहे. खरोखर हे करायचं आहे का?

अलेक्स : (आत्मविश्वासाने) हो भावा. आजची रात्र अविस्मरणीय रात्र होणार आहे.

आदित्य : (उत्सुकतेने) मला काय करायचं आहे?

अलेक्स : तू आर्यनला मदत करणार. आपण सर्वांनी मिळून काव्याला तिच्या हॉस्टेलमधे सरप्राईज देणार आणि मग आर्यन तिला प्रपोज करेल.

आर्यन : (घाबरून) मला माहित नाही...

अलेक्स : (त्याचा खांदा थोपटत) घाबरू नकोस यार. तिच्यावर तू किती प्रेम करतोस हे तिला दाखवून दे.

आर्यन : (हळू आवाजात) ठीक आहे, मी प्रयत्न करतो.

नील : (हसत) तू प्रयत्न कर, नक्कीच यशस्वी होशील.

रात्री ११ वाजता, अलेक्स, आर्यन, आदित्य,नील आणि ध्रुव काव्याच्या हॉस्टेलच्या बाहेर पोहोचतात. रात्र निखळ होती. आकाशात तारे चमकत होते,जणू काही काळ्या रंगाचा कापड पसरवून त्यावर चमकदार हीरे लावले असावेत. काव्याच्या हॉस्टेलच्या बाहेर उभे असलेल्या या पाच जणांच्या चेहऱ्यावर उत्साह होता. थोडीशी भीती पण होती. "आर्यन, इथे तिची रूम कोणती आहे ते तुला माहित आहे का?" अलेक्सने हळू आवाजात विचारलं. "नाही रे" आर्यनने डोके फिरवून पाहात उत्तर दिलं, "रूम नाही माहित. पण ती या पार्किंग एरियाच्या बाजूने गेली."

"मग आता काय करायचं?" ध्रुवने हताश आवाजात विचारलं. त्यांची सर्व मेहनत आता वाया जाणार अस वाटत होत.

"अरे, तू काव्याला फोन लावून विचार ना तिचा रूम नंबर काय आहे ते" आदित्यने उत्साहाने सुचवलं.

"तू थोडा वेळ शांत बस, डोक्याला जास्त ताण देऊ नकोस" नील हसून म्हणाला.

आदित्य थोडासा खिन्न झाला, पण लगेच पुन्हा हसून म्हणाला, "अरे! आपण तिला सरप्राईज द्यायला आलोय ना, मग एक दुसरी आयडिया आहे. आपण सर्व फ्लॅटमधे जाऊन चेक करू शकतो!" अलेक्स आणि आर्यन एकमेकांना बघून हताश नजरेने संवाद साधत होते. आदित्यचा उत्साह चांगला होता, पण त्यामुळे किती वेळ वाया जाईल याची त्यांना कल्पना नव्हती.

नील आणि ध्रुव मात्र हसत आदित्यच्या कल्पनेचा आनंद घेत होते.

"आपण आत मधे जाऊन तर बघू, तिथे कोणी वॉचमन वगैरे असेल तर मग त्याला विचारता येईल" नीलने सुचवलं. "अरे हे लेडीज होस्टेल आहे. आपल्याला वॉचमन आत मधे जायला कसा बरे देईल?" अलेक्सने नीलच्या कल्पनेवर आक्षेप घेतला.

"ते पण बरोबर आहे" नीलने मान्य केलं आणि हसत म्हणाला, "मग मला वाटतं आदित्यने सांगितलेलंच करावं लागेल."

तेवढ्यात आर्यन हातातला फोन बाहेर काढतो. त्याच्या चेहऱ्यावर एक चमक येते, तो म्हणतो, "हे बघा तिने मला एकदा तिचं करंट लोकेशन पाठवलं होतं, याचा काहीतरी वापर होऊ शकतो का?"

अलेक्स आनंदाने उद्गारला, "वाह! आर्यन तू खरंच कमाल आहेस. लवकरच तिला शोधू शकू."

सर्वजण काव्याचं लोकेशन ट्रेस करून एका ठिकाणी पोहोचले. पण तेथे पोहोचून त्यांना धक्काच बसला. ते एका पार्किंग लॉटमधे उभे होते.

"मला वाटतं तिने तुला लोकेशन पाठवताना इथे आली असावी", ध्रुव हताश होऊन म्हणाला.

तेवढ्यातच त्यांना बुटांचा आवाज येतो. अलेक्स सर्वांना शांत बसण्यास सांगतो आणि एका गाडीच्या मागे जाऊन ते लपतात. एक व्यक्ती, जॅकेटमधे, डोक्यावर गोल टोपी आणि शूज घालून पार्किंग लॉटमधे येते आणि तिथून पुढे असलेल्या एका कोपऱ्याकडे वळते. मग आजूबाजूला निरीक्षण करून खाली असलेल्या गटाराचं झाकण ओपन करते आणि खाली जाते.

हे सर्व दृश्य हे पाचही जण पाहत असतात, ते अचंबित होतात आणि आपापसात कुजबुज करायला सुरुवात करतात.

तेव्हा अलेक्स सर्वांना शांत करून म्हणतो, "तो तिथे खाली का बरं गेला असेल?"

आर्यनने हळू आवाजात म्हणतो, "आपण आत जाऊन पाहायला हवं". सर्वांना थोडी भीती वाटत होती, पण त्यांना रहस्य उलगडायचं होतं. ते हळू हळू गटारात उतरतात. मोबाईलचे टॉर्च चालू करतात आणि खाली उतरून पाहतात तर, दुर्गंधी आणि दूषित पाणी. तिथे दोन रस्ते असतात. आता नेमका तो मनुष्य कोणत्या बाजूला गेला असेल हे यांना

नक्की माहीत नसतं.

अलेक्स : त्याच्या पायाचे चे ठसे या बाजूने दिसत आहेत. आपण त्यांना फॉलो करू.

मग सर्वजण पुढे पुढे जायला सुरुवात करतात. तेव्हा आर्यन अचानक थांबतो आणि म्हणतो, "हे बघा, आपल्याला काहीच माहिति नाहीये की ती व्यक्ती कोण असेल? समजा जर पीटरप्रमाणे जर ते पण म्युटेटेड व्हायरसने संक्रमित असतील किंवा जस आपण काल पाहिलं तसे कोणी झोंबी असतील, तर आपल्याकडे लढण्यासाठी आज काहीच नाही आहे. त्यामुळे पुढे जायचं की नाही याबद्दल थोडा विचार करणे गरजेचे आहे."

ध्रुव म्हणतो, "ते पण बरोबर आहे. मी अजून एक निरीक्षण केलं. हे जे गटाराचे ओपनिंग आहे ते लपवलेल आहे. म्हणजे कोणाच्याही नजरेत येणार नाही अशा ठिकाणी ठेवलेल आहे, त्यामुळे मला पण थोडीफार शंका येत आहे."

अलेक्स : आता आपण इथपर्यंत आलो आहोत तर रहस्य जाणून घेऊया.

आर्यन : चालेल. फक्त सर्वांनी सावधगिरी बाळगा आणि पुन्हा एकदा आपापल लाईव्ह लोकेशन शेअर करा आणि आपला मोबाईल व्हायब्रेशन मोडमधे ठेवा. पुढे जाताना आपल्याला जर काही रॉड किंवा इतर काही सापडलं तर ते घेऊन ठेवा.

सर्वांनी आपापला मोबाईल काढून लाईव्ह लोकेशन शेअर केले आणि व्हायब्रेशन मोडमधे टाकले. आर्यनने जमिनीवर पडलेली एक लोखंडाची सळी उचलून ती हातात घेतली.

ते हळूहळू गटारात पुढे जाऊ लागले. गटारातील वातावरण अत्यंत भयानक होते. दुर्गंधी आणि अंधारामुळे त्यांना पुढे जाणे कठीण होत होते. पुढे गेल्यावर, त्यांना एक दरवाजा दिसतो. पण तो दरवाजा आतून बंद असतो. आता मात्र सर्वांना खात्री होते की इथे काहीतरी आहे. दरवाजाच्या बाजूला एक जागा असते. सर्वजण तिथे उभे राहतात आणि वाट पाहत असतात की कोणीतरी बाहेर यावं.

बराच वेळ वाट पहिल्यानंतर, त्यांना दरवाजा जवळ हालचाल झाल्याचा भास होतो. सर्वजण शांत होतात. तेवढ्यातच दरवाजा उघडून, तीच ब्लॅक जॅकेट घालून असणारी व्यक्ती बाहेर येते आणि निघून जाते. त्यानंतर दरवाजा ऑटोमॅटिक बंद होत असतो. तेवढ्यातच सर्वजण आत मधे प्रवेश करतात आणि दरवाजा बंद होतो.

आतमधे अंधार असतो. आर्यन टॉर्च चालू करतो. तेव्हा त्यांना समोर एक मोठी खोली दिसते. खोलीच्या भिंतीवर अनेक चित्रं काढलेली असतात. ती चित्रं भयानक आणि विचित्र असतात. खोलीच्या मध्यभागी एक टेबल आहे. टेबलावर एक पुस्तक ठेवलेलं आहे. आर्यन पुस्तक उचलून ते वाचायला सुरुवात करतो. पुस्तकात अनेक रहस्यमय गोष्टी लिहिलेल्या आहेत. त्यात एका प्राचीन शापाचा उल्लेख आहे. तसंच तिथे आर्यनने वाचलेल्या पुस्तकाचा संदर्भ असतो.

पुस्तक वाचून झाल्यावर आर्यनला समजतं की ती ब्लॅक जॅकेटमधे असलेल्या व्यक्तीचा याच्याशी काहीतरी संबंध आहे. सर्वजण पुढे जाण्याचा निर्णय घेतात. थोडं पुढे गेल्यावर त्यांना एक रूम दिसली. त्या रूममधे सर्वत्र रक्त पसरलेलं होतं. पुढे गेल्यावर त्यांना प्राण्यांचे वेगवेगळे अवयव पसरलेले दिसले. त्यांनी आजूबाजूला पाहिलं आणि त्यांना सुरी वगैरे वस्तू दिसल्या. त्यांनी त्या उचलल्या. तिथे त्यांना एक गाडीही दिसली. अलेक्सला काहीतरी आठवलं आणि तो आर्यनला म्हणाला, “आर्यन, तुला आठवतं का, आपण जेव्हा फ्लॅट शोधत होतो तेव्हा आपण काही लोकांना कुत्र्यांना गाडीत टाकून नेताना पाहिलं होतं आणि आपण त्यांना विचारलं होतं की यांना कुठे नेत आहात? माझ्या अंदाजानुसार ही तीच गाडी आहे.”

आर्यन : होय, अलेक्स तू बरोबर आहेस. मलाही हेच वाटत आहे. याचा अर्थ त्या प्राण्यांना इथे कोणाच तरी भक्ष म्हणून आणल जात आहे.

अलेक्स : हे तर खूप भयानक आहे! आपण काय करायचं?

आदित्य : पण प्राण्यांना कोण खात असेल?

नील : ‘झेड-बिटा’ व्हायरसचे पेशंट असतील.

ध्रुव : पण ते तर नॉर्मल लोकांसारखेच असतात. ते काही मांस वगैरे खात नाही. फक्त झोंबी या प्राण्यांना खाऊ शकतात. कारण झोंबी पण

खूप दिवस काहीही न खाता राहू शकत नाहीत. म्हणून जे खूप दिवस उपाशी असतात ते हळूहळू कमकुवत होत जातात.

आर्यन : ते पण आहे. आपण पुढे जाऊ, आपल्याला कळेलच नेमका काय विषय आहे तो.

ते हळूहळू पुढे जाऊ लागले. पुढे त्यांना एका खोलीचा दरवाजा दिसला. आर्यनने हळू हळू दरवाजा उघडला. त्यांना आतमधे एक खूप मोठा विस्तीर्ण हॉल दिसला. त्या हॉलमधे जवळपास दहा-वीस खोल्या दिसत होत्या. हॉलमधे अंधार पसरलेला होता आणि फक्त एका कोपऱ्यात मंद प्रकाश दिसत होता.

हळुवार आवाजात आर्यन म्हणाला, "या खोल्यांमधे काय असेल आपल्याला माहीत नाहीये. त्यामुळे आपण जर दरवाजा उघडून आत मधे गेलो आणि जर झोंबी असले तर आपला येथे टिकाव लागताना मुश्कील आहे."

अलेक्स : मग काय करूया?

आर्यन : हे बघ, या हॉलच्या शेवटी जो दरवाजा आहे तो उघडा आहे. आपण तिकडे जाऊन पाहू, नेमका काय विषय आहे तो.

सर्वजण तयार झाल्यावर सर्वजण दबक्या पावलांनी त्या दरवाजा जवळ जातात.

दाराच्या आतमधे काय आहे हे पाहण्यासाठी आर्यन थोडं डोकं आत घालतो. आत मधे अंधार असल्यामुळे काहीच दिसत नाही. मग ते मोबाईलचे टॉर्च चालू करतात आणि त्यांना एक भयानक दृश्य दिसतं. आतमधे अनेक झोंबी साखळदंडाने बांधून ठेवलेले असतात. ते पाहून सर्वजणच अचंबित होतात.

आर्यन: हे काय? हे झोंबी इथे काय करतायत?

अलेक्स : मला काहीच कळत नाही.

थोड्या वेळानंतर, त्यांना परत दरवाजा उघडण्याचा आवाज ऐकू येतो. आर्यन लगेच सर्वांना मागे हटण्याचा इशारा देतो. ते हॉलमधे परत येतात. परत येण्याच्या गडबडीत आदित्यचा तोल जातो आणि तो एका दरवाजावर आदळतो. आत काही मुली झोपलेल्या असतात. त्या आदित्यला पाहून किंचाळतात आणि आदित्यही त्यांना पाहून

किंचाळतो. मग सगळ्या रूममधील लाईट चालू होतात आणि सर्वजण बाहेर येतात.

अचानक तीन-चार लोक बंदूक घेऊन त्यांच्यावर ताणतात. आर्यन आणि बाकीचे सर्वजण हार मानतात. तेवढ्यात, ब्लॅक जॅकेट घातलेला माणूस तिथे येतो आणि अजून एका रूमची लाईट चालू होऊन त्या रूममधून तीन मुली बाहेर येतात. त्या तीन मुली दुसऱ्या कोणी नसून काव्या, मरीना आणि लिली असतात. त्यांना बघून सर्वजण स्तब्ध होतात.

त्या तिघी पण या लोकांना पाहून आश्चर्यचकित होतात. मग आर्यन काव्याला हाक मारून म्हणतो, "काव्या, तू इथे कशी? तुला यांनी बंदी बनवलं आहे का?"

तेवढ्यात, ब्लॅक जॅकेट घातलेली व्यक्ती त्या तिघींकडे बघून विचारते, "हे कोण आहेत?"

काव्या : (घाबरून) हे आमच्या कंपनीमधे काम करतात.

मरीना : डॅडी, हिला आम्ही समजावलं होतं की यांच्या सोबत जास्त जवळीक करू नको म्हणून.

आदित्य आश्चर्याने बोलतो, "या सर्वांचा एकच डॅडी?"

ध्रुव रागाने त्याच्याकडे बघून म्हणतो, "अशा परिस्थितीत पण तुला गंमत सुचत आहे काय?"

आर्यन : काव्या, मला काहीच समजत नाही आहे. हे सर्व काय आहे? आणि ही व्यक्ती कोण आहे? तसेच तुम्ही इथे खाली लपून का बर राहत आहात?

ब्लॅक जॅकेट घातलेली व्यक्ती त्या तिघींना विचारते, "हे लोक विश्वासू आहेत का?"

लिली : तो नील सोडला तर बाकी सर्वजण विश्वासू आहेत. कारण त्यानेच याआधी 'झेड-बिटा' व्हायरसच्या काही रुग्णांना सरकारच्या ताब्यात दिलं होतं.

अलेक्स: तेव्हा त्याच्याकडून चूक झाली होती, पण आता तो सुधारला आहे. त्याला त्याच्या चुकीचा पश्चातापही झाला आहे.

मग ती ब्लॅक जॅकेट घातलेली व्यक्ती त्यांच्या संरक्षकांना बंदूक बाजूला करायला सांगते. बाकी सर्वांना आपापल्या रूममधे जायला सांगते आणि त्या तिघींना तसेच या पाच जणांना त्याच्या मागे यायला सांगते.

सर्वजण एका रूम मधे येतात. रूममधे झोंबी व्हायरस, 'झेड-बिटा' व्हायरस, मॉन्स्टर हंटर आणि मॉन्स्टर्सबद्दल खूप काही गोष्टी भिंतीवर लावलेल्या असतात. तसेच न्यूजपेपरचे कात्रणही चिकटवलेले असतात. अलेक्स आणि बाकीचे सर्वजण ते आश्चर्याने पाहत असतात.

अलेक्स : हे काय आहे? या सर्व गोष्टींचा काय अर्थ आहे?

ध्रुव : मला माहित नाही. पण मला वाटतं हे सगळं 'झेड-बिटा' व्हायरस आणि मॉन्स्टर्सशी संबंधित आहे.

आदित्य : मला वाटतं हे ब्लॅक जॅकेट घातलेल्या व्यक्तीने लावलं आहे.

आर्यन मात्र काव्याकडे संशयी नजरेने पाहत असतो आणि तिलाही वाईट वाटत असतं.

मग ती ब्लॅक जॅकेट घातलेली व्यक्ती सर्वांकडे पाहून सांगते, "माझ्या या मुलींचा तुमच्यावर विश्वास आहे, म्हणून माझाही आहे. तुमच्या मनात हा प्रश्न असेल की मी कोण आहे? तसेच आम्ही सर्व येथे लपून का बर राहत आहोत? तर मी दुसरा कोणी नसून तो सायंटिस्ट आहे ज्याने झोंबी व्हायरसच्या पेशंटला २०% बर करण्याचं व्हॅक्सिन शोधलं होतं."

हे ऐकून सर्वजण आश्चर्यचकित होतात. अलेक्स आश्चर्याने बोलतो, "काय! तुम्हीच डॉक्टर हिमांशू आहात? आम्ही तर तुमच्याच शोधात होतो."

हिमांशु : हो! मीच आहे हिमांशू.

ध्रुव : मग तुम्ही अचानक सरकारला सोडून इथे लपून का बरे राहत आहात?

हिमांशु : मला माहिती आहे की तुमच्या मनात खूप शंका आणि प्रश्न आहेत. पण मला या सगळ्या गोष्टी सांगण्याआधी तुम्हा सर्वांकडून एक वचन हवं आहे.

आर्यन : कोणत वचन?

हिमांशु : की तुम्ही या गोष्टींपैकी कोणतीही गोष्ट बाहेर जाऊन कोणालाही सांगणार नाही.

[सर्वजण त्यावर तयारी दर्शवतात.]

10

झोंबी ट्रीटमेंट सेंटर : वास्तविकता

हिमांशु सर्वांना त्यांचा भूतकाळ सांगायला सुरुवात करतात,

"मी सनहेवनमधे राहत होतो, एक सुंदर समुद्रकिनारी वसलेलं माझ शहर. खूप सारे समुद्रकिनारे आणि हिरवीगार झाडे असं ठिकाण. सर्वकाही छान चाललेलं असताना झोंबी व्हायरसचा प्रसार झाला आणि त्यात माझ्या कुटुंबातील सर्वजण झोंबी बनले. मलाही माझ्या कुटुंबातील काही व्यक्तींनी चावण्याचा प्रयत्न केला, पण माझ्यावर त्याचा काही फरक पडला नाही. मात्र, त्यांच्यावरील झोंबी व्हायरसचा परिणाम काही वेळेसाठी कमी झाला आणि त्यानंतर पुन्हा व्हायरसने त्यांच्यावर ताबा घेतला.

मी त्या सर्वांना एका सुरक्षित ठिकाणी कैद करून ठेवलं आणि झोंबी ट्रीटमेंट सेंटर जॉईन केलं. तिथे माझी बऱ्याच शास्त्रज्ञांसोबत भेट झाली. मी मांडलेल्या सिद्धांतांवर त्यांचा काही विश्वास बसत नव्हता. त्यांच्यानुसार या व्हायरसवर औषध शोधणं हे कधीही शक्य होणार नव्हतं. कारण झोंबी व्हायरस हा पूर्ण शरीरावर ताबा घेतो. म्हणजे तुम्ही असं म्हणू शकता की जवळपास तो मनुष्य मेलेलाच आहे आणि दुसर कोणीतरी त्याला आता कंट्रोल करत आहे."

ध्रुव : मग झोंबी खूप काळ जगतात कसे?

हिमांशु : हा व्हायरस त्यांच्या पचनक्रियेवर आणि न्यूरल नेटवर्क हल्ला करतो. तसेच हे झोंबी बराच काळ सुप्त अवस्थेत असतात आणि त्यांना जेव्हा आजूबाजूला शिकार असल्याची जाणीव होते किंवा आवाज होतो तेव्हाच ते जागृत होतात.

आर्यन : मग तुम्ही जे व्हॅक्सिन शोधल होत त्याचं काय?

हिमांशु : मी जे व्हॅक्सिन शोधलं होतं ते माझ्याच रक्तापासून बनवलेलं होतं. त्या व्हॅक्सिनने झोंबी व्हायरसच्या न्यूरल सिस्टीम वरचा प्रभाव कमी व्हायचा, परंतु पूर्ण शरीरामधे अजूनही त्याचं संक्रमण असल्यामुळे तो पेशंट काही वेळेसाठी बरा होत होता आणि हळूहळू नंतर पुन्हा ते व्हायरस त्याच्या न्यूरल सिस्टीम वर ताबा घ्यायचा.

ध्रुव : मग यावर काही उपाय नाही का?

हिमांशु : यावर सुद्धा उपाय होता आणि मी एका झोंबीला पूर्णतः मानव सुद्धा बनवल होत. ही आहे ती बातमी असं म्हणून हिमांशू त्यांना भिंतीवर चिकटवलेली एक न्यूज पेपर चे कात्रण दाखवतो. परंतु ही बातमी दडपण्यात आली.

अलेक्स : याचा अर्थ तुम्ही या आजारावर पूर्णतः बरं करणारा औषध शोधून काढलं होतं.

हिमांशु : औषध पूर्णतः बरं करत नव्हतं. पण झोंबी वायरस न्यूरल सिस्टीम वर हल्ला करायचा. परंतु त्यानंतर प्रश्न असा होता की शरीरामधे जिथे जिथे व्हायरस आहे त्याला नष्ट कसं बरं करायचं?.

झोंबी व्हायरस हा रक्तातून पसरणारा व्हायरस आहे आणि तो पूर्णतः रक्तामधेच असतो. म्हणून मी एका संक्रमित व्यक्तीवर प्रयोग केला. त्याचं पूर्ण अशुद्ध रक्त काढून त्या जागी शुद्ध रक्त प्रवाहित केलं आणि त्या शुद्ध रक्तासोबत मी माझं व्हॅक्सिन सुद्धा इंजेक्ट केल, या प्रकारे तो झोंबी पूर्णपणे मनुष्यामधे परिवर्तित झाला.

नील : म्हणजे तुम्ही तर याच्यावर औषध शोधलं तर. मग गव्हर्मेंट ने तुम्हाला टर्मिनेट का केल?

हिमांशु : हसत हसत म्हणतात, गव्हर्मेंट ने मला टर्मिनेट केलं असं न्यूज मधे सांगण्यात आलं. मला बदनाम करण्यासाठी माझ्यावर खूप सारे आरोप लावण्यात आले. पण खर काय घडलं हे फक्त मलाच माहित

आहे.

ध्रुव : पण सरकारने असं का बरं केलं?

हिमांशू : जवळपास पूर्ण लोकसंख्येच्या ४० टक्के पेक्षा जास्त लोक झोंबी व्हायरस ने संक्रमित झाले होते, आणि अशावेळी जर व्हॅक्सिन बनल आहे ही गोष्ट बाहेर कळली असती तर प्रत्येक कुटुंबातील व्यक्तीला असं नक्कीच वाटलं असतं की आपले नातेवाईक बरे व्हावेत.

एवढ्या झोंबीसाठी पूर्णपणे शुद्ध रक्त आणणार कुठून? कारण एका पेशंटला तेवढेच शुद्ध रक्त लागत जेवढे एका निरोगी माणसामधे आहे. त्यामुळे एवढ्या लोकांना बरं करणं शक्य नव्हतं. म्हणून सरकारने सर्व झोंबिज ना मारून टाकण्याचा निर्णय घेतला कारण ते संक्रमण वाढवत होते, खूप कमी वेळात झोंबीची संख्या पण वाढत होती.

आर्यन : हे पण एकार्थी बरोबरच होतं. पण ते झोंबिना बंदी करून पण ठेवू शकले असते आणि नंतर जेव्हा कधी व्हॅक्सिन बनले असते तेव्हा त्या सर्वांवर उपचार करता आला असता.

हे ऐकल्यावर काव्या त्याच्याकडे अभिमानास्पद नजरेने बघते.

हिमांशू : अगदी बरोबर. पण सरकारमधे अशी काही लोक आहेत, ज्यांना खूप काही गोष्टी माहित आहेत. तसंच लोकसंख्या एकदमच कमी झाल्यावर त्यांचाच फायदा होणार होता. तसेच त्यांनी त्यांच्या ओळखी मधल्या सर्व लोकांच्या नातेवाईकांना जे झोंबी व्हायरस चे शिकार झाले होते त्यांना एका ठिकाणी आणून ठेवले आणि मला त्यांच्यावर उपचार करायला सांगितले. तसेच जे जे लोक जास्त पैसे देत होते त्यांच्या पण इनफेक्टेड लोकांना माझ्या कडे उपचार करण्यासाठी आणलं जात होतं. त्यांच्यावर उपचार करताना मला एक गोष्ट लक्षात येत नव्हती की एवढं शुद्ध रक्त सरकारला मिळत कुठून आहे.

म्हणून मी एकदा त्यांच्या केबिनमधे जात असताना मला त्यांचं बोलणं ऐकायला मिळाल. तिथे ते असं बोलत होते की जे गरीब लोक आश्रयाला आले आहेत. ते त्यांच्या कुटुंबातल्या महत्त्वाच्या व्यक्तीला म्हणजेच बाबांना किंवा आईला ऑफर देत होते. की तुम्ही तुमच्या कुटुंबासाठी जर तुमचा जीव दिला तर आम्ही तुमच्या कुटुंबाला घर जमीन आणि खूप सारे पैसे देऊ. अशाप्रकारे ते त्यांचं शुद्ध रक्त दुसऱ्या

लोकांना बरं करण्यासाठी वापरत होते. मी माझ्या डोळ्यासमोर त्या हतबल लोकांच रक्त घेताना, त्यांचा झालेला मृत्यू पाहिला होता.

ही गोष्ट मला पटली नाही म्हणून मी त्यांना विरोध दर्शवला आणि लगोलग माझ्या केबिनमधे निघून आलो. त्यानंतर तिथे एक माझा खास माणूस होता त्याने येऊन मला सांगितले की सरकारने तुम्हाला सुद्धा मारण्याचा प्लॅन केला आहे. ते तुम्हाला संक्रमित लोकांमधे सोडणार आहेत. म्हणून मी तिथे व्हॅक्सिनचे जेवढे पण सॅम्पल होते ते सर्व बदलून टाकले. त्यानंतर काही शिपाई मला नेण्यासाठी आले त्यांनी सांगितले की आपल्याला एका ठिकाणी इन्फेक्टेड लोकांची पाहणी करण्यासाठी जायचं आहे, मला सर्व माहीत होतं.

परंतु हाच माझ्यासाठी सुद्धा बाहेर पडण्याचा एक चांगला मार्ग होता. मग त्यांनी माझ्याकडे व्हॅक्सिनची मागणी केली. मी त्यांच्या हातात एक बॅग दिली आणि सांगितलं की यामधे मी जवळपास १०० डोस ठेवले आहेत. मग ते मला गाडीमधून एका ठिकाणी घेऊन गेले आणि तिथे मला एका बिल्डिंगमधे घेऊन गेले, तेव्हा अचानक समोरून बरेचसे झोंबिज धावत आले, त्यांना पाहून सर्व जवान पळून गेले. मला झोंबीने चावण्याचा प्रयत्न केला आणि चावले सुद्धा, आणि ते त्या जवानांनी पाहिले आणि ते निघून गेले. तिथून मी कसा बसा पळून इथे आलो.

अलेक्स : म्हणजे सरकारला हे माहिती नव्हतं की व्हॅक्सिन तुमच्या रक्तापासून बनलेल आहे.

हिमांशु : हो! ही गोष्ट मी त्यांना सांगितली नव्हती. म्हणून त्यानंतर त्यांनी माझ्यावर आरोप लावून मला काढून टाकलं आहे असं दाखवून दिलं.

आर्यन : आम्ही इथे दुसऱ्या खोलीमधे काही झोंबिज पाहिले ते कोण आहेत?

हिमांशु : मला इथे येईपर्यंत खूप वेगवेगळे लोक मिळाले ज्यांनी मला मदत केली आणि ज्यांच्यावर मी विश्वास ठेवू शकलो, त्यांच्या मदतीने मी त्यांचे नातेवाईक जे झोंबी झाले आहेत त्यांना इथे बंदी बनवून ठेवल आहे जेणेकरून जेव्हा कधी पूर्ण पणे व्हॅक्सिन बनेल,तेव्हा ते पूर्णतः बरे होतील. म्हणून त्यांना जिवंत ठेवण्यासाठी आम्ही

प्राण्यांना शोधून त्यांना मांस खायला देतो.

आर्यन : अच्छा म्हणजे काव्या आणि हे बाकीचे लोक तुम्हाला या गोष्टीसाठी मदत करत आहेत? या तिघी तुमच्या मुली आहेत.

हिमांशु : नाही. या तिघीजणी मला वेगवेगळ्या ठिकाणी मिळाल्या होत्या. या तिघी पण 'झेड-बिटा' व्हायरस ने संक्रमित आहेत.

हे एकूण आर्यन आणि बाकी सर्वांच्या पायाखालची जमीनच घसरते. त्यांना खूप मोठा शॉक बसतो. आर्यन तर काही क्षणांसाठी स्तब्ध होतो ! अलेक्स स्वतःला सांभाळत पुढे विचारतो, "पण या सर्वजण तर आमच्या प्रमाणेच दिसत आहेत तसेच झोंबी डिटेक्टर मधे सुद्धा त्यांची टेस्ट निगेटिव्ह येते"

तेव्हा हिमांशू त्या तिघींना पुढे प्रकाशात बोलावतो तेव्हा त्या तिघींच्या चेहऱ्यावर असणाऱ्या शिरा दिसतात आणि 'झेड-बिटा' व्हायरसची लक्षणे सुद्धा दिसतात. आर्यन तिच्याकडे बघून रडवेला होतो, त्याला तसं बघून काव्या ला खूप वाईट वाटतं. तिला समजतं की तिने ही गोष्ट आर्यन पासून लपवल्याचा त्याला खूप मोठा धक्का बसला आहे.

हिमांशू अलेक्सला उत्तर देतात, "मी जे व्हॅक्सिन बनवल आहे, ते झोंबी व्हायरस वर २० % प्रभावी आहे, परंतु 'झेड-बिटा' व्हायरस वर ५०% परिणामकारक आहे. म्हणजे एक डोस जर घेतला तर बारा तासासाठी 'झेड-बिटा' व्हायरसचे लक्षण दिसण्यात येत नाहीत."

आदित्य : मग दोन डोस घ्यायचे. म्हणजे ते पूर्णपणे बरे होतील.

हिमांशु : तसं नाहीये. कितीही डोस घेतले तरी पण परिणाम तेवढाच होणार.

ध्रुव : 'झेड-बिटा' व्हायरसचे पेशंट जवळपास आठ महिन्यानंतर पूर्णतः झोंबी बनतात. मग तुमचं व्हॅक्सिन घेतल्याने काही परिणाम होतो का त्यावर.

हिमांशु : पूर्णतः परिणाम होत नाही. पण नक्कीच आठ महिन्यापेक्षा थोडा जास्त वेळ आहे या सर्वांकडे. माझा पहिला प्रयोग यांच्यावरच केलेला आहे. त्यामुळे मी पण नक्की सांगू शकत नाही की किती महिन्यानंतर या पूर्ण झोंबी बनतील. आता जवळपास यांना 'झेड-बिटा'

व्हायरसने संक्रमित होऊन पाच महिने तर झाले आहेत.

हे एकूण आर्यनला राग येतो आणि वाईट पण वाटायला लागतं. तो तिथून निघून बाहेर जातो. तेव्हा हिमांशु त्याला रोखण्यासाठी सांगतो, पण अलेक्स त्यावर उत्तरतो, "त्याचा विश्वासघात झाला आहे तसेच थोडा भावनिक पण झाला आहे, त्याला थोडा वेळ एकांत देऊया".

हिमांशु : म्हणजे मला कळलं नाही.

तेव्हा अलेक्स काव्याकडे पाहतो. तिचा चेहरा पण रडवेला झालेला असतो. हिमांशू पण तिच्याकडे पाहतो आणि त्याला अंदाज येतो की या दोघांमधे थोडी जवळीक झाली असावी.

म्हणून तो मरीना आणि लिलीकडे पाहून नजरेने विचारतो तेव्हा त्या पण होकारार्थी मान दर्शवतात. हिमांशू काव्या ला सांगतात, "तू पण जा आणि त्याला थोडं समजवण्याचा प्रयत्न कर"

11

राक्षस कथेच्या रहस्यांचा उलगडा

हिमांशु ने सांगितल्यावर काव्याही आर्यनच्या मागे जाते. आर्यन दरवाजा आतून उघडून बाहेर गटारामधे जातो. काव्याही मागोमाग त्याचा पाठलाग करते. परंतु आर्यन जास्त वेगाने पुढे जात असल्यामुळे तो जिथून त्यांनी प्रवेश केला होता तिथून बाहेर पडून पुन्हा पार्किंगमधे येतो. काव्याही त्याच्या मागोमाग गटारातून बाहेर येऊन पार्किंगमधे येते, परंतु तोपर्यंत आर्यन बाहेर रस्त्यावरून चालत निघालेला असतो.

काव्या मात्र बाहेर पडू शकत नाही कारण तिच्या शरीरावर व्हायरसचे संक्रमण पूर्णपणे दिसत असत. तरीही ती जोखीम पत्करून चेहऱ्यावर रुमाल घेऊन त्याचा पाठलाग करते आणि त्याला हाक मारत असते. परंतु आर्यन रागात असल्यामुळे तिची हाक ऐकून पण दुर्लक्ष करत असतो. पुढे अचानक एक गाडी येते. गाडीमधून तीन माणसे उतरून आर्यनला पकडून आतमधे घेतात आणि गाडी निघून जाते. काव्या हे बघते आणि जोराने ओरडते आणि गाडीचा पाठलाग करण्याचा प्रयत्न करते. ती गाडीचा नंबर सुद्धा लक्षात ठेवते.

तिला एक गोष्ट लक्षात येते की तिच्याकडे मोबाईल सुद्धा नाही आहे. खूप वेळ पाठलाग केल्यानंतर आणि अंदाजाने पुढे पुढे गेल्यावर तिला ती गाडी एक जंगलाच्या बाहेर उभी दिसते. गाडीमधे जाऊन पाहते

तर कोणीच नसतं. तसेच आर्यनचा मोबाईल सुद्धा गाडीमधे पडलेला असतो. ती तो मोबाईल हातात घेते आणि पावलांच्या ठशांचा मागोवा काढत पुढे पुढे जाते.

मोबाईल लॉक असल्यामुळे ती कोणाला फोन पण करू शकत नाही. भयानक जंगलात प्राण्यांचे आवाज येत असतात, भयानक अंधार, भीतीदायक वातावरण, ती घाबरत घाबरत पुढे जाते, मधेच मागे वळण्याचा विचार मनात येत असतो पण आर्यनचा चेहरा आठवून ती पुढे जाण्याचा ठाम निश्चय करते.

खूप पुढे गेल्यावर एका ठिकाणी तिला चार जण उभे दिसतात आणि आर्यन खाली बेशुद्ध पडलेला असतो, लगेच दगड उचलून ती त्यांच्याकडे धावत जाते आणि त्यांच्यावर हल्ला करते, पण ते तिच्या केसांना पकडून भिरकावून देतात, ती जाऊन एका दगडावर आपटते आणि बेशुद्ध पडते. तेवढ्यात त्यांचा मुखिया तिथे येतो. तो म्हणतो, "मी तुम्हाला एकच आणायला सांगितला होता, आपल्याला एकच बळी द्यायचा आहे". त्या चोरांपैकी एक म्हणतो, "आम्ही या एकालाच आणलं होतं, ही मुलगी त्याच्या पाठूण इथे आली".

मग त्यांचा मुखिया आर्यन आणि काव्याला आत मधे गुहेमधे घेऊन जातो. गुहेमधे बळी देण्यासाठी सर्व तयारी केलेली असते, ते नरबळी देण्याच्या तयारीत असतात. त्यासाठी लागणारे सर्व साहित्य तेथे त्यांनी आणलेले असते.

तिकडे हिमांशू अलेक्सला विचारतात, "खूप वेळ झाला, काव्या आणि आर्यनचा काही पत्ता नाही. तू एकदा आर्यनला फोन लावतोस का?" अलेक्स फोन लावून बघतो तर फोन कोणीही उचलत नाही. कारण तिकडे दोघेही बेशुद्ध पडलेले असतात. मग अलेक्स आणि ध्रुव बाहेर जाऊन बघून येतात, तर त्यांना बाहेरही ते दोघे कुठे दिसत नाहीत. म्हणून ते आत येऊन हिमांशूला सांगतात की ते दोघे कुठेही दिसत नाहीत.

हिमांशु : कुठे गेले असतील? चला आपण बाहेर शोधायला जाऊ. मरीना आणि लिली तुम्ही इथेच थांबा आणि तुम्हाला काही लागलं तर कळवा. असं म्हणून ते सर्वजण त्यांना शोधायला बाहेर पडतात. बाहेर

रस्त्यावरही त्यांना त्यांचा काही थांगपत्ता लागत नाही.

इकडे गुहेच्या बाहेर, हे चार चोर बाहेर उभे असतानाच, पानांच्या सळसळण्याचा आवाज येतो आणि हळूहळू पावलांचा आवाज ऐकू येऊ लागतो. ते ओरडतात, “कोण आहे?” पण काहीच उत्तर येत नाही. पावलांचा आवाज हळूहळू वाढत जातो आणि थोड्या वेळाने समोर झोंबी कोल्हे दिसतात. त्यांच्या पाठीमागे लाल भडक डोळे दिसतात, जणू काही एखादी भयानक व्यक्ती उभी असावी. तिचा चेहरा आणि शरीर स्पष्टपणे दिसत नाही कारण अंधार खूप दाट आहे.

तीन कोल्हे तीन जणांवर हल्ला करतात आणि त्यातील एक चोर जाऊन त्या भयंकर दिसणाऱ्या व्यक्तीवर हल्ला करतो. ती व्यक्ती दुसरी कोणी नसून राक्षस असते. राक्षस त्याला चावतो आणि कोल्हे त्या तीन चोरांना चावून त्यांना घेऊन जातात. एक चोर, ज्याला राक्षस चावलेला असतो, तो सरपट सरपट गुहेमधे येतो. त्यांचा मुखिया त्याला पाहतो आणि विचारतो, “काय झालं?” “सर्वांना मारल”,असं म्हणून तो चोर निपचित पडतो. तोपर्यंत आर्यनला शुद्ध आलेली असते. तो लगेच काव्याच्या जवळ जातो आणि तिला उठवण्याचा प्रयत्न करतो.

मुखिया जवळ जाताच, चोराच्या डोळ्यातून चमकदार लाल रंगाचा प्रकाश बाहेर पडतो. त्याचे डोळे मोठे होत जातात आणि त्यातून रक्त वाहू लागते. त्याचे शरीर थरथर कापू लागते आणि त्याच्या हाडांमधून कडकड आवाज यायला लागतो. त्याच्या त्वचेवरून काळे डाग पसरू लागतात आणि त्याचे नाक आणि तोंडातून दुर्गंधीयुक्त रक्त वाहू लागते. मुखिया घाबरून मागे सरकतो, पण तो चोर आता राक्षस बनलेला असतो. त्याच्या हातातून आणि मानेतून हाडं बाहेर येतात आणि त्याचे नखं तीक्ष्ण पंजे बनतात. तो राक्षसी आवाजात ओरडतो आणि मुखियावर हल्ला करतो.

मुखिया पळून जाण्याचा प्रयत्न करत असतो, पण तो चोर त्याला पकडतो आणि त्याच्या खांद्याला चावतो. मुखिया वेदनेने ओरडतो आणि रक्त गळत असताना जमिनीवर पडतो. राक्षस चोर त्याला जमिनीवर आपटतो आणि त्याचे पोट फाडून त्याचे आतडे बाहेर काढतो. मुखिया या भयानक मृत्यूला सामोरे जातो आणि राक्षस-चोर त्याच्या

रक्ताचा आस्वाद घेतो. आसपासचा परिसर रक्ताने भरून जातो आणि भयानक शांतता पसरते.

आर्यन हे सर्व पाहत असतो. काव्या अजूनही बेशुद्धच असते. अचानक त्या चोराची नजर आर्यनवर जाते. त्याचं निरीक्षण केल्यावर आर्यनला एक लक्षात येते की हा झोंबी नाही आहे, कारण झोंबी असे नसतात. त्यांच स्वतःवर नियंत्रण नसत आणि ते एवढे ताकदवानही नसतात, पण हा मात्र खूपच ताकदवान वाटत असतो. जणू काही कोणीतरी त्याला शक्ती प्रदान केली आहे. तो चोर आर्यनकडे जायला सुरुवात करतो. आर्यन बाजूला असणारी तलवार उचलतो. तर चोर त्याच्याकडे बघून हसायला सुरुवात करतो. आर्यन अचंबित होतो कारण झोंबी कधीही विचार करू शकत नाहीत.

हळूहळू तो चोर पुढे येतो आणि आर्यनवर आपल्या धारदार नखाने वार करण्यासाठी हाताने वार करतो. पण आर्यन त्याच्यापासून बचाव करत तलवारीने त्याच्या हातावर वार करतो. त्याच्या हातातून रक्त येते, परंतु तलवारीच्या वाराने झालेली जखम पुन्हा भरते. हे पाहून आर्यनच्या पायाखालची जमीनच सरकते. तो चोर पुन्हा एकदा त्याच्याकडे बघून हसायला लागतो. आता मात्र आर्यनला कळून चुकते की आपले काही खरे नाही.

पुन्हा एकदा तो चोर आर्यनवर वार करण्यासाठी धावतो. दोघांमधे खडा जंगी होतो. आर्यन त्याचे वार चुकवण्याचा प्रयत्न करत असतो आणि त्याच्यावर तलवारीने घाव करत असतो, पण त्याचा काही उपयोग होत नाही. मग शेवटी तो चोर आर्यनला आपल्या हाताने उडवतो आणि आर्यन जाऊन एका दगडावर आपटतो.

आर्यन स्वतःला सावरत पुन्हा उभा राहतो. तेवढ्यात काव्याला शुद्ध येते आणि त्या भयानक राक्षसाला पाहून जोराने किंचाळते. त्यामुळे चोराचे लक्ष तिच्याकडे जाते आणि तो तिच्याकडे वळतो. तेव्हा आर्यन जोराने ओरडून त्या चोराचे लक्ष स्वतःकडे खेचून घेण्याचा प्रयत्न करतो. परंतु त्याला कळलेले असते की आर्यन हे मुद्दाम करत आहे, म्हणून तो तिच्याकडेच जातो.

काव्या बाजूला असलेले सुरी हातात घेते. आर्यन तिकडून त्या चोराच्या दिशेने धावत येत असतो आणि तेवढ्यात काव्या त्याच्यावर चाकूने वार करते. तो चोर तिचा हात पकडून तो चाकू तिच्या पाठीत घुसवतो आणि पुन्हा एकदा आर्यनाकडे बघून हसतो. काव्या खाली पडते. मग तो चोर तिच्यावर आपल्या नखाने वार करणार तेवढ्यात आर्यन रागाने धावत येऊन तलवार त्याच्या पोटात घुसवतो. चोर ती तलवार पोटातून बाहेर काढण्याचा प्रयत्न करत असतो तेवढ्यात आर्यन काव्या जवळ जातो. काव्याचे डोळे हळूहळू मिटायला सुरुवात होते आणि ती पुन्हा एकदा बेशुद्ध पडते.

आर्यन रागाने भडकला. चोराने तलवार बाजूला फेकून दिली आणि आर्यनवर हल्ला करण्यासाठी धावत आला. आर्यनाने मुठी आवळल्या, त्याच्या आतच कुठेतरी झोपलेली असलेली अफाट शक्ती जागृत होत होती. एक वेगळीच ऊर्जा त्याच्या अंगात संचार करू लागली. त्याचे श्वास अडखळले, हातांना कंप सुटला. जणू विजेच्या झटक्याने प्रवेश केला आहे. त्याने मुठी घट्ट केल्या. त्याच्या तपकिरी डोळ्यांचा रंग बदलत गेला. गडद निळा रंग पसरत गेला. हा असह्य असा निळा रंग त्याच्या डोळ्यांतून बाहेरही येत होता. जणू ज्वाळा डोळ्यांत धगधगत आहेत. तीव्र रागामुळे त्याच्या चेहऱ्यावर निळ्या शिरा उमटल्या आणि हातून निळ्या रंगाचे तरंग बाहेर पडू लागले. हे पाहून चोर थोडा घाबरला, पण तरीही तो पुढे सरसावला आणि आर्यनवर वार केला. आर्यनने त्याचा हात पकडला आणि दुसऱ्या हाताने जोरदार बुक्का मारला. बुक्क्यामुळे चोर मागे ढकलला गेला आणि जमिनीवर पडला.

आर्यनने जवळच पडलेली तलवार उचलली. त्याच्या हातातून निळे तरंग तलवारीत प्रवाहित होत होते आणि तलवारही निळी बनली. आर्यनने धावत जाऊन चोरावर तलवारीने वार केला. यावेळी चोराची जखम भरत नव्हती. आर्यन आणि चोर यांच्यात पुन्हा एकदा तीव्र लढाई झाली. पण यावेळी आर्यन चोराचा प्रत्येक हल्ला अडवत होता आणि त्यावर वार करत होता. चोर आर्यनच्या वारांनी जखमी झाला आणि धावत पळून गेला. चोर पळून गेल्यावर आर्यन पुन्हा शांत झाला. काय घडले हे त्यालाही समजत नव्हते.पण त्याने ते सगळे विसरून

काव्याकडे धाव घेतली आणि तिला उचलून घेऊन जंगलाच्या बाहेर चालायला सुरुवात केली. त्याच्या डोळ्यांतून अश्रू वाहत होते. काव्याच्या पाठीतून रक्तही खूप प्रवाहित होत होते. आर्यन लगेच थांबला आणि आपला शर्ट काढून तो तिच्या पाठीला बांधून ठेवला. पुढे जाऊन त्याने आपल्या मोबाईलवरून आपले लोकेशन ग्रुपला टाकले आणि मदत हवी आहे असा मेसेजही केला.

अलेक्स आणि बाकीचे तो मेसेज वाचतात आणि त्या लोकेशनला फॉलो करतात. इकडे आर्यनही जंगलाच्या बाहेर येतो आणि समोरून हिमांशू आणि बाकीचेही तिथे आलेले असतात. काव्या आणि आर्यनला त्या अवस्थेत पाहून सर्वजण घाबरतात. नेमके काय घडले हे कोणालाही काहीच कळत नाही.

हिमांशु : काय झाले काव्याला?

आर्यन : तिच्या पाठीत जखम झाली आहे. एका चोराने चाकू खुपसला. तिला लवकरात लवकर उपचाराची गरज आहे.

सर्वजण लगेच तिकडून पुन्हा अंडरग्राउंड लोकेशनला जातात. तिथेही हिमांशू तिच्यावर उपचार करत असतो, तर आर्यन मात्र येरझारा घालत असतो.

अलेक्स त्याच्या बाजूला येऊन म्हणतो, "तू काही काळजी करू नकोस. ती एकदम व्यवस्थित होईल."

आर्यन : (रडलेल्या स्वरात) हे सर्व माझ्यामुळे झाले. ती मला हाक मारत होती पण मी तिला दुर्लक्ष करत होतो आणि पुढे पुढे चालत राहिलो. माझ्यामुळे तिची ही अवस्था झाली आहे.

अलेक्स : तसा काही विचार करू नकोस. सर्व ठीक होईल.

आदित्य : आर्यन, पण नेमके काय घडले तिकडे?

नील : आदित्य, हा प्रश्न आता विचारणे योग्य नाही. आपण थोड्या वेळाने यावर चर्चा करू.

तेवढ्यात हिमांशू बाहेर येतात आणि सांगतात की ती एकदम ठीक आहे. ती 'झेड-बिटा' व्हायरसने संक्रमित असल्यामुळे तिला जास्त त्रास झाला नाही. पण पाच-सहा दिवसानंतर तिला रक्ताची गरज लागेल. आर्यन हे ऐकून आनंदित होतो आणि म्हणतो, "मी रक्त देईन. मला

सांगा कधी लागणार आहे तेव्हा."

[मग काव्याही बाहेर येते.]

आर्यन धावत जाऊन तिला अलगद मिठी मारतो. तेव्हा काव्या लाजून त्याला म्हणते, "सर्वजण पाहत आहेत." हे समजल्यावर आर्यनलाही थोडं अवघडल्यासारख वाटतं. तो लगेच बाजूला सरकतो. तेवढ्यात अलेक्स आणि ध्रुव खोकण्याचे नाटक करतात. आदित्य सुद्धा हसायला लागतो, हिमांशुही त्या दोघांकडे पाहतात.

हिमांशु : काव्या! नेमक काय घडल?

काव्या : मी आर्यनच्या मागे मागे जात होते आणि अचानक एक गाडी थांबली. त्यातून दोन लोक बाहेर आले आणि ते आर्यनला घेऊन गेले. पुढे गेल्यावर मला जंगलाच्या बाहेर तीच गाडी उभी दिसली. नंतर पुढे जाऊन पाहिले तर आर्यन बेशुद्ध होता आणि तीन-चार जण तिथे उभे होते. म्हणून मी आर्यनला वाचवण्यासाठी त्यांच्यावर दगड घेऊन हल्ला केला.

[हे ऐकल्यावर आर्यनला खूप बरे वाटते.]

आदित्य : चार जणांवर तू एकटीने हल्ला केला?

काव्या : हो. मग त्यातल्या एकाने मला भिरकावून लावले आणि मग मी दगडावर आपटून बेशुद्ध झाले. त्यानंतर काय झाले हे मला माहित नाही. अचानक मला शुद्ध आली तेव्हा समोर आर्यन पडलेला होता आणि त्याला एक भयानक राक्षस म्हणजेच त्या चार जणां मधला एक चोर जो की झोंबी बनला होता, तो आर्यनला मारायला जात होता. म्हणून मी जोराने ओरडून त्याच्यावर चाकूने हल्ला केला. तेव्हा त्याने तो चाकू माझ्या पाठीत घुसवला आणि मी पुन्हा बेशुद्ध झाले.

आदित्य : थोडक्यात तू दोन वेळा बेशुद्ध झालीस.

[अलेक्स त्याच्याकडे रागाने बघतो. मग आदित्य शांत बसतो.]

काव्या पुढे बोलते, "पण तो झोंबी नव्हता, खूप भयानक आणि विचित्र होता. मला तर असे वाटते आहे की तोच राक्षस होता."

मग हिमांशू पुढे विचारतो, "आर्यन, मग तू पुढे तिथून कसे निघालास? आणि एवढ्या तीन-चार जणांचा सामना एकट्याने कसा बरे केलास?"

आर्यन थोडा विचार करून बोलतो, "मलाही मध्यंतरी काय घडले याचा काही पत्ता नाही. मी जेव्हा शुद्धीवर आलो तेव्हा तो चोर, जो की झोंबी बनला होता, त्याने त्यांच्या मुखियाला फाडून खाल्ले. हा झोंबी नव्हता तर खूपच ताकदवान होता. मी त्याला मारण्याचा प्रयत्न केला. नंतर त्याने काव्याच्या पाठीत चाकू खुपसल्यानंतर मला खूप राग आला आणि त्या रागाच्या भरात मी त्याच्यावर तलवारीने खूप वार केले. मग तो तिथून पळून गेला."

अलेक्स : पण ते लोक तुलाच का बरे जंगलात घेऊन गेले?

आर्यन : तिकडे वातावरण पाहता, ते नरबळी देण्याची तयारी करत होते. त्यासाठीच मला घेऊन गेले होते. पण काव्यामुळे माझा जीव वाचला आणि माझ्यामुळे तिचा जीव धोक्यात आला.

[ऐकल्यावर काव्या त्याच्याकडे पाहतच राहते.]

ध्रुव : अरे बापरे, हे नरबळी वगैरे खूप भयानक आहे. बरं झालं काव्या त्याच्या मागे मागे गेली होती. नाहीतर काय झालं असतं काय माहित?

हिमांशु : तू असं म्हणत आहेस की तो झोंबी नव्हता? म्हणजे तो त्याच्यापेक्षाही ताकदवान होता.

आर्यन : हो. आणि तो विचार पण करू शकत होता.

[हिमांशू खूप विचार करायला लागतो आणि काव्या तसेच बाकी लोकांकडे पाहतो.]

तेव्हा मरीना लगेच बोलते, "म्हणजे तो राक्षस खरोखरच बाहेर आला आहे?"

हिमांशु : जे नको व्हायला हवं होत तेच झालं. पण हे कसं शक्य आहे?

अलेक्स : म्हणजे? आर्यन जे म्हणत होता ते खरं आहे का? ते जे पुस्तकांमधे लिहिलेली आहे ती कथा पण खरी आहे का?

नील : मला पण आता तेच वाटायला लागल आहे. कारण आम्ही त्या जंगलात पाहिलेल, तो विचित्र प्राणी, पण हे काहीच आम्हाला कळत नाही आहे.

हिमांशु : याचा अर्थ, मॉन्स्टर हंटरच्या वंशाचे प्राण धोक्यात आहेत. त्याला काहीही करून आपल्याला शोधाव लागणार.

ध्रुव : मॉन्स्टर हंटरचा वंश?

हिमांशु : मी सर्व काही सांगतो, पण उद्या. आता तुम्ही पण इथेच थांबा आणि थोडा वेळ आराम करा. मी आर्यनवरही थोडे उपचार करतो. त्यालाही पाठीला लागल आहे आणि आता पहाटही व्हायला लागली आहे. थोडा आराम करून आपण त्यानंतर सविस्तर याच्यावर चर्चा करू.

तेवढ्यात लिली आर्यनला विचारते, “तुम्ही सर्वजण येथे का आला होतात? आणि तुम्हाला आम्ही इथे राहतो हे कसं कळलं?” तेवढ्यात सगळेजण आर्यनकडे बघायला सुरुवात करतात. आर्यनही नजर खाली वळवून स्मितहास्य करत असतो. तेव्हा आदित्य म्हणतो, “आम्ही येण्याचा एक विशिष्ट कारण होत.” असं म्हणून तो हसऱ्या चेहऱ्याने आर्यनकडे बघतो. तेव्हा त्याला अडवत ध्रुव म्हणतो, “विशिष्ट कारण म्हणजे आम्ही इथे असेच फिरायला आलो होतो. तेवढ्यातच हिमांशूंना पाहिलं आणि ते खाली जात आहेत हे पाहिल्यावर आम्हाला शंका आली. म्हणून मग आम्ही त्यांच्या मागोमाग इथे आलो.”

मरीना : “अच्छा.”

हिमांशू आर्यनला तपासून करतो आणि औषध लावून त्यालाही आराम करायला सांगतात. आर्यन काव्याला नजरेने बाहेर थांबण्यासाठी खुणावतो. काव्याही त्याला योग्य प्रतिसाद देते.

सर्वजन आराम करायला जातात तेव्हा आर्यन काव्याला म्हणतो, “मला माफ कर, मी थोड जास्त रागावलो”

काव्या : तू तुझ्या जागी बरोबर आहेस. तुला अचानक माझ्याबद्दल अस कळल त्यामुळे तुझा राग योग्य होता.

आर्यन : तू मला आधी याबद्दल का नाही सांगितलं?

काव्या : मला भीती वाटत होती की तुला सांगितल्यावर तू मला सोडून तर जाणार नाहीस ना? म्हणूनच मधे मी तुझ्याशी बोलायचं बंद केल होत. कारण पुढील काही महिन्यानंतर मी झोंबी बनणार मग कसल प्रेम आणि काय? मी सर्व काही विसरून जाइन. मग तुला उगाच त्रास कशाला. म्हणून ऑफिस मधे पण आम्ही कुणा सोबत जास्त बोलत नव्हतो.

आर्यन : (थोडा दुःखी होऊन) अस काहीही बोलू नकोस. आपण सर्व मिळून लवकरच यावर उपाय शोधू म्हणजे तू पुन्हा आमच्यासारखी

होशील.

काव्या : आणि तस नाही झाल तर?

आर्यन : (हसत हसत) मग अस कर मला चाव म्हणजे मी पण तुझ्यासारखा होईन.

[काव्या पण हसायला लागते.]

पुढे काव्या विचारते, "तू त्या गुहेमधे त्या चोरासोबत कसा लढलास? कारण तो खूप ताकदवान होता"

आर्यन : हो भयानक होता तो, मी त्याच्यावर तलवारीने वार केले पण त्याची जखम पुन्हा भरली.

काव्या : अरे बापरे. मग तू काय केलस ?

आर्यन : नंतर त्याने तुला जखमी केले, ते पाहून मला खूप राग आला आणि माझ शरीर पूर्ण निळ निळ झाल्यासारख जाणवू लागल आणि मग त्या रागाच्या भरात मी त्याच्यावर तलवारीने सपासप वार केले ,मग तो पळून गेला.

काव्या : अचानक तुझ्याकडे एवढी ताकद आली कुठून?

आर्यन : कदाचित तुझ्या काळजीने.

काव्या : (लाजत) अच्छा! तू होतास म्हणून आपण तिथून सुरक्षित आलो.

आर्यन : नाही. खर तर तू होतीस म्हणून मी आता इथे आहे नाहीतर....

काव्या त्याच बोलणं तोडत म्हणते, "काहीही बोलू नकोस".

आर्यन : ठीक आहे. काव्या मला तुला काहीतरी सांगायचं आहे.

काव्या : सांग ना.

आर्यन बोलणार तेवढ्यात हिमांशु तिथे येतात आणि त्यांना बोलतात, "तुम्हा दोघांना लागल आहे. थोडा वेळ आराम करा"

[मग काव्या आणि आर्यन सुद्धा आराम करायला जातात.]

सकाळ होते ,सर्वजण उठतात

हिमांशू सर्वांना उठवतात आणि एकत्र एका रूममधे जमवतात. आर्यन, अलेक्स तसेच बाकी सर्व ऐकण्यासाठी उत्सुक असाल . तेव्हा हिमांशू म्हणतात, "तुम्हा सर्वांनाच प्रश्न पडला असेल की हा नेमका

राक्षस कोण आहे? तुम्ही आधीच ती कथा वाचली आहे, आणि ती कथा काही अर्थाने खरी आहे. त्राटी नावाच्या नगरात हजारो वर्षांपूर्वी ही घटना घडली होती. आता यावर काही लोक विश्वास ठेवतात तर काही लोक नाही ठेवत. हा ज्याचा त्याचा प्रश्न आहे. परंतु राक्षसाचं अस्तित्व आहे ही गोष्ट मला खूप आधीपासून जाणवत होती. ही कथा आहे एका शाप आणि वरदान मधली."

ध्रुव : शाप आणि वरदान?"

हिमांशु : हो, परंतु ती गोष्ट मी नंतर कधीतरी तुम्हाला सांगेन. आता महत्त्वाचं हे आहे की तो राक्षस बाहेर कसा आला?

आदित्य : मला तर हा प्रश्न पडला आहे. तो राक्षस आहे तरी कोण? आणि नेमका हा काय प्रकार आहे?

हिमांशु : त्या कथेनुसार दोन राक्षस होते. काहीजण त्यांना पिशाच, तर काहीजण शवपुत्र म्हणायचे. जो मोठा होता तो खूप ताकदवान होता त्याला सर्व 'डेथ किंग' म्हणायचे आणि छोट्या भावाला 'डीसट्रॉयर' म्हणायचे. त्यांनी खूप विध्वंस केला. परंतु नंतर दोन मॉन्स्टर हंटर आले आणि त्यांनी त्या दोघांना बंदी केले. दोघांनाही वेगवेगळ्या ठिकाणी बंदी केले. ती जागा अजूनही कोणालाही माहित नाही. तसेच, ते दरवाजे उघडण्यासाठी त्या मॉन्स्टर हंटरच्या वंशाच रक्त लागत आणि ते पण मोठ्या भावाच्या वंशाच.

आर्यन : मोठा भाऊ म्हणजे त्या कथेमधे लिहिल्या प्रमाणे जयचा मोठा मुलगा, बरोबर?

हिमांशु : अगदी बरोबर. जयकडून खूप सारी शक्ती त्याच्या मोठ्या मुलाला मिळाली होती आणि काही अंश छोट्या मुलाला. त्यामुळे जे कोणी राक्षस झाले होते त्या सर्वांना मोठ्या मुलाच्या रक्तापासून औषध बनवून बरं करण्यात आल होत.

नील : मग याला काही पुरावा वगैरे आहे का?

हिमांशु : तसा कागदोपत्री काहीच पुरावा नाही.

अलेक्स : जर त्या राक्षसांना तेव्हा बंदी करून ठेवलं होतं, तर मग आता ते बाहेर कसे आले? कारण मॉन्स्टर हंटर पण जिवंत नाहीत ना?

हिमांशु : मॉन्स्टर हंटरची शक्ती त्यांच्या पहिल्या वंशाला हस्तांतरित होत गेली. म्हणजे जय नंतर त्याच्या मोठ्या मुलाला आणि त्यानंतर त्याच्या मोठ्या मुलाला अशी ती शक्ती प्रवाहित होत गेली.

ध्रुव : मग जर आपण असं म्हटलं, तर हजार वर्षानंतर, असंख्य कुटुंब त्यांच्या नात्यातले असतील, मग तर त्यांना सुद्धा झोंबी चावल्यावर काही परिणाम झाला नसावा, मग असे खूप लोक सापडले असते.

हिमांशु : मी जे काय सांगितलं ते तू नीट ऐकलं नाहीस. शक्ती हस्तांतरित होते म्हणजे एकदा मुलाचा जन्म झाला की त्याच्या बाबांकडून ती शक्ती त्याला मिळते, आणि त्या बाबांकडे ती शक्ती राहत नाही. त्यामुळे ते नॉर्मल व्यक्ती होतात.

आदित्य : आणि जर एखाद्याला मुलगी असेल तर?

हिमांशु : मग तिच्या पहिल्या मुलाला किंवा मुलीला ती शक्ति मिळते.

आदित्य : ठीक आहे. अजून एक शंका होती.

आता मात्र बाकीचे त्याच्याकडे रागाने बघायला लागतात पण हिमांशु त्याच्याकडे पाहून म्हणतात , "तू विचार तुझ्या शंका"

आदित्य : जर समजा ,ज्याच्याकडे शक्ति आहे त्याने लग्नच नाही केल किंवा त्याला मूल झालच नाही , मग तो मेल्यावर ती शक्ति तिथेच संपेल ना?

हिमांशु थोडा विचार करून सांगतात, "नाही, ती शक्ति कधीही नष्ट होत नाही ,एवढं नक्की आहे की त्यांचे वंश आता ही आहेत. मला खूप शंका आहेत पण त्याच उत्तर मूळ पुस्तकातूनच मिळेल"

आर्यन : याचा अर्थ, त्यांचे दोन वंश आताही या जगात कुठेतरी असणार आहेत.

तेवढ्यात अलेक्स सर्वांना रोखत म्हणतो, "एक मिनिट. हिमांशूने त्यांच्या रक्तापासून व्हॅक्सिन बनवलं. याचा अर्थ तेही मॉन्स्टर हंटरचा वंश आहेत."

हिमांशू स्मित हास्य देतात. मग काव्या म्हणते, "बरोबर बोललास अलेक्स. आमचे डॅडीही मॉन्स्टर हंटरचे वंशज आहेत."

आदित्य : मग झोंबी पूर्णपणे बरे झाले पाहिजे होते.

हिमांशु : मी छोट्या भावाचा वंशज आहे अस मला वाटत. त्यामुळे माझ्याकडे तेवढी शक्ती नाही. म्हणून मीही खूप वेळापासून जयच्या मोठ्या मुलाच्या वंशाचा शोध घेत आहे. या गोष्टीवर याआधी माझाही विश्वास नव्हता. परंतु मी स्वतः अनुभव घेतल्यानंतर आता मलाही विश्वास बसायला लागला आहे.

आर्यन : आणि आता आम्ही तर स्वतः राक्षसाला पाहील आहे. त्यामुळे हे तर नक्की झालं आहे की तो बाहेर आला आहे.

हिमांशु : अगदी बरोबर. परंतु मला एक गोष्ट लक्षात आली. तो राक्षस त्या दोघांमधील छोटा भाऊ असावा. कारण जर 'डेथ किंग' म्हणजेच मोठा भाऊ बाहेर आला असता, तर तो शांत बसला नसता. त्याने खूप मोठ्या प्रमाणात विध्वंस केला असता.

अलेक्स : पण आता तो डेथ किंगला शोधायला तर गेला असेल. अजून एक गोष्ट लक्षात आली. तो त्याची सेना बनवत आहे.

हिमांशु : एक अजून अशी गोष्ट आहे. हा जो छोटा भाऊ आहे. तो ज्याला चावतो त्याच्यामधे त्याची थोडी शक्ती हस्तांतरित होत जाते. म्हणून तो कोणत्याही प्राण्याला अर्धवट सोडत नाही. तो त्याला पूर्ण खातो.

आर्यन : त्याने त्या चोराला चावलं असणार. आणि तो चोर एवढा ताकदवान होता तर मग तो राक्षस किती ताकदवान असेल?

आदित्य : आणि त्याचा मोठा भाऊ म्हणजे डेथ किंग तो किती ताकदवान असेल? बापरे, भयंकर आहे हे सर्व.

अलेक्स : हे सर्व रोखायचं कसं? आणि त्याला कसं काय थांबवायचं?

हिमांशू बोलत असतानाच त्याचा फोन वाजतो. तो फोन उचलतो आणि हॅलो म्हणतो. तिकडून एक व्यक्ती प्रतिसाद देते. हिमांशू घाबरलेल्या स्वरात "काय?" असे विचारतो.

त्यानंतर लगेच तो टीव्ही लावतो आणि न्यूज चैनल लावतो. आता तर काय, एक भयंकर बातमी प्रदर्शित होते!

आजची ठळक बातमी! वेलोरिआ येथे एका ठिकाणी छापा टाकण्यात आला आणि तिथे अनेक झोम्बी तसेच 'झेड-बिटा' व्हायरसचे रुग्ण

आढळून आले. तुम्ही हे लाईव्ह व्हिडिओ पाहू शकता. पोलिसांनी झोम्बींना थेट ठिकाणीच गोळ्या घालून ठार मारले आहे. या गडबडीत 'झेड-बिटा' व्हायरसचे काही रुग्णही मारले गेले आहेत. पोलीसांना हा हक्क कोणी दिला? 'झेड-बिटा' व्हायरसचे रुग्ण बरे होऊ शकतात, तरीही त्यांना का मारण्यात आले? पोलीसांनी जे काही केले ते योग्य आहे की अयोग्य हे आम्हाला मेसेज करून कळवा. ही बातमी ऐकून हिमांशूच्या डोळ्यात पाणी येत आणि सर्वजण नाराज होतात.

अलेक्स : सरकार असं का बरं करत आहे?

हिमांशु : आता त्यांना धडा शिकवायला पाहिजे. मला लवकरात लवकर दुसऱ्या वंशाचा शोध लावायला पाहिजे. कारण त्याच्या रक्तापासूनच व्हॅक्सिन बनू शकतं. नाहीतर असेच हे सर्व मरतील.

आर्यन केविलवाण्या नजरेने काव्याकडे बघतो आणि म्हणतो, "कोणालाही काहीही होणार नाही. आपण सर्व मिळून त्याचा शोध घेऊ. तसंच तुम्ही कोणीही, हिमांशूने बनवलेलं व्हॅक्सिन घेतल्याशिवाय बाहेर पडू नका. कारण सरकार कोणावरही दया दाखवत नाही आहे."

अलेक्स : तुम्हाला बाहेरून जे काही लागेल ते सर्व आम्ही आणून देत जाऊ. हिमांशु.. तुम्हालाही तुमचा जीव धोक्यात टाकून बाहेर जाण्याची गरज नाही आहे. कारण तुम्हीच आशेचा किरण आहात.

ध्रुव : इकडे सरकार आणि तिकडे तो राक्षस, दोघांसोबतही लढायचं आहे. आपल्याला व्यवस्थित प्लॅनिंग करावं लागणार.

आदित्य : आपल्याला सरकारची पोलही खोलावी लागणार.

नील विचारांमधे मग्न झालेला असतो. त्याला पाहून अलेक्स विचारतो, "काय रे नील, काय झालं?"

नील : काही नाही.

हिमांशु : मी तुम्हाला एक यादी देत आहे. एवढे फक्त सामान आम्हाला आज रात्री आणून द्या.

ठीक आहे असं म्हणून हे सर्व बाहेर निघून जातात.

सर्वजण तिथून घरी येतात आणि दुपारी जेवायला बाहेर जातात. मग ते हिमांशु ने दिलेली यादी घेऊन सामान आणायला जातात. नील मात्र शांत असतो, कोणाशीही बोलत नाही आणि थोडासा टेन्शनमधे असतो.

सामान खरेदी करत असताना आदित्य अलेक्सला विचारतो, “हे सरकार असं का वागत आहे? ‘झेड-बिटा’ व्हायरसने इन्फेक्टेड झालेल्यांना पण मारत आहे.”

अलेक्स : यामागे काहीतरी मोठी गोष्ट लपली आहे. नाहीतर असं त्यांनी केलं नसतं.

ध्रुव : एका पेपर मधे एका सायंटिस्टने असं लिहिलं होतं की, सरकार एका सिक्रेट मिशनवर काम करत आहे. ते झोंबीच्या डीएनएपासून मेडिसिन बनवण्याचा प्रयत्न करत आहेत ज्यामुळे मनुष्य **अमर** होऊ शकतो आणि त्याला अमाप ताकद मिळू शकते. पण त्या सायंटिस्टची पुढे काही माहिती आलीच नाही. म्हणून ते ‘झेड-बिटा’ व्हायरसने इन्फेक्टेड असणाऱ्या लोकांना घेऊन जात आहेत. आता ही बातमी कितीपत खरी आहे आणि किती खोटी हे मात्र माहित नाही.

आर्यन : (आश्चर्याने) अमर बनण्यासाठी हा शोध चालू आहे? बापरे!.

अलेक्स नीलकडे बघून म्हणतो, “काय रे नील, तू कोणत्या गोष्टीचा टेन्शन घेतल आहेस?” नील स्वतःला सावरत आणि चेहऱ्यावरचे हावभाव लपवत म्हणतो, “नाही रे, काही नाही.” मग सर्वजण ते सामान घेऊन पुन्हा संध्याकाळी हिमांशूच्या ठिकाणी लपून-छपून जातात. तिथे गेल्यावर काव्याही भेटते.

आर्यन : (हसत) काव्या, आज तू खूप सुंदर दिसत आहेस.

काव्या : (लाजत) धन्यवाद आर्यन. तूही छान दिसतो आहेस.

आर्यन : (तिच्याकडे टक लावून) तुला माहित आहे का, तू माझ्यासाठी किती खास आहेस?

काव्या : (आर्यनच्या हातात हात घालून) हो, मला माहित आहे. तूही माझ्यासाठी खूप खास आहेस.

(दोघेही एकमेकांच्या डोळ्यात डोळे घालून हसत बसतात.)

त्या दोघांना एकमेकांकडे पाहताना बघून आदित्य खोकण्याचं नाटक करतो, आणि हसायला लागतो. हिमांशूला ते सर्व सामान देऊन निघणार तेवढ्यात आर्यन म्हणतो, “काव्याला रक्त लागणार आहे ना?”

हिमांशु : हा दोन दिवसानंतरही चालेल. आता लगेच गरज नाही.

आर्यन : असं करा, आज तुम्ही घेऊन ठेवा आणि नंतर जेव्हा लागेल तेव्हा तुम्ही तिला द्या.

हिमांशू त्यावर होकारार्थी मान दर्शवून आर्यनचे ब्लड घेऊन एका पॉकेटमधे स्टोअर करून ठेवतात. आणि मग ते तिथून निघून जातात.

ते निघून गेल्यानंतर काव्या, मरीना, लिली एकत्र येऊन गप्पा मारत असतात.

मरीना : लिली जरा बघ तर एक व्यक्ती किती खुश आहे ते, एवढा आनंद तिच्या चेहऱ्यावर कधी पाहिला नव्हता.

लिली : बरोबर खुश तर असणारच, आता आर्यनला सर्व समजल आहे ना.

काव्या (लाजत) : काहीही काय. पण तो जेव्हाही समोर येतो ना तेव्हा खूप छान वाटतं.

लिली : तू तुझ्या भावना आर्यनला सांगितल्यास ना? कारण त्याने तर तुला एवढा मोठा मेसेज कधीच पाठवला होता.

काव्या : त्याने मेसेज पाठवला, पण समोरासमोर येऊन त्याने मला प्रपोज नाही केल आहे.

मरीना : अच्छा! म्हणजे तू त्याने प्रपोज करण्याची वाट पाहत आहेस.

काव्या : (लाजत) हो, जर त्याने उद्या मला प्रपोज केलं नाही, तर मीच त्याला प्रपोज करेन.

लिली : असं का बरं?

काव्या : (उदास चेहऱ्याने) कारण आपल्याकडे तसा पण खूप कमी वेळ आहे ना? आपण कधी झोंबी बनू, हे सांगता येत नाही.

[मरीना आणि लिलीचा पण चेहरा पडतो.]

काव्या : मला हे उरलेले दिवस त्याच्यासोबत घालवायचे आहेत. त्याच्यासोबत सर्व गोष्टी करायच्या आहेत ज्या एक कपल करतात. मला त्या सर्व गोष्टींचा अनुभव घ्यायचा आहे, जसे की लॉग ड्राईव्हवर जाणं, डेटवर जाणं, बीचवर हातात हात घालून फिरणं.

मरीना : हा तू खूप नशीबवान आहेस, कारण आर्यन सुद्धा खूप चांगला मुलगा आहे. तू इन्फेक्टेड असताना पण त्याने तुला स्वीकारलं.

लिली : ते सर्व आता ठीक आहे, पण मला एक गोष्ट कळत नाही. काव्या, तू आणि आर्यन जेव्हा गुहेत होतात तेव्हा त्या मॉन्स्टरने चावलेला चोर तुमच्यासमोर होता. तो खूप ताकदवान होता. मग आर्यनने त्याचा सामना कसा केला?

काव्या : त्याने सांगितलं ना, की मला निपचित पडलेलं पाहून त्याला खूप राग आला आणि मग त्याने त्याच्यावर वार केले.

मरीना : त्याला राग आला हे ठीक आहे, पण आपल्याला डॅडीने सांगितल्याप्रमाणे थोडीशी शक्ती त्या चोरात हस्तांतरित झाली होती आणि त्याचा सामना कोणताही साधा मनुष्य किंवा एकटा मनुष्य नाही करू शकत.

काव्या : ते पण बरोबर आहे, पण या सर्व गोष्टी अंदाजावरून सांगितल्या गेल्या आहेत, किंवा त्या जुन्या कथेचा भाग आहेत. आर्यनने प्रत्यक्ष सामना केला, त्यागुळे तो चोर कदाचित कमी ताकदवान सुद्धा असू शकतो. जाऊ दे, यावर आपण जास्त विचार करण्यात काही अर्थ नाही.

लिली : नाही काव्या, मला काहीतरी वेगळं वाटत आहे. बघ ना आर्यन त्या दिवशी जंगलात का बरे गेला? आणि तिथे सुद्धा तो राक्षस त्याला दिसला. म्हणजे मला असं विचारायचं आहे की प्रत्येक वेळी त्यालाच हा अनुभव का बर येत आहे?

काव्या : (थोडा विचार करून) हा प्रश्न मी त्याला विचारला होता, पण तेव्हा त्याने उत्तर देणं टाळलं होतं.

लिली : मग आता विचार ना.

काव्या : आता रात्रीचे आठ वाजले आहेत. जेवायला वगैरे गेले असतील. उद्याच विचारते त्याला.

मरीना : अरे बापरे, आता पासून एवढी काळजी!

मग तिघी पण हसायला लागतात, तेवढ्यात हिमांशू काव्याला हाक मारतात. त्यावर काव्या उत्तरते, "हा डॅडी बोला"

हिमांशु : आपण असं करू. आर्यनने जे रक्त दिलं आहे ना त्यातलं अर्ध पॉकेट आज आपण तुला इंजेक्शनद्वारे देऊ. काव्या तयार झाल्यावर हिमांशू तिला सीरिंज लावून अर्ध रक्त इंजेक्शनद्वारे चढवून

देतात.

12

काळरात्र

जवळपास रात्रीचे नऊ वाजलेले असतात. इकडे आर्यन आणि बाकी सर्वजण जेवून बसलेले असतात. आदित्य सर्वांना विचारतो, "हिमांशु सोबत जे गाइर्स होते ना तेच त्या दिवशी काव्यासोबत जंगलात आले होते आणि आपण वाचलो होतो"

आर्यन : बरोबर, तेच होते .

नील मात्र कुठे दिसत नसतो ,त्यामुळे अलेक्स सर्वांना विचारतो, "नील कुठे आहे?"

आदित्य : माहित नाही रे. पण थोड्या वेळापूर्वी मी त्याला टेरेसवर जाताना पाहिलं होतं. मग सर्वजण वर टेरेसवर जातात. तिथे पाहतात तर काय!

नील फोनवर बोलत आहे. नील फोनवर सांगत आहे, "हा सर. माहिती एकदम पक्की आहे आणि लोकेशन मी तुम्हाला आताच पाठवलं आहे. तुम्ही लवकरात लवकर कारवाई करा. फक्त एक विनंती आहे. तिथे आमच्या काही मैत्रिणी पण आहेत ज्या 'झेड-बिटा' व्हायरसने संक्रमित आहेत. त्यांना कृपया करून काहीही करू नका." असं म्हणून तो फोन ठेवतो.

हे ऐकल्यावर सर्वांच्या पायाखालची जमीनच सरकते. या सर्वांना पाहून नील घाबरतो. आर्यन पुढे येऊन गंभीर स्वरात नीलला विचारतो, "तू कोणाशी बोलत होतास? आणि कोणतं लोकेशन कुठे पाठवलं

आहेस?"

नील काहीच बोलत नाही. अलेक्स रागाने नीलचे दोन्ही खांदे पकडून ओरडतो, "नील, सांग तू कोणाला फोन केला होतास? आणि काय सांगितलंस?"

नील घाबरत घाबरत सांगतो, "मी... मी पोलिसांना फोन केला होता."

ध्रुव धावत येतो आणि विचारतो, "का? आणि त्यांना तू काय सांगितलं?"

नील घाबरून थरथरत म्हणतो, "मी त्यांना हिमांशूबद्दल सांगितलं. आणि तिथे असणाऱ्या सर्व गोष्टी सांगितल्या. ते लोकेशनही पाठवलं आहे."

हे ऐकून आर्यन क्षणभर स्तब्ध होतो. मग तो पुढे येऊन क्षणाचाही विचार न करता नीलच्या कानाखाली वाजवतो आणि ओरडतो, "तू असं का केलंस हे विचारण्यासाठी आता माझ्याकडे वेळ नाही आहे! पण आजपासून तू माझा मित्र नाहीस! माझ्यासाठी तू मेलास!"

नील रडायला लागतो.

अलेक्स त्याच्याकडे रागाने बघतो आणि तातडीने आर्यनला म्हणतो, "लगेच काव्याला फोन लाव! ध्रुव, तू हिमांशूला फोन लाव! याने आताच कळवलं आहे म्हणजे त्यांना येण्यासाठी निदान दीड दोन तास तरी लागतील. आपल्याकडे तेवढाच वेळ आहे!"

आर्यन काव्याला फोन लावतो. "हॅलो काव्या" तो हडबडून बोलतो.

काव्या : आर्यन, तू असा घाबरलेला का आहेस? तुझं रक्त आता माझ्या शरीरामधे वाहत आहे, म्हणजे आपण दोघं एक झालो आहोत

आर्यन : काव्या! लक्ष दे. तू लगेच त्या ठिकाणाहून बाहेर पड. पोलीसांना तुमच्या ठिकाणाबद्दल कल्पना आली आहे. ते लवकरच तिथे पोहोचतील.

काव्या : पण... पण त्यांना कसं कळलं?

आर्यन : ते सांगण्यासाठी आता वेळ नाही आहे. हिमांशूंना ध्रुवने फोन करून सांगितलं आहे. आम्हीही इथून निघत आहोत. तू लवकरात लवकर दुसऱ्या सुरक्षित ठिकाणी जा.

असं म्हणून आर्यन फोन ठेवतो.

ध्रुव म्हणतो, “मी हिमांशूंना कळवलं आहे. आता आपण लवकरात लवकर निघूया.”

अलेक्स लगेच फोरव्हीलर काढतो आणि सर्वजण नीलला तिथेच सोडून निघून जातात.

हिमांशू तातडीने आपल्या एका मित्राला फोन लावतात. जवळच्या सुरक्षित ठिकाणाची माहिती घेतो आणि पटापट तीन ते चार बसेस पाठवण्याची विनंती करतो. त्याचा मित्रही वेळ न घालवता बसेसची व्यवस्था करतो आणि सर्वांना घाईघाईने सामान गोळा करून गेटवर उभे राहण्याचे आदेश देतो. “मी तुम्हाला काय काय करायचे ते सांगेन”, ते बोलतात “काव्या, तुम्ही तिघी मिळून चार रांगा बनवा आणि सर्वांना लाइन मधे उभ करा. मी सांगेन तसं एक एक रांग पुढे सोडत जा.”

लिलीला धावून जाऊन तपासायला सांगितले जाते की सर्व झोम्बींच्या दातांवर **सेफ्टी ब्रॅकेट्स** लावले आहेत की नाहीत. ती धावत जाते. तोपर्यंत पहिली बस येते. हिमांशू धावत बाहेर जातात आणि पहिल्या रांगेला पुढे जाण्यास सांगतात. त्यांना सर्वांना बसमधे बसवून ती बस निघून जाते.

तिकडे अलेक्स कार वेगाने चालवत असतो. अचानक, त्यांच्या कारला जोरात धडक बसते आणि ती बाजूला असणाऱ्या इलेक्ट्रिक खांबाला आदळते. सर्वजण घाबरून गाडीच्या बाहेर बघतात तर काय! तोच चोर तिथे उभा असतो ज्याला मॉन्स्टरने चावले होते आणि आता तो भयानक स्वरूपात बदललेला असतो. तो आठ फूट उंच झालेला असतो, त्याच्या खांद्यांमधून हाडे बाहेर आलेली असतात आणि त्याचे डोळे रक्ताने लाल झालेले असतात. त्याच्या तोंडातून टोकदार दात बाहेर आलेले असतात. तो राक्षसासारखा दिसत असतो !

अलेक्स गाडीतून बाहेर पडणार असतानाच आर्यन त्याला थांबवतो. “अलेक्स, तू लगेच हिमांशूला मदत कर! त्यांना सर्वांना वाचवणे गरजेचे आहे आणि काव्या तिथे आहे. तिला काहीही होऊ देऊ नकोस!”

अलेक्स आर्यनकडे भय आणि आश्चर्याने बघतो. त्याला काय बोलावे हेच सुचत नाही.

अलेक्स : अरे, पण तू एकटा याच्या सोबत कसा लढशील?

आर्यन : मी याच्या सोबत या आधीही लढलो आहे. आता मी त्याला फक्त इथे गुंतवून ठेवतो, त्यामुळे तुम्हाला पुढे जाण्यासाठी मार्ग मोकळा होईल.

"मीही आर्यन सोबत थांबतो!" असं म्हणून ध्रुव पेट्रोलने भरलेल्या दोन मोठ्या बाटल्या आणि लायटर आपल्याकडे घेतो आणि एक लायटर आर्यनला देतो .

आर्यनही गाडीतील रॉड बाहेर काढतो आणि अलेक्सला म्हणतो, "काव्याला काहीही होऊ देऊ नका."

अलेक्स : तूही तुझी काळजी घे.

तेवढ्यात तो मॉन्स्टर धावत येतो. ध्रुव आपला शर्ट काढून त्याच्यावर पेट्रोल टाकून तो जाळतो आणि त्याच्याकडे मॉन्स्टरला वळवतो. तेव्हाच अलेक्स फोरव्हीलर स्टार्ट करून पटकन तिथून निघून जातो. आर्यन रॉड बाहेर काढतो आणि त्याने मॉन्स्टरवर जबर प्रहार करतो. रॉडचा आवाज येतो पण त्या मॉन्स्टरवर जरासुद्धा परिणाम होत नाही. उलट, तो आर्यनाकडे बघून हसतो, त्याच्या डोळ्यांत आर्यनाला गिळंकृत करायची भूक दिसते.

मॉन्स्टर आर्यनवर झेप मारतो. त्याचे नखं लांब आणि टोकदार, चाकूसारखे असतात. आर्यन झटक्याने बाजूला सरतो पण नखं त्याच्या खांद्यावरून झर्रा ओढून जातात, रक्तस्त्राव सुरू होतो. आर्यन वेदनेने ओरडतो पण लढाई थांबवत नाही. तो रॉडने पुन्हा हल्ला करतो, मॉन्स्टर त्याला चुकवतो.

दुसरीकडे, ध्रुव घाबरलेला नाही. तो वेड्यासारखा आजूबाजूचा कचरा गोळा करतो - कपडे, कागद, प्लास्टिक - काहीही. त्याने लहान लहान गोळे बनवतो आणि त्यांना पेट्रोलने भिजवतो. त्याच्या हातात लाइटर असतो . तो मॉन्स्टर आर्यनाकडे धावताना असल्याचं पाहून ध्रुव मोठा श्वास घेतो आणि एका गोळ्याला आग लावतो.ध्रुव त्या ज्वलंत गोळ्याला राक्षसाकडे फेकतो. गोळा त्याच्या छातीवर आदळतो आणि आग पेट घेते. मॉन्स्टर भयानक ओरडतो, आगीच्या वेदनेने थोडा मागे हटतो. आर्यन ही संधी साधून मॉन्स्टरच्या मागे धावतो.

"आता, ध्रुव!", आर्यन ओरडतो.

ध्रुव आणखी एक गोळा तयार करतो आणि आर्यनाकडे फेकतो. आर्यन त्याला हवेत झेलतो आणि त्याच्या हातात असलेला लाईटर वापरून त्याला पेटवतो आणि त्याच्या अंगावर मारतो.

“हे पुरे नाही!” आर्यन ओरडतो.

आर्यन मॉन्स्टरच्या पाठीमागून धावत राहतो. तो त्याच्यावर आग लावलेले गोळे फेकत राहतो आणि मॉन्स्टर वेदनेने ओरडत, आग विझवण्याचा प्रयत्न करत पळत राहतो. ते जुन्या, सडलेल्या गोदामजवळ येतात. त्या गोदामाला एक मोठी दगडीची भिंत असते.

“इथे!” आर्यन ओरडतो, ध्रुवला सूचित करत.

ध्रुव तयार असतो. त्याने आणखी एक आग लावलेला गोळा मॉन्स्टरच्या पाठीवर फेकतो. मॉन्स्टर वेदनेने ओरडतो आणि त्या गोदामाच्या भिंतीवर धडकतो . भिंत ढासूळून पडते. तेव्हाच आर्यन ध्रुवच्या मदतीसाठी धावून येतो आणि ते दोघे मिळून युक्तीने लढतात. आर्यन ध्रुवला ओरडून सांगतो, “ध्रुव, तू लवकर पेट्रोलने एक गोलाकार वर्तुळ बनव! मी त्याला त्या वर्तुळात घेऊन येईन. मग आपण ते वर्तुळ पेटवून त्याला आत अडकवून ठेवू आणि पुढे निघून जाऊ. याला मारणं शक्य नाही!”

ध्रुव धावत जातो आणि पेट्रोल ने वर्तुळ बनवतो. आर्यन मॉन्स्टरला थकवण्यासाठी आणि त्याला वर्तुळाकडे आणण्यासाठी त्याच्यावर हल्ला करतो. मॉन्स्टर आर्यनवर रागाने हल्ला करतो, पण आर्यन चपळतेने त्याच्या हल्ल्यांपासून बचाव करतो. अखेरीस, आर्यन यशस्वीरित्या मॉन्स्टरला वर्तुळाच्या दिशेने आणतो. ध्रुव त्या क्षणाची वाट पाहत होता आणि ज्वलंत वर्तुळावर आग लावतो. आग क्षणार्धात पसरते आणि मॉन्स्टरला आत अडकतो. तो वेदनेने ओरडतो आणि बाहेर पडण्याचा प्रयत्न करतो, पण आग खूप तीव्र असते.

आर्यन आणि ध्रुव थोडा वेळ श्वास घेतात, थकलेले आणि जखमी झालेले. पण त्यांनी मॉन्स्टरला अडकवून ठेवण्यात यश मिळलेल असतं.

हिमांशुच्या ठिकाणी :

तिकडे अलेक्स आणि आदित्य हिमांशूच्या ठिकाणी पोहोचतात. दोन बस आधीच निघून गेल्या आहेत आणि तिसरी बस येण्याची वाट पाहत आहे.

अलेक्स पोहोचल्यावर काव्या घाबरून विचारते, “आर्यन कुठे आहे? तो का नाही आला?”

आदित्य घाबरून उत्तर देतो, “तो... तो... भयंकर...” आदित्य वाक्य पूर्ण करण्यापूर्वीच अलेक्स त्याला थांबवतो आणि शांतपणे बोलतो, “तो दुसरी गाडी घेऊन येत आहे. जर इथे गाडी कमी पडली तर त्या गाडीतून घेऊन येऊ.”

पण काव्याला आदित्य आणि अलेक्स काहीतरी लपवत असल्याची शंका येते. त्याच वेळी हिमांशू येतो आणि म्हणतो, “काव्या, मरीना आणि लिली तुम्ही तिघी आता येणाऱ्या बसमधून पुढे जा. मी शेवटच्या बसमधून उर्वरित झोम्बी घेऊन येईन.”

काव्या हट्टीपणे म्हणते, “मी आर्यनला भेटल्याशिवाय जाणार नाही! मला माहित आहे तुम्ही दोघ माझ्यापासून काहीतरी लपवत आहात.” तेव्हाच आदित्यला फोन येतो आणि तो घाबरून बोलतो, “पोलिस जवळ आले आहेत! आपल्याला काहीतरी करावं लागेल!”

तिथेच तिसरी बस येते. हिमांशू काव्या, मरीना आणि लिलीला ताबडतोब बसमधे चढण्यास सांगतो. काव्या म्हणते, “मी डॅडीसोबत येईन!” लिली मनात नसतानाही बसमधे चढते आणि ती निघून जाते. पण मरीना तिथेच थांबते. आदित्य त्वरित आपल्या बॅचमधील सर्व मुलांना फोन लावतो आणि घडत असलेल्या भयानक गोष्टींबद्दल सांगतो. तो त्यांना सर्वांना बाहेर येऊन पोलिसांचा रस्ता अडवण्याची सूचना देतो. बॅचमधील सर्व मुलं धावत आपापल्या गाड्या घेऊन बाहेर येतात आणि रस्त्यावर खोटे अपघात घडवून आणतात. ते पोलीसांना थांबवण्यासाठी आणि त्यांना अडथळा आणण्यासाठी सर्वतोपरी प्रयत्न करतात.

आर्यन आणि ध्रुव हळूहळू पुढे चालत होते. आर्यनला जखमा झाल्यामुळे ध्रुव त्याला खांद्यावर आधार देत होता. तेव्हाच मागून नील बाईक घेऊन येतो. सुरुवातीला दोघेही त्याच्याकडे रागाने बघतात,

पण दुसरा कोणताही मार्ग नसल्याने ते त्याच्या गाडीवर बसतात. नील त्यांना हिमांशूच्या ठिकाणी घेऊन येतो.

आर्यनला त्या अवस्थेत पाहून काव्या रडायला लागते आणि हिमांशू विचारतो काय घडलं. अलेक्सही लगेच पुढे येतो आणि आर्यनला पकडतो. काव्या लगेच त्याच्या जखमेवर मलमपट्टी करते आणि आपल्या ड्रेसचा एक भाग फाडून तो त्याच्यावर बांधून ठेवते. आर्यन म्हणतो, "मला काहीच नाही झालं आहे, तुम्ही लवकरात लवकर इथून निघा." काव्या रडत रडत म्हणते, "तुला अस सोडून मी जाणार नाही."

आर्यन अडखळत विचारतो, "काव्या, तू आज व्हॅक्सिन उशिरा घेतलं होत का?"

काव्या घाबरून उत्तर देते, "मी आज घेतलंच नव्हतं!"

आर्यन थोडा विचार करून म्हणतो, "मग तुझ्यात बिटा व्हायरसची लक्षणं आता का दिसत नाही आहेत?" काव्या त्याला शांत करत म्हणते, "ते सगळं नंतर बघू. आधी तू चल, तुला दवाखान्यात घेऊन जायचं आहे." तेव्हाच त्यांना फोन येतो की पोलीस जवळच येत आहेत आणि त्यांचे सर्व मार्ग मोकळे आहेत.

थोड्याच वेळात चौथी बसही समोर येते. हिमांशू ध्रुव आणि आदित्यला घेऊन खाली जातात आणि पूर्णपणे संक्रमित झालेल्या झोम्बींना शोधून त्यांना बस मधे घेऊन येण्यास सुरुवात करतात.त्याच वेळी, इतर काही बॅचमेट्स तिथे येऊन बसपासून लांब अंतरावर रस्ता अडवून ठेवतात. आजूबाजूला होणाऱ्या गोंगाटामुळे तिकडचे लोकही जागे झालेले असतात आणि त्यांचीही गर्दी होते.

आर्यन, जखमी असूनही, शांतपणे काव्याला म्हणतो, "काव्या, तू आणि मरीना जाऊन बसमधे बसा. माझी काळजी करू नका, मी एकदम व्यवस्थित आहे."

अलेक्सही निर्णायकपणे बोलतो, "हो, आर्यन बरोबरच बोलतोय. मी त्याला दवाखान्यात घेऊन जातो. तुम्ही जाऊन बसमधे बसा." काव्याला आर्यनची काळजी वाटत असली तरी, परिस्थितीला न जुमानता ती आणि मरीना मनात नसतानाही बस मधे चढतात.

आदित्य त्याच्या मित्रांना बस ज्या मार्गाने जाणार आहे त्या मार्गावर जाऊन रस्ता अडवून ठेवण्याची सूचना दिली . बस निघाल्यावर ते रस्ता मोकळ करतील आणि पाठवून जर पोलिसांची गाडी त्यांचा पाठलाग करत असेल, तर त्यांचा रस्ता अडवून त्यांना थांबवण्याचा प्रयत्न करतील.

तोपर्यंत, पोलिसांच्या गाड्यांचा आवाज ऐकू येऊ लागतो आणि सर्वजण घाबरतात. हिमांशूही वर येतो.

आर्यन खाली बसून काव्याकडे पाहत असतो आणि काव्या बसच्या दारात उभी असते.

अलेक्स हिमांशूला विचारतो, “सर्वांना बस मधे बसवलं ना? कोणी राहिला नाही ना?”

हिमांशू थोडा विचार करून गोंधळून म्हणतात, “अरे, एक झोम्बी राहिला आहे.”

अलेक्स म्हणतो, “ठीक आहे, मी त्याला घेऊन येतो.”

हिमांशू सांगतात, “थोडं सावध, कारण तिच्या दातांवर सेफ्टी ब्रॅकेट्स लावलेले नाहीत. पण तिला साखळदंडाने बांधलेलं आहे, त्यामुळे त्या साखळदंडाला पकडून तिला ओढत आण.”

हिमांशू त्याला ते ठिकाणही सांगतात.

“ठीक आहे”, असं म्हणून अलेक्स तिथून निघून जातो.

ध्रुव आणि आदित्य बस मधे सर्व झोंबींना व्यवस्थित रित्या बांधून ठेवतात आणि मग खाली उतरतात. तेव्हा ते दोघेही नीलकडे रागाने बघतात. नीलचा चेहराही पडलेला असतो. अलेक्स, धडपडत त्या खालील खोलीत गेला. काळोखात, त्याने साखळदंडाने बांधलेल्या झोम्बीला ओढण्यास सुरुवात केली. हळू हळू दुसऱ्या मार्गाने बाहेर आला ,बस च्या जवळ आला आल्यावर, त्याला कळले की ती झोम्बी तिथेच थांबलेली आहे. अलेक्सने तिला पुन्हा ओढण्याचा प्रयत्न केला, पण त्याच्या हातातून साखळदंड निसटला. मागे वळून पाहताच, त्याच्या डोळ्यासमोर एक भयानक दृश्य उभे राहिले.

अलेक्स स्तब्ध झाला. त्याच्या डोळ्यातून अश्रू अनावर झाले. त्याचे हात थरथरायला लागले आणि हृदयाची धडधड वाढली. तो खाली

गुडघ्यावर बसतो, अशक्त आणि हताश.

आर्यन, अलेक्सच्या धक्क्याने घाबरून, त्याच्या जवळ येतो आणि विचारतो, "अलेक्स, काय झालं? काय झालं?" अलेक्स, अजूनही धक्क्यातून सावरत नसताना, हळू आवाजात म्हणतो, "ही... ही रीया आहे.", त्याचे शब्द थरथरत होते. "माझी... माझी गर्लफ्रेंड."

आर्यन रीयाकडे पाहतो आणि त्याच्या मित्राच्या दुःखात डोळे भरून येतात.. अलेक्स हळू हळू तिच्याकडे सरकतो आणि तिचे थंड हात हातात घेतो. रीयाचे हात थोडे हलतात, जणू काही ती त्याचा स्पर्श ओळखते. अलेक्सचे डोळे पुन्हा अश्रूंनी भरून जातात. अलेक्स, अश्रूंनी डोळे भरून, रीयाला मिठी मारण्यासाठी पुढे सरकतो. पण त्याच्या आधीच, आर्यन त्याला थांबवतो. या गडबडीत , रीया आर्यनच्या हातावर जोरात चावते. अलेक्स आणि काव्या हे भयानक दृश्य स्तब्धपणे पाहतात. आर्यन लगेच आपला चावलेला हात लपवण्यासाठी फोल्ड केलेले शर्ट पूर्ण करून आपला हात झाकतो.

त्या क्षणी, काव्या बसमधून बाहेर धावत येते आणि आर्यनला मिठी मारून रडायला सुरुवात करते. आर्यन, हसत हसत, तिला म्हणतो, "आता मी पण तुमच्यासारखा झोम्बी होईन."

मरीना, काव्याला शांत करण्याचा प्रयत्न करते आणि ओढत बस मधे नेते.

मग अलेक्स रीयाला गाडीत बसवण्यासाठी नेत असतो तेवढ्यात एक गोळीचा आवाज येतो आणि ती गोळी रियाच्या उजव्या छातीतून आरपार निघून जाते आणि ती खाली पडते,

अलेक्स स्तब्धपणे रीयाकडे पाहतो. रक्त जमिनीवर पसरत असताना ती निपचित पडते. त्याच्या पायाखालची जमीनच सरकते. क्षणभर, तो काय घडलं हे समजून घेऊ शकत नाही. मग, तो रीयाकडे धावत जातो आणि तिला जोरजोराने हलवण्याचा प्रयत्न करतो. पण ती निश्चल असते, जणू काही मृत्यूने तिला घट्ट मिठी मारली आहे. त्याच वेळी, बस चालक बस चालू करतो आणि ती पुढे जाते. अलेक्स हताशपणे रीयाला धरून रडायला लागतो. त्याचे हुंदके बसच्या आवाजात मिसळून जातात, जणू काही त्याच्या दुःखाची प्रतिध्वनी आहे. ध्रुव आणि आदित्य

त्याला सांत्वन देण्याचा प्रयत्न करतात, पण त्याला काहीच ऐकू येत नाही.

त्याच्या नजरेसमोरच जिवंत असणाऱ्या प्रेयसीचा मृत्यू, क्षणभरासाठी मिळालेलं सुख कायमचं गायब. अलेक्सला वाटतं की त्याची आशा मिटली आहे. जणू काही एका भयानक स्वप्नातून जागा झाला आहे. काही क्षणापूर्वी त्याचा आनंद खूप होता कारण त्याला रिया परत मिळाली होती. पण, क्षणार्धात सर्व सुख नाहीसं झालं. रिया, त्याची प्रिय रिया, आता थंड, निश्चल आणि मृत होती.

अलेक्स, रियाच्या निर्जीव शरीरावर कोसळतो. त्याचे हात तिच्या मऊ केसांवरून फिरतात, जणू काही तिच्या स्पर्शातून त्याला सांत्वन मिळेल. पण रिया शांत होती. अलेक्सची छाती वेदनेने भरून गेली. त्याच्या हृदयाचा ठोका वेगवान झाला, त्याचे डोळे अश्रूंनी भरले. रियाचे रक्त त्याच्या हातावर, त्याच्या कपड्यांवर पसरत होते, लाल रंगाचा थर त्याच्या डोळ्यासमोर तरळत होता.

त्याने रियाला घट्ट मिठी मारली, जणू काही तिला पुन्हा जिवंत करण्याचा प्रयत्न करत आहे. पण त्याला माहित होते की हे शक्य नाही. रिया त्याच्यापासून कायमची दूर गेली होती. अलेक्सच्या डोळ्यासमोर त्यांच्या आठवणी उभ्या राहू लागल्या. ते एकत्र हसणं, खेळणं, एकमेकांसाठी स्वप्नं पाहणं. रियाचा हसरा चेहरा, तिचा मधुर आवाज, तिचा प्रेमळ स्पर्श... त्याला असह्य वेदना होत होती. त्याने रियाचा चेहरा आपल्या हातात घेतला आणि ओरडला, "नको रिया, मला सोडून जाऊ नकोस! मला तुझ्याशिवाय जगता येणार नाही!" पण रियाने प्रतिसाद दिला नाही. ती शांत होती, मृत्यूच्या शांततेत गुंतलेली.

अलेक्स हताश झाला. त्याला रियाची कमतरता जाणवू लागली. त्याला जगण्याचा अर्थच उरला नव्हता. त्याने रियाला जमिनीवर ठेवले आणि तिच्या डोक्यावर हात ठेवून रडू लागला. अलेक्सला पश्चाताप होतो. काय काय घडलं? काय चूक झाली? त्याने रियाला वाचवण्यासाठी काय काय केलं असतं? पण आता काहीही करण्यासाठी उशीर झाला आहे. रिया कायमची गेली आहे. अलेक्स रियाला जमिनीवर ठेवतो आणि तिच्या चेहऱ्यावर हात फिरवतो. तिची त्वचा थंड आणि मऊ आहे,

पण तिचे डोळे बंद आहेत आणि तिचा श्वास थांबला आहे. अलेक्सला वाटतं जणू काही त्याचं जग रियासोबतच मरून गेलं आहे.

हे पाहून काव्या धावत बाहेर येते. मरीना तिच्या मागून धावत येते. ध्रुव लगेच रियाच्या मृतदेहाकडे धावतो आणि तिला उचलून बसमधे ठेवतो. तिकडे, सर्वजण पोलिसांसोबत धक्काबुक्की करत असतात. पण तेवढ्यात, अजून एक गोळीचा आवाज येतो आणि ती गोळी मरीनाच्या डोक्यातून आरपार जाते. मरीना जागीच खाली पडते.

काव्याला मोठा धक्का बसतो. तिला काय करावं हे सुचत नाही. तीही रडायला लागते. ध्रुव लगेच काव्याला धरून चालत असणाऱ्या बसमधे चढवतो. हिमांशू बाहेर मरीना जवळ बसून रडत असतात. ध्रुव त्यांनाही बसमधे चढवतो.

तिकडे आदित्य , अलेक्स ला धरून बसलेला असतो.

आर्यनला सुद्धा थकवा जाणवत असतो ,त्याचे शरीरातून खूप रक्त बाहेर गेलेले असतं, तो एकटक काव्या कडे पाहत असतो. काव्या बसच्या दारातून आर्यन कडे पाहत असते, तेवढ्यात अजून एक गोळीचा आवाज येतो आणि ती गोळी काव्याच्या पोटात घुसते. काव्या,दारातच कोसळते. हिमांशू तिच्याकडे वेळीच धावून येतो आणि तिला पकडतो. गोळी लागल्याच्या जखमेतून सतत रक्त गळत असल्यामुळे ती अशक्त पडते .

आर्यन, हे सर्व पाहून स्तब्ध होतो. त्याच्या डोळ्यात अश्रू जमा होऊ लागतात, त्याच्या शरीरातील जखमांवरून पुन्हा रक्त वाहू लागते आणि तो थकव्याने आणि दुःखाने कोलमडतो.

काव्या हिमांशूच्या खांद्यावर डोके टेकवून रडत असते. रक्ताने माखलेल्या हाताने ती आर्यनकडे हात दाखवते. आर्यन तिच्या नजरेला नजर मिळवण्याचा प्रयत्न करतो, पण त्याच्या डोळ्यांसमोर अंधार येतो आणि तो बेशुद्ध पडतो.

तेवढ्यात, पूर्ण गर्दीला पांगवत पोलीस पुढे येतात आणि अलेक्स, ध्रुव आणि आदित्यला ताब्यात घेतात. त्यांना पकडून व्हॅनमधे नेत असताना अलेक्सची नजर नीलवर जाते. नीलही रडत असतो. नीलला पाहून अलेक्सचा राग अनावर होतो कारण त्याच्यामुळेच रिया, काव्या

आणि मरीना यांचा मृत्यू झालेला असतो. त्याच क्षणी, अलेक्स त्याला जे पोलीस पकडून नेत असतात त्यांच्या वॉलेटमधून पिस्तूल काढून नीलवर गोळ्या झाडतो. पण पोलीस त्याचा हात पकडतात आणि त्यामुळे नीलला गोळी लागत नाही. अलेक्सला ताब्यात घेऊन पोलीस व्हॅनमधे बसवतात. दुसरीकडे, आर्यन गंभीर जखमी झाला असल्याने त्याला दवाखान्यात नेले जाते.

पोलिसांचा ताफा आर्यन आणि बाकीच्यांना घेऊन तिथून पुढे निघून जातो.

जंगलामधे :

घायाळ राक्षस जंगलामधे जातो. तिथे खूप झोंबी कोल्हे असतात. त्यांच्या मागून एक सावली आली , हळूहळू त्या भयानक राक्षसाचे रूप स्पष्ट होत गेले. "द डीसट्रोयर". त्याचे लालभडक डोळे जणू ज्वालामुखीची आग उगलत होते. १० फुट उंच आणि भयानक शक्तीने युक्त, त्याचे हात तीक्ष्ण नखांनी सजलेले होते. त्याच्या भयानक रूपाचा सामना करताच, सर्व प्राणी आणि तो घायाळ राक्षस घाबरून जमिनीवर झुकले. जणू काही त्या राक्षसाने त्यांना आपल्या सेनेत सामील करून घेतले आहे. शांतता भंग करत त्याने एक भयानक गर्जना केली आणि जंगल त्याच्या भयानक शक्तीने थरथर कापू लागले.

पुढील सकाळ :

हॉस्पिटलच्या शांत खोलीत, आर्यन बेडवर झोपलेला होता. त्याच्या बाजूला सलाईनची बाटली लावली होती आणि खांद्यावर बँडेज गुंडाळलेले होते.खोलीतील टीव्ही चालू होता आणि त्यावर बातम्या दाखवल्या जात होत्या.

“काल नोवापॉइंटमधील एका हॉस्टेलवर पोलिसांनी धाड टाकून तिथे आढळून आलेल्या काही झोंबींचा नाश केला”, रिपोर्टर बोलत होता. “काही झोंबी पळून जाण्यात यशस्वी झाले आणि त्यांना शोधण्यासाठी मोहीम सुरू आहे. पोलिसांनी नील नावाच्या तरुणाला त्याच्या धाडसीपणासाठी धन्यवाद केल आहे, ज्याने त्यांना हॉस्टेलमधील झोंबींच्या उपस्थितीची माहिती दिली. काही संशयितांना ताब्यात घेण्यात आले आहे आणि त्यांच्याकडून अधिक माहिती मिळवण्यासाठी

तपास सुरू आहे."

आर्यनच्या डोळ्यात थोडी हालचाल झाली. रात्री घडलेल्या भयानक घटनेची त्याला आठवण झाली. काव्या, गोळी लागलेली, रक्ताने माखलेली त्याच्या डोळ्यासमोर दिसली. त्याला धक्का बसून तो झोपेतून उठला. त्याचे डोळे निळेशार झाले होते आणि त्याच्या हाताच्या शिराही निळ्या झाल्या होत्या.

Made in the USA
Monee, IL
23 August 2025

23955349R00135